ഗ്രീൻ ബുക്സ്

വിശ്വപ്രസിദ്ധ വേട്ടക്കഥകൾ

സ്വതന്ത്ര പുനരാഖ്യാനം: കിളിരൂർ രാധാകൃഷ്ണൻ

നോവലിസ്റ്റ്, കഥാകൃത്ത്, വിവർത്തകൻ.
1944 ജനുവരി 14ന് കിളിരൂരിൽ ജനനം.
സംസ്ഥാന ബാലസാഹിത്യ ഇൻസ്റ്റിറ്റ്യൂട്ടിന്റെ
ഗവേണിങ് ബോർഡ് മെമ്പർ.

പ്രധാനകൃതികൾ: നിറങ്ങൾ, ആനക്കഥ, ദൈവത്തിന്റെ
സിംഹാസനം, സ്വർണ്ണത്താക്കോൽ (ബാലസാഹിത്യം),
അഭിശപ്തർ, പൂർവാശ്രമം, അകത്തളങ്ങൾ,
കടലാസുകപ്പൽ, ആരതി (നോവൽ), ഡി.സി. ഒരു കൊളാഷ്,
ബഷീർ വേറിട്ട കാഴ്ചകൾ, അബുവിന്റെ
ഓർമ്മകൾ (സ്മരണ). ദൈവത്തിന്റെ മുഖം, അച്ഛനും
അമ്മയ്ക്കും സുഖംതന്നെ, നിഴൽക്കാഴ്ചകൾ,
അപൂർവം ചിലർ, ദക്ഷിണ, അനുഭൂതികൾ (കഥ).

പുരസ്കാരങ്ങൾ: ഭീമ ബാലസാഹിത്യ പുരസ്കാരം,
എസ്.ബി.ഐ. ബാലസാഹിത്യ അവാർഡ്,
എൻ.സി.ഇ.ആർ.ടിയുടെ ദേശീയ പുരസ്കാരം,
സംസ്ഥാന ബാലസാഹിത്യ ഇൻസ്റ്റിറ്റ്യൂട്ട് അവാർഡ്,
സാഹിത്യ അക്കാദമിയുടെ ശ്രീ പദ്മനാഭസ്വാമി അവാർഡ്.

മേൽവിലാസം: 'ഹരി', കാഞ്ഞിരം പോസ്റ്റ്, കോട്ടയം - 686 030.

വിശ്വപ്രസിദ്ധ വേട്ടക്കഥകൾ

സ്വതന്ത്ര പുനരാഖ്യാനം
കിളിരൂർ രാധാകൃഷ്ണൻ

ഗ്രീൻ ബുക്സ്

green books private limited
little road, ayyanthole, thrissur- 680 003
ph: 0487-2361038
website: www.greenbooksindia.com
e-mail: info@greenbooksindia.com

(malayalam)
viswaprasidha vettakkathakal
(stories)

independent narration by
kiliroor radhakrishnan

first published june 2007
reprinted november 2013
copyright reserved

cover design : rajesh chalode

printed in india
repro knowledgecast limited, thane

branches:
thrissur 0487-2422515
palakkad 0491-2546162
kannur 0497-2763038

isbn : 81-8423-074-5

no part of this publication may be reproduced, or transmitted in any form or by any means, without prior written permission of the publisher

GBPL/174/2007/X003

മുഖക്കുറി

വേട്ടക്കഥകൾ സാഹസികതയുടെ കഥകളാണ്. പോരാട്ടത്തിന്റെ കഥകളാണ്. അവ വായനക്കാർക്കു ഹരം പകരുന്നു. ഉന്മേഷം പകരുന്നു. സ്വാതന്ത്ര്യ പൂർവ്വകാലത്ത് ഇന്ത്യൻ വനങ്ങളിൽ പല ഇംഗ്ലീഷുകാരും മൃഗയാവിനോദങ്ങളിൽ വ്യാപരിച്ചിരുന്നു. അവരിൽ പലരും സ്വാനുഭവങ്ങൾ മനോഹരമായി ചിത്രീകരിക്കുകയും ചെയ്തിരുന്നു. ജിം കോർബെറ്റും കെന്നത്ത് ആൻഡേഴ്സനും അവരിൽ പ്രമുഖരാണ്. വേട്ടക്കാരെന്ന നിലയ്ക്കും എഴുത്തുകാരെന്ന നിലയ്ക്കും വിഖ്യാതരായ അവർ മൃഗയാവിനോദവുമായി ബന്ധപ്പെട്ട പല പുസ്തകങ്ങളും ലോകത്തിനു സമ്മാനിച്ചു. ആ പുസ്തകങ്ങളിൽ നിന്നും ശേഖരിച്ച ഏതാനും വേട്ടക്കഥകളുടെ സ്വതന്ത്ര പുനരാഖ്യാനമാണ് ഈ പുസ്തകത്തിലെ ഉള്ളടക്കം. അമേരിക്കൻ നോവലിസ്റ്റായ ജോർജ് ഓർവെല്ലിന്റെ രസകരമായ ഒരു കഥയും ഈ സമാഹാരത്തിൽ ഉൾപ്പെടുത്തിയിട്ടുണ്ട്. സാഹസിക ചിന്തയോടൊപ്പം പരിസ്ഥിതിബോധവും വളർത്തുന്ന ഈ കഥകൾ നവ്യമായ വായനാനുഭവം നൽകുന്നു.

കൃഷ്ണദാസ്
മാനേജിങ് എഡിറ്റർ

വേട്ടയ്ക്കു മുൻപ്
കിളിരൂർ രാധാകൃഷ്ണൻ

എല്ലാ മനുഷ്യരുടേയും ഉള്ളിൽ ഒരു നായാട്ടുകാരനുണ്ട്. ചെറിയൊരു കൊതുകിനെ മുതൽ പേപ്പട്ടിയെ വരെ തല്ലിക്കൊല്ലുമ്പോൾ സാഹസികമായ ഒരു നേട്ടത്തിന്റെ നിർവൃതി അവന്റെ ഉള്ളിലൊരു കുളിരായി ഒഴുകും. മനുഷ്യനും ഒരു മൃഗം തന്നെയാണെന്നുള്ളതിന്റെ ആത്യന്തികമായ സൂചനയാണിത്. പോയ കാലങ്ങളിൽ ഇതൊരു വിനോദവുമായിരുന്നു. മൃഗയാവിനോദം.

ഇന്നും നാം നായാടാറുണ്ട്; ടിവിയിലെ ദൃശ്യങ്ങളിൽ ആണെന്നു മാത്രം. നാഷണൽ ജോഗ്രഫി ചാനലിലും ആനിമൽ പ്ലാനറ്റിലും ഡിസ്കവറിയിലുമൊക്കെ നാം ഇമ്മാതിരി പല നായാട്ടുകളിൽ അഭിരമിക്കാറുണ്ട്. രണ്ടുമൂന്ന് തലമുറകൾക്കു മുമ്പുള്ള നമ്മുടെ കാരണവന്മാർ സ്വകാര്യ സദസ്സുകളിൽ യക്ഷിക്കഥകൾക്കൊപ്പം രസിച്ച് പറഞ്ഞിരുന്നതും കേട്ടിരുന്നതുമാണ് നായാട്ടുകഥകൾ. മുപ്പതുകളിലും നാൽപതുകളിലും നായാട്ടിന് പ്രാധാന്യം നൽകുന്ന അനേകം കഥകളും നോവലുകളും പല ഇന്ത്യൻ ഭാഷകളിലും പുറത്തിറങ്ങിയിരുന്നു. രാജാക്കന്മാരുടെ വിനോദം എന്ന നിലയിൽ മൃഗയായ്ക്കുണ്ടായിരുന്ന പ്രാധാന്യവും നമുക്കറിയാം.

എന്നാൽ അനേകം ആനകളും ആളുകളും ആയുധങ്ങളുമൊക്കെ യായി ഭേരി മുഴക്കി കാടിളക്കി സാധുക്കളായ വന്യമൃഗങ്ങളെ വേട്ടയാടുന്ന കഥകൾ വാസ്തവത്തിൽ സാഹസികതയുടെ മുഖമല്ല, മറിച്ച്, മനുഷ്യന്റെ ക്രൂരതയുടെ ഭാവമാണ് വെളിവാക്കുന്നത്. എന്നാൽ മനുഷ്യർക്ക് നാശം വിതയ്ക്കുന്ന ഒറ്റയാന്മാരെ ഒറ്റയ്ക്ക് ചെന്ന് അഭിമുഖീകരിക്കുന്ന ധീരന്മാരുടെ വേട്ടക്കഥകൾ നമുക്കിന്നും, എന്നും, ഹരം പകരും. കാരണം, അത് നിറഞ്ഞ സാഹസികതയുടെ പ്രതിഫലനമാണ്. ഉപദ്രവകാരികളെ മാത്രമാണ് വേട്ടയാടുന്നതെന്നതിനാൽ ക്രൂരതയെന്ന് പറയാനുമാവില്ല. മറിച്ച്

അത് വലിയൊരു സമൂഹസേവനവുമാകുന്നു. മനുഷ്യവർഗ്ഗ ത്തിന്റെ നിലനില്പിനായുള്ള പോരാട്ടമാകുന്നു.

അപാരമായ ക്ഷമ, സഹനശക്തി, നിർഭയത്വം, അതിദ്രുതം ശരിയായ തീരുമാനമെടുക്കാനുള്ള കഴിവ്, നിരീക്ഷണപാടവം, കാട്ടറിവുകൾ തുടങ്ങി ഒരുപാട് ഗുണങ്ങൾ ഉള്ളവർക്കു മാത്രമേ നല്ല വേട്ടക്കാരനാവാൻ കഴിയൂ. മുപ്പതുകളിലും നാൽപ്പതുകളിലും ഇന്ത്യയിലെ വനങ്ങളിൽ അനേകം ഇംഗ്ലീഷുകാർ നായാട്ടുനടത്തി യിരുന്നു. അവരിൽ ഏറെ അറിയപ്പെടുന്ന രണ്ടുപേരാണ് ജിം കോർബെറ്റും, കെന്നത്ത് ആൻഡേഴ്സണും. നന്നായി വേട്ടയാടാൻ മാത്രമല്ല ആ അനുഭവങ്ങൾ മനോഹരമായി ചിത്രീകരിക്കാനും ഇവർ സമർത്ഥരായിരുന്നല്ലോ. അനേകം പുസ്തകങ്ങൾ ഇവരു ടേതായി പ്രസിദ്ധീകരിക്കപ്പെട്ടിട്ടുണ്ട്. മറ്റേതൊരു സാഹിത്യശാഖ യ്ക്കും ഒപ്പം വയ്ക്കാവുന്ന പ്രൗഢമായ കൃതികളാണവയെല്ലാം തന്നെ.

ഈ രണ്ടുപേരുടെയും പല പുസ്തകങ്ങളിൽ നിന്നായി വായിച്ച ഏതാനും കഥകളുടെ സ്വതന്ത്ര പുനരാഖ്യാനമാണ് ഈ ഗ്രന്ഥ ത്തിലെ കഥകൾ. അതൊടൊപ്പം ജോർജ്ജ് ഓർവെല്ലിന്റെ രസകര മായ ഒരു കഥയും ഉൾപ്പെടുത്തിയിട്ടുണ്ട്.

യാന്ത്രിക യുഗത്തിൽ നമുക്ക് നഷ്ടമാകുന്ന സാഹസികതയെ മനസ്സിലെങ്കിലും ഒന്നു താലോലിക്കാൻ ഈ കഥകൾ സഹായക മാവുമെന്ന് പ്രതീക്ഷിക്കുന്നു. ഒപ്പം, ഇന്നത്തേയും പണ്ടത്തേയും വനങ്ങളുടെ ഒരു ചിത്രവും നമുക്ക് ലഭിക്കുന്നു. എത്രമാത്രം അഗാധ ഭീകരസുന്ദരമായിരുന്നു പണ്ടുകാലത്ത് നമ്മുടെ കാടുകൾ എന്നോർക്കുമ്പോഴാണ് 'കാടെവിടെ മക്കളെ' എന്ന് നാം അലമുറ യിട്ടുപോകുന്നത്. ഈ പുസ്തകത്തിലെ വേട്ടക്കഥകൾ വായന ക്കാർക്ക് പരിസ്ഥിതിബോധം കൂടി പകരുന്നു എന്നതാണ് ഇന്ന് ഇതിന്റെ പ്രസക്തി.

■

വിശ്വപ്രസിദ്ധ വേട്ടക്കഥകൾ

മോഹൻ കടുവ	*ജിം കോർബെറ്റ്*	11
പൗവൽഗാഡിലെ ബ്രഹ്മചാരി	” ”	30
കന്ദാ നരഭോജി	” ”	41
ഒരു സുന്ദരന്റെ കഥ	” ”	50
വൈസ്രോയിയുടെ മൃഗയാവിനോദം	” ”	55
ഒരു രാജകീയനായാട്ട്	’ ”	65
റോബിന്റെ കഥ	” ”	73
ഒരു നരനായാട്ടിന്റെ അന്ത്യം	*കെന്നത്ത് ആൻഡേഴ്സൺ*	82
മുടന്തന്റെ മുടിയാന്ത്രങ്ങൾ	” ”	92
ഒരു തപസ്വിനിയുടെ വിളയാട്ടങ്ങൾ	” ”	101
തുരങ്കത്തിലെ പുള്ളിപ്പുലി	” ”	107
ഒരു ഭീകരന്റെ അന്ത്യം	” ”	113
ചമാലാവിലിയിലെ വരയൻ കടുവ	” ”	126
ഒറ്റയാനായ ഒറ്റക്കൊമ്പൻ	” ”	138
മുഖം രക്ഷിക്കാനൊരു കൊലപാതകം	*ജോർജ് ഓർവെൽ*	144

ജിം കോർബെറ്റ്
മോഹൻ കടുവ

ഹിമാലയ സാനുക്കളിൽ ഞങ്ങൾക്കൊരു ഗ്രീഷ്മകാല വസതിയുണ്ടായിരുന്നു. അതിന് ഏകദേശം 18 മൈലകലെ കിഴക്കു പടിഞ്ഞാറായി കിടക്കുന്ന ഒരു മലനിരയുണ്ട്. അതിന്റെ ഉയരം ഏതാണ്ട് ഒമ്പതിനായിരം അടിവരും. ഈ പർവ്വതസാനുക്കളിൽ ധാരാളം ഓട്സ് പുല്ലുകൾ വളർന്നു നിൽക്കുന്നതു കാണാം. അവിടെ നിന്ന് മല ചെറുതായി താഴേക്കിറങ്ങിയെത്തുന്നത് കോസി നദിയുടെ തീരത്തേക്കാണ്.

ഒരു ദിവസം ഒരു കൂട്ടം ഗ്രാമീണ സ്ത്രീകൾ അവരുടെ പെൺമക്കളോ ടൊപ്പം ഓട്സ് പുല്ല് അരിയാൻ ഈ കുന്നിൻചരിവിലെത്തി. നാട്ടുവർത്ത മാനങ്ങളും തമാശകളുമൊക്കെ പറഞ്ഞ് അവരെല്ലാവരും ചേർന്നു പുല്ലരിഞ്ഞുകൊണ്ട് നിൽക്കേ പൊടുന്നനെ ഒരു കടുവ അവിടെ പ്രത്യക്ഷപ്പെട്ടു. ആ സ്ത്രീകളുടെ അപ്പോഴത്തെ അവസ്ഥ ഊഹിക്കാവുന്നതാണല്ലോ. അവർ ഒന്നടങ്കം ആർത്തു നിലവിളിക്കുകയും എല്ലാവരും കൂടി ഒരിടത്ത് കൂട്ടംകൂടി ആവുന്നത്ര ഉച്ചത്തിൽ സഹായം അഭ്യർത്ഥിക്കുകയും ചെയ്തു. ഇതിനിടയിൽ ഒരു സ്ത്രീ എങ്ങനെയോ കാൽതെറ്റി ചെങ്കുത്തായി കിടക്കുന്ന മലഞ്ചരിവിലൂടെ താഴേക്ക് ഊർന്നുപോയി. ഈ ബഹളമെല്ലാം കൂടി കണ്ടും കേട്ടും കടുവ അമ്പരന്നുപോയി. അവൻ അവരെ ആരെയും ഉപദ്രവിച്ചില്ലെന്നു മാത്രമല്ല ഒന്നു മുരളുകപോലും ചെയ്യാതെ പെട്ടെന്ന് സ്ഥലം വിടുകയും ചെയ്തു.

തങ്ങളുടെ പ്രാർത്ഥനയുടെ ഫലമായാണ് ആയുസ്സ് തിരിച്ചുകിട്ടിയതെന്നു വിശ്വസിച്ച് അവരെല്ലാം ചേർന്നു, വീണു കിടക്കുന്ന സ്ത്രീയെ അന്വേഷിച്ചു ചെന്നു. അവർക്കു നല്ല പരിക്കുണ്ടായിരുന്നു. ഒരു കാലൊടിഞ്ഞിരുന്നു. നടന്നു ഗ്രാമത്തിലേക്കു പോകാൻ സാധ്യമല്ല. ഗ്രാമത്തിൽ ചെന്ന് പുരുഷന്മാരെ പറഞ്ഞയക്കാമെന്നു കരുതി പെണ്ണുങ്ങളെല്ലാം മടങ്ങിപ്പോകാനൊരുങ്ങിയപ്പോൾ പതിനാറുകാരിയായ ഒരു പെൺകുട്ടിമാത്രം അവർക്കു തുണയായി അവിടെ നിൽക്കാൻ ധൈര്യം കാണിച്ചു. അത് നന്നായെന്നു മറ്റുള്ളവർക്കും തോന്നി.

ഗ്രാമത്തിലേക്ക് അവിടെ നിന്നും നാലു മൈലുണ്ട്. അത്രയും ദൂരം ആ സ്ത്രീകൾ നടന്നെത്തി അവിടെയുള്ള പുരുഷന്മാരോട് വിവരം പറഞ്ഞയച്ചാൽ

എപ്പോഴായിരിക്കും അവർ തങ്ങളുടെ അടുത്തെത്തുക എന്നും മറ്റും ആലോചിച്ചും തമ്മിൽ തമ്മിൽ അടക്കിയ ശബ്ദത്തിൽ പിറുപിറുത്തും അവർ ഇരുവരും ഇരുന്നു. വീണ സ്ത്രീയാകട്ടെ, വേദനകൊണ്ട് ഞരങ്ങുകയും പുളയുകയുമൊക്കെ ചെയ്യുന്നുണ്ട്. അവരുടെ മുഖത്തെ ഭാവം പൊടുന്നനെ മാറി. സങ്കടവും വേദനയുമെല്ലാം മാറി അവിടെ കടുത്ത ഭീതിയുടെ നിഴൽ വീണു. അതുകണ്ട് അവർ നോക്കിയ ഭാഗത്തേക്ക് ആ പെൺകുട്ടിയും നോക്കി.

അവൾ നടുങ്ങിപ്പോയി. മുൻപു കണ്ട കടുവ ആ പാറയുടെ പിളർപ്പിൽ കൂടി അവരുടെ നേർക്ക് നടന്നടുക്കുന്ന കാഴ്ചയാണവൾ കണ്ടത്. താൻ സ്വപ്നം കാണുകയാണോ എന്ന് പാവം ആ കുട്ടി ആലോചിച്ചുപോയി. സ്വപ്നമല്ല ഇത് യാഥാർത്ഥ്യമാണെന്ന് ഓർത്തപ്പോൾ അവൾ ഭയംകൊണ്ട് ഐസുപോലെ മരവിച്ചുപോയി. ആ സാധുക്കുട്ടിയുടെ അവസ്ഥ വായനക്കാർ ഒന്നു സങ്കല്പിച്ചു നോക്കുക. ചെങ്കുത്തായ ഒരു പാറ. അതിനു കുറുകെ കാണുന്ന ചെറിയ ഒരു തട്ട്. അത് ചെന്നവസാനിക്കുന്നത് ഒരു ചെറിയ കുഴിയിലാണ്. ആ കുഴിയിലാണ്, പരിക്കേറ്റ് അനങ്ങാൻപോലും വയ്യാതെ ആ സ്ത്രീ കിടക്കുന്നത്. ഭയം മൂലം വിറങ്ങലിച്ചുപോയ പെൺകുട്ടി തട്ടിൽ കുത്തിയിരിക്കുന്നു. അവളുടെ നേരെ കടുവ അടിവച്ചടിവച്ചു വരികയാണ്. എങ്ങോട്ടും ഓടി രക്ഷപ്പെടാനാവില്ല. സഹായത്തിന് എത്താൻ ആ ഭാഗത്തെങ്ങും ഒരു മനുഷ്യജീവിപോലുമില്ല. ദൈവം മാത്രമാണവൾക്കു തുണ. പക്ഷേ ക്രൂരനായ ആ കടുവയെ തടയാൻ ദൈവത്തിനുപോലും കഴിഞ്ഞില്ല. ഒന്നുറക്കെ നിലവിളിക്കാൻ പോലും അവസരം നൽകാതെ കടുവ അവളെ കടന്നുപിടിച്ചു. അതുകണ്ട്, കുഴിയിൽ പരിക്കേറ്റു കിടന്ന സ്ത്രീയുടെ ബോധവും നഷ്ടമായി.

ഗ്രാമത്തിൽ മടങ്ങിയെത്തിയ സ്ത്രീകളിൽ നിന്ന് വിവരമറിഞ്ഞ് സഹായിക്കാൻ ഇറങ്ങിത്തിരിച്ച പുരുഷന്മാരുടെ സംഘത്തലവനായി പോയത് മോത്തിസിംഗ് എന്ന എന്റെ ഒരു സ്നേഹിതനാണ്. അവർ അതിവേഗം നടന്നും ഓടിയും സംഭവസ്ഥലത്ത് എത്തിയപ്പോൾ കണ്ടത് പാറത്തട്ടിൽ കുറച്ചു രക്തം മാത്രമായിരുന്നു. താഴെയുള്ള കുഴിയിൽ ബോധം കെട്ടു കിടക്കുന്ന സ്ത്രീയും. അവരാ സ്ത്രീയെ താങ്ങിയെടുത്ത് ഗ്രാമത്തിലേക്കു കൊണ്ടുപോയി. ബോധം വീണ്ടുകിട്ടിയപ്പോൾ അവർ ഉണ്ടായതെല്ലാം വിവരിച്ചു പറഞ്ഞു. പിന്നീട് മോത്തിസിംഗ് എന്റെയടുത്തേക്ക് ഓടിവന്ന് വിവരം പറയുകയാണുണ്ടായത് അറുപത് കഴിഞ്ഞെങ്കിലും സിംഗ് ധീരനും ഉത്സാഹിയുമാണ്. ഞങ്ങൾ രണ്ടുപേരും കൂടി കാട്ടിലേക്കു പുറപ്പെട്ടു. സംഭവം കഴിഞ്ഞ് ഇരുപത്തിനാലു മണിക്കൂറുകൾക്കു ശേഷമായിരുന്നു ഞങ്ങളുടെ അന്വേഷണമെന്നതിനാൽ അതുകൊണ്ട് പ്രത്യേകിച്ചൊരു ഗുണവും കിട്ടിയില്ല. അവിടെ ആകെപ്പാടെ ഞങ്ങൾക്കു കാണാൻ കഴിഞ്ഞത് ഹതഭാഗ്യയായ ആ പെൺകുട്ടിയുടെ രക്തംപുരണ്ട വസ്ത്രക്കീറുകളും ഏതാനും എല്ലിൻ തുണ്ടുകളും

മാത്രമായിരുന്നു. പാവം അവൾക്ക് ആത്മശാന്തി നേരാനേ ഞങ്ങൾക്കു കഴിഞ്ഞുള്ളു.

പിൽക്കാലത്ത് സർക്കാർ രേഖകളിൽ നരഭോജിയായ മോഹൻ കടുവ എന്നു രേഖപ്പെടുത്തപ്പെട്ട ആ നരഭോജി ആദ്യമായി രുചിച്ച മാംസം ആ പതിനാറുകാരിയുടേതായിരുന്നു. ആ കൊലയ്ക്കു ശേഷം അവൻ മഞ്ഞുകാലം കഴിച്ചു കൂട്ടുന്നതിനായി കോസീ നദീതടത്തിലേക്കു പോയി. ആ പോക്കിനിടയിലും ചില മനുഷ്യരെ അവൻ കൊല്ലുകയുണ്ടായത്രെ. അത് പക്ഷേ ആ പെൺകുട്ടിയെപോലെ വിലാസമില്ലാത്തവരായിരുന്നില്ല. പൊതുമരാമത്തു വകുപ്പിലെ രണ്ട് ഉദ്യോഗസ്ഥന്മാരും നിയമനിർമാണസഭയിലെ ഒരു പ്രതിനിധിയുടെ മകളും ആണ് മോഹൻ കടുവയുടെ പരാക്രമണത്തിനിരയായത്. അതുകൊണ്ടു തന്നെ ഗവൺമെന്റ് തലത്തിൽ മോഹൻ കടുവ അറിയപ്പെട്ടു. മഞ്ഞുകാലത്ത് അവനെക്കുറിച്ചൊന്നും കേട്ടില്ല. എന്നാൽ വേനൽക്കാലം ആരംഭിച്ചതോടെ, അവൻ, ആദ്യമായി താൻ മനുഷ്യക്കുരുതി നടത്തിയ സ്ഥലത്ത് വീണ്ടും പ്രത്യക്ഷപ്പെട്ടു. പിന്നീടിങ്ങോട്ട് വളരെ വർഷങ്ങളോളം കോസീ നദീതീരത്ത് കാക്രിഘട്ട് മുതൽ ഗാർഗിയ വരെയുള്ള നാല്പതുമൈൽ പ്രദേശം മുഴുവൻ ആ കടുവയുടെ വിഹാരരംഗമായി അറിയപ്പെട്ടു. മോഹൻ എന്ന സ്ഥലത്തിനു മുകളിലുള്ള മലയിൽ കാത് കനൗലാ ഗ്രാമത്തിനടുത്തായി കടുവ പിന്നീട് തന്റെ താവളം ഉറപ്പിച്ചു.

സർക്കാർ രേഖകളിൽ കുമയൂൺ ഡിവിഷനിലെ നരഭോജികളായ കടുവകളെക്കുറിച്ചുള്ള വിവരങ്ങൾ പ്രാധാന്യമനുസരിച്ച് ഇങ്ങനെ രേഖപ്പെടുത്തിയിരുന്നു അക്കാലത്ത് -

1. ചൗഗാഡ് - നൈനിറ്റാൾജില്ല, 2. മോഹൻ - അൽമോറാ ജില്ല, 3. കാൻഡാ - ഗഡ്വാൾ ജില്ല.

ഇതിൽ ആദ്യത്തേതായ ചൗഗാഡിലെ വില്ലനായ കടുവയെ ഞാനാണ് കൊന്നത്. അതിൽ സന്തുഷ്ടനായ അൽമോറാ ഡെപ്യൂട്ടി കമ്മീഷണർ ബെയിൻസ് എന്നോടു പറഞ്ഞത് പട്ടികയിലെ രണ്ടാമനെക്കൂടി ഞാനുടനെ ശരിയാക്കിക്കൊടുക്കണമെന്നായിരുന്നു. അവന്റെ ക്രൂരത ദിവസം ചെല്ലും തോറും വർദ്ധിച്ചുവരുന്നതായും അദ്ദേഹം പറഞ്ഞു. ഒരാഴ്ചയിൽ മൂന്നു പേരെയാണത്രെ ഏറ്റവും ഒടുവിൽ അവൻ ശാപ്പിട്ടത്. അതുകൊണ്ട് സമയം ഒട്ടും പാഴാക്കാതെ ഞാൻ ഉടനെ അങ്ങോട്ടു പോകണമെന്ന് അദ്ദേഹം ആവശ്യപ്പെട്ടു.

ഞാൻ ചൗഗാഡിലെ നരഭോജിയെ വേട്ടയാടിയിരുന്ന കാലത്ത് മോഹൻ കടുവയെ തേടി പലരും കാത് കനൗലാ ഗ്രാമത്തിലെത്താറുണ്ടായിരുന്നു. പക്ഷേ അവരിൽ നിന്നെല്ലാം സമർത്ഥമായി രക്ഷപ്പെട്ട കഥയാണവന്റേത്. ഇനിയും മറ്റാരേയും അങ്ങോട്ടേയ്ക്കയക്കുന്നില്ലെന്നും ആ നരഭോജിയുടെ

പൂർണ ചുമതല എനിക്കു വിടുകയാണെന്നും, പൂർണ സ്വാതന്ത്ര്യത്തോടെ പ്രവർത്തിക്കാമെന്നും ഡെപ്യൂട്ടി കമ്മീഷണർ ബെയിൻസ് പറഞ്ഞപ്പോൾ ഏറ്റെടുക്കുകയേ എനിക്കു വഴിയുണ്ടായിരുന്നുള്ളു.

രണ്ട്

മെയ്മാസത്തിലെ കത്തുന്ന ചൂടിൽ ഒരു ദിവസം ഞാൻ റാംനഗർ റെയിൽവേ സ്റ്റേഷനിൽ വണ്ടിയിറങ്ങി. എന്റെയൊപ്പം രണ്ടു വേലക്കാരും ആറു ഗഡ്‌വാളികളും ഉണ്ടായിരുന്നു. സ്റ്റേഷനിൽ നിന്നും ഇരുപത്തിനാലു മൈലകലെയുള്ള കാത് കനൗലയിലേക്ക് ഞങ്ങൾ യാത്രതിരിച്ചു. യാത്രയെന്നാൽ പദയാത്രയെന്നർത്ഥം. ആദ്യദിവസം സന്ധ്യയായതോടെ ഗാർഗിയാക്കടുത്തെത്തി. അവിടുത്തെ ഫോറസ്റ്റ് ബംഗ്ലാവിൽ മുൻകൂട്ടി അറിയിച്ചിട്ടില്ലാത്തതിനാൽ ആ രാത്രി ബംഗ്ലാവിന് പുറത്തു തന്നെ കഴിച്ചു കൂടേണ്ടി വന്നു. മുറിയൊന്നും ഒഴിവില്ലായിരുന്നു.

രാത്രി ഉറങ്ങാൻ ഭാവിക്കുമ്പോൾ കോസീ നദിക്കു മറുകരയിൽ വളരെ പൊക്കത്തിൽ ചെങ്കുത്തായ ഒരു പാറക്കൂട്ടമുള്ളതിൽ നിന്നും താഴേക്ക് കല്ലുകൾ ഉരുണ്ടുവീഴുന്ന ശബ്ദം കേട്ടതായി തോന്നി. ഒരു കല്ല് മറ്റൊന്നിൽ ശക്തിയായി വന്നു തട്ടുംപോലെയുള്ള ശബ്ദമായിരുന്നു അത്. പിന്നെയും പിന്നെയും ആ ശബ്ദം ആവർത്തിച്ചുകേട്ടപ്പോൾ അതെന്താണെന്നറിയണമെന്നു തോന്നി. ആകാശത്ത് ചന്ദ്രനുണ്ടായിരുന്നു. നിലാവിൽ വഴി നന്നായി കാണാം. വഴിയിൽ പാമ്പോ മറ്റോ ഉണ്ടെങ്കിൽ കാണാനുള്ള വെളിച്ചം ധാരാളമുണ്ടായിരുന്നു. ഞാൻ ചെന്നു നോക്കുമ്പോഴാണ് രസം മനസ്സിലാകുന്നത്. റോഡിന്റെ ഒരുവശത്തുള്ള ചതുപ്പുനിലത്തിൽ നിന്ന് തവളകൾ കരയുന്ന ശബ്ദമാണ് കല്ലുകൾ ഉരുളുന്നതായും കൂട്ടിമുട്ടുന്നതായും മറ്റും എനിക്കു തോന്നിയത്. അത്ഭുതം തന്നെ. ലോകത്തെ പലഭാഗങ്ങളിലുമുള്ള പലമാതിരി തവളകളെ ഞാൻ കണ്ടിട്ടുണ്ട്. അവയുടെ സംഗീതം കേട്ടിട്ടുമുണ്ട്. പക്ഷേ ഇതുപോലെ ഒരു ശബ്ദം തവളകൾക്കുണ്ടാക്കാൻ കഴിയുമെന്ന് അപ്പോൾ മാത്രമാണ് എനിക്കു മനസ്സിലായത്. പിറ്റേന്ന് അതിരാവിലെ എഴുന്നേറ്റ് ഞങ്ങൾ നടപ്പു തുടങ്ങി. സൂര്യന്റെ ചൂട് അസഹനീയമാകും മുമ്പ് ഞങ്ങൾ മോഹനിൽ എത്തിച്ചേർന്നു. ജോലിക്കാർ എനിക്കുള്ള പ്രഭാതഭക്ഷണം തയ്യാറാക്കാൻ തുടങ്ങി. ഗഡ്‌വാളികൾ അവർക്കുള്ള ഭക്ഷണവും വേറെ ഉണ്ടാക്കുന്നുണ്ടായിരുന്നു. ഈ സമയം ബംഗ്ലാവ് സൂക്ഷിപ്പുകാരനും രണ്ട് ഫോറസ്റ്റ് ഗാർഡുകളും മോഹൻ നിവാസികളായ ചിലരും കൂടി എന്നെ കാണാൻ വന്നു. അവർ കടുവയെ സംബന്ധിച്ച പല കഥകളും എന്നോടു പറഞ്ഞു. ഞാൻ ഏറ്റുമുട്ടാൻ പോകുന്ന കക്ഷി ചില്ലറക്കാരനൊന്നുമല്ലെന്നു ബോധ്യമായി.

ഉച്ചയോടെ യാത്ര തുടരാൻ ഞങ്ങൾ ഒരുങ്ങി. ഇനിയുള്ളത് കുത്തനെ കയറ്റമാണ്. നാലായിരം അടി മുകളിലെത്തിയാലേ കാത് കനൗലാ എന്ന

സ്ഥലമാകൂ. ഈ വഴിയിൽ നരഭോജിയെ മിക്കവാറും കണ്ടുമുട്ടാൻ സാധ്യതയുണ്ടെന്നും ഗ്രാമവാസികൾ പറഞ്ഞു. വളരെ പതുക്കെയാണ് ഞങ്ങൾ മുന്നോട്ടു പൊയ്ക്കൊണ്ടിരുന്നത്. എല്ലാവരുടെയും ചുമലുകളിൽ കനത്ത ചുമടുകളുണ്ട്. ഗ്രാമങ്ങളിൽ എന്തോ ലഹള നടന്നെന്നും നൈനിറ്റാളിൽ നിന്നും പൊലീസെത്തിയെന്നും കുഴപ്പങ്ങൾ ഇനിയും കെട്ടടങ്ങിയിട്ടില്ലെന്നും അതിനാൽ ഭക്ഷണദൗർലഭ്യം ഉണ്ടായേക്കാമെന്നും മറ്റും യാത്ര തിരിക്കുമ്പോൾ കേട്ടിരുന്നു. അതുകൊണ്ട് ഞങ്ങൾക്കെല്ലാവർക്കും കുറേദിവസം കഴിക്കാനുള്ള ധാന്യങ്ങളും മറ്റത്യാവശ്യ വസ്തുക്കളും ചുമന്നുകൊണ്ടാണ് വന്നിരിക്കുന്നത്.

നടന്നും വിശ്രമിച്ചും പിന്നെയും നടന്നും ഒരു വിധത്തിൽ ഞങ്ങൾ ആ കൃഷിയിടത്തിനടുത്തെത്തി. സന്ധ്യയാകാറായിരുന്നു അപ്പോൾ. ഇനി ഇവിടെ കടുവയുടെ ആക്രമണം ഉണ്ടാകാനിടയില്ലെന്നു വിചാരിച്ച് ഞാൻ തനിയെ ഫോറസ്റ്ററുടെ ക്യാമ്പിലേക്കു നടന്നു. മോഹനിൽ നിന്നു നോക്കിയാൽ ഈ ക്യാമ്പ് കാണാമായിരുന്നു. മലയുടെ മുകളിലായിരുന്നു അത്. അവിടെ നിന്നു നോക്കിയാൽ മോഹൻഗ്രാമം മുഴുവൻ കാണാമെന്നും അവിടെ താമസിക്കുന്നതായിരിക്കും എനിക്ക് ഏറ്റവും സൗകര്യമെന്നും വനപാലകർ നേരത്തെ പറഞ്ഞിരുന്നു. മലയുടെ കുറുകെയുള്ള പാതയിലൂടെ നടന്ന് ഒരു വളവു തിരിഞ്ഞപ്പോൾ ചെടികൾ കൂട്ടമായി വളർന്നു നിൽക്കുന്നതിന്നടുത്ത് ഒരു മരത്തൊട്ടിയിൽ ഇറ്റിറ്റുവീഴുന്ന ശുദ്ധജലം തന്റെ മൺകുടത്തിൽ ശേഖരിച്ചുകൊണ്ടു നിൽക്കുന്ന ഒരു സ്ത്രീയെ ഞാൻ കണ്ടു. പെട്ടെന്ന് തൊട്ടടുത്തു ചെന്നാൽ അവൾ ഭയപ്പെട്ടെങ്കിലോ എന്നു കരുതി ഞാനൊന്ന് പതുക്കെ ചുമച്ചു. എന്നിട്ടും ആ ശബ്ദം കേട്ട് അവൾ ഞെട്ടിത്തെറിച്ചു. എന്നെ കണ്ടപ്പോൾ ഭയം മാറിയിരിക്കണം. ഒരു സിഗററ്റ് കത്തിച്ചുകൊണ്ട് ഞാനവളോട് ഇങ്ങനെയുള്ള പ്രദേശത്ത് ഈ വൈകിയ നേരത്തു തനിയെ സഞ്ചരിക്കുന്നത് അപകടമല്ലേയെന്നു ചോദിച്ചു. അപകടമാണെന്നറിയാം, പക്ഷേ കുടിവെള്ളം സംഭരിക്കാതെ നിവൃത്തിയില്ലാത്തതുകൊണ്ട് വന്നതാണെന്ന് അവളും പറഞ്ഞു. അവൾക്കു ഭർത്താവുണ്ടെന്നും അയാൾ വയലിൽ പണിക്കു പോയിരിക്കുകയാണെന്നും അവൾ പറഞ്ഞു. പിന്നെ അവൾ എന്നെ ചോദ്യം ചെയ്യാൻ തുടങ്ങി. ഞാനാരാണ്, പൊലീസാണോ വനം വകുപ്പ് ഉദ്യോഗസ്ഥനാണോ എന്നൊക്കെ അവൾ ചോദിച്ചു. ഞാനതൊന്നുമല്ലെന്നും നരഭോജിയായ കടുവയെ വേട്ടയാടാൻ വന്നതാണെന്നും പറഞ്ഞ് നടക്കാൻ തുടങ്ങിയപ്പോൾ നിറഞ്ഞ കുടവുമെടുത്ത് അവളും എന്റെ പിന്നിൽ നടന്നു. അങ്ങനെ നടക്കവേ മലയുടെ തെക്കുഭാഗത്തുള്ള മേട്ടിലേക്കു ചൂണ്ടി അവിടെയുള്ള മരച്ചോട്ടിൽ വച്ച് ഒരു സ്ത്രീയെ മൂന്നു ദിവസം മുമ്പ് കടുവ കൊന്നതായി അവൾ പറഞ്ഞു. ഫോറസ്റ്ററുടെ ക്യാമ്പിൽ നിന്നും മുന്നൂറു വാരമാത്രം അകലെയാണാ സംഭവം നടന്നതെന്ന് ഞാൻ മനസ്സിലാക്കി. മലമുകളിലേക്കുള്ള ഒരൊറ്റയടി

പ്പാതയിലേക്കു തിരിഞ്ഞ് തനിക്കീ വഴിയാണ് പോകേണ്ടതെന്നു പറഞ്ഞ് ആ സ്ത്രീ നടന്നുപോയി.

ആ സ്ത്രീ ഗ്രാമത്തിലുള്ളവരോടെല്ലാം എന്നെ കണ്ടകാര്യവും ഞാൻ വന്നിരിക്കുന്നത് നരഭോജിയായ കടുവയെ കൊല്ലാനാണെന്ന വിവരവും വിശദമായി പറയും. അതുകൊണ്ട് എനിക്ക് ഗ്രാമവാസികളുടെ സഹായവും പിന്തുണയും ലഭിക്കും. ഞാൻ ലഹള അടിച്ചമർത്താൻ വന്ന പോലീസുകാരനോ ഫോറസ്റ്റ്കാരനോ ഒന്നുമല്ലെന്ന് ഇത്തരം സന്ദർഭത്തിൽ അവരറിയുന്നത് നല്ലതാണ്.

മൂന്ന്

പാതയുടെ ഇടതു വശത്തായിരുന്നു ഫോറസ്റ്ററുടെ ക്യാമ്പായ കുടിൽ നിന്നിരുന്നത്. ചെറിയൊരു മലയുടെ ഉച്ചിയിലുമാണത്. കതക് വെറുതെ ഒരു ചങ്ങല കൊണ്ട് ഉടക്കിയിട്ടേ ഉണ്ടായിരുന്നുള്ളു. ഞാൻ കതകു തുറന്ന് അകത്തു കയറി നോക്കി. പത്തു ചതുരശ്ര അടി മാത്രം വിസ്താരമുള്ള ഒരു മുറി. വൃത്തിയുള്ള മുറിയാണെങ്കിലും ഉപയോഗിക്കാതെ അടഞ്ഞു കിടന്നതുകൊണ്ട് ഒരുതരം ദുർഗന്ധമുണ്ടായിരുന്നു. കടുവയുടെ ഉപദ്രവം ഭയന്ന് ഒന്നൊന്നരക്കൊല്ലമായി അവിടെയാരും താമസിക്കാറില്ലെന്ന് ഞാനറിഞ്ഞിരുന്നു. ഇരുവശത്തെയും വാതിലുകൾ ഞാൻ തുറന്നിട്ടു. പ്രധാനമുറിയുടെ രണ്ടു ഭാഗത്തായി രണ്ട് ചെറിയ മുറികൾ കൂടി ഉണ്ട്. ഒന്ന് അടുക്കളയും മറ്റേത് വിറകുപുരയുമാണ്. മുറിക്കു പുറത്തിറങ്ങി കുടിലിനും റോഡിനും ഇടയ്ക്കായി ഒരു ടെന്റ് അടിക്കാനുള്ള സൗകര്യവും നോക്കിവച്ചു. ഇനി എന്റെ ആളുകൾ എത്തും വരെ കാത്തിരിക്കാം.

അധികം വൈകാതെ അവർ എത്തിച്ചേർന്നു. വരും വഴി ആ തടിത്തൊട്ടിയിൽ നിന്ന് കുറച്ചു വെള്ളവും ശേഖരിച്ചിരുന്നു. പിന്നെ അടുപ്പിൽ തീ പിടിപ്പിച്ച് ചായ ഉണ്ടാക്കാൻ ഒട്ടും വൈകിയില്ല. ഇതിനിടെ ചില ഗ്രാമീണരും ഞങ്ങളുടെ വരവറിഞ്ഞ് അവിടെയെത്തിയിരുന്നു. ആ കൂട്ടത്തിൽ ഗ്രാമത്തലവനും ഉണ്ടായിരുന്നു. ഞാൻ നേരത്തെ കണ്ട സ്ത്രീയിൽ നിന്നാണ് വാർത്ത പരന്നതെന്നുറപ്പ്. ചായയ്ക്ക് പാൽപ്പൊടി ഉപയോഗിക്കുന്നതു കണ്ട് ഗ്രാമത്തലവൻ പിറ്റേന്നു മുതൽ ഞങ്ങൾക്കാവശ്യമുള്ള പാൽ മാത്രമല്ല, മറ്റെന്തുവേണമെങ്കിലും കൊണ്ടുവന്നു തരാൻ അവർക്കു സന്തോഷമേയുള്ളുവെന്നും പറഞ്ഞു. അവരുടെ സ്നേഹവും സഹകരണവും കണ്ടപ്പോൾ എനിക്കു സന്തോഷമായി.

സംസാരമദ്ധ്യേ, ഒരു ടെന്റ് ഉണ്ടാക്കാനുദ്ദേശ്യമുണ്ടെന്ന് പറഞ്ഞപ്പോൾ ഗ്രാമത്തലവനും അതിനകം അവിടെ എത്തിച്ചേർന്ന എണ്ണമറ്റ ഗ്രാമീണരും അതുപാടില്ലെന്ന് ശക്തമായി എന്നെ വിലക്കി. ആ ഗ്രാമത്തിലുള്ള എല്ലാ

വീടുകളുടെയും വാതിൽപ്പലകകളിൽ രാത്രി കടുവ വന്ന് മാന്തിയ പാടുണ്ടെന്നും ഭയങ്കരനായ അവൻ വിലസി നടക്കുന്ന ഈ പ്രദേശത്ത് ടെന്റ് കെട്ടി താമസിക്കുന്നത് ഒട്ടും ബുദ്ധി പൂർവ്വമായിരിക്കില്ലെന്നും രാത്രി ഞാനും എന്റെ ആളുകളും ആ കുടിലിൽ തന്നെ താമസിക്കണമെന്നും അവർ സ്നേഹബുദ്ധ്യാ നിർബന്ധം പിടിച്ചു. ഞാനത് അനുസരിക്കാമെന്ന് വാക്കു കൊടുത്തു. നടുവിലെ മുറിയിൽ ഞാനും അടുക്കളമുറിയിൽ എന്റെ ജോലിക്കാരും വിറകുപുരയിൽ ഗഡ്‌വാളികളും ഉറങ്ങാമെന്നു തീരുമാനിച്ചു.

സംഭാഷണ വിഷയം കടുവ ആയത് നന്നായി. അവർക്കറിയാവുന്നതൊക്കെ എനിക്കു പറഞ്ഞു തന്നു. ഏറ്റവും ഒടുവിൽ കടുവ കൊല നടത്തിയ സ്ഥാനവും അവർ കാട്ടിത്തന്നു. ആ സംഭവത്തിന്റെ വിശദാംശങ്ങളും അവർ പറഞ്ഞുതന്നു. എല്ലാ രാത്രിയും കടുവ സഞ്ചരിക്കാറുള്ള പാത കിഴക്ക് ബെയിറ്റാൾ എന്ന പർവ്വതപംക്തികളിലേക്കും പടിഞ്ഞാറ് രാംഗംഗ നദിയുടെ തീരത്തുള്ള ചാക്ക്നക്കൽ എന്ന സ്ഥലത്തേക്കുമാണ് നീണ്ടുകിടക്കുന്നത്. കിഴക്കോട്ടുപോകുന്ന പാതയിൽ നിന്നും ഒരു ശാഖ മോഹനിലേക്കും പോകുന്നുണ്ട്. പടിഞ്ഞാട്ടുള്ള വഴി ഗ്രാമത്തിലൂടെയും കൃഷി സ്ഥലങ്ങളിൽക്കൂടിയും അരമൈൽ പോയ ശേഷം മലയുടെ മുൻഭാഗത്തുകൂടി തെക്കോട്ടുതിരിഞ്ഞ് ഞങ്ങളുടെ കുടിൽ നിൽക്കുന്ന ഭാഗത്തുവന്ന് വീണ്ടും മലയോടു ചേർന്ന് ചാക്ക്നക്കൽ വരെ മലയുടെ മുകളിൽക്കൂടിത്തന്നെയാണ് പോകുന്നത്. കാത്ത് കനൗലയ്ക്കും ചാക്ക്നക്കലിനും ഇടയ്ക്കായി ആറു മൈലോളം വരുന്ന റോഡാണ് ഏറെ അപകടകരമായി കണക്കാക്കിയിരുന്നത്. കടുവയുടെ അരങ്ങേറ്റത്തിനുശേഷം ഈ വഴി ആരും നടക്കാറേയില്ല. വയലിനപ്പുറത്ത് എത്തുന്ന റോഡ് ഇടതിങ്ങിയ ഒരു കാട്ടിലേക്കാണ് പ്രവേശിക്കുന്നതെന്നും ഈ കാട് രാംഗംഗാ നദിയുടെ തീരം വരെ പരന്നു കിടക്കുകയാണെന്നും പിന്നീട് ഞാൻ കണ്ടെത്തുകയുണ്ടായി.

മലയുടെ വടക്കു ഭാഗത്താണ് കാത് കനൗലയിലെ പ്രധാന കൃഷിയിടം. അതിനും അപ്പുറത്തായി വലിയ മലകൾ കാണാം. ഇവക്കിടയിൽ അത്യഗാധമായ മലയിടുക്കുകളും ഉണ്ട്. ഇതിൽ ഏറ്റവും അടുത്തുള്ള മലയിലേക്ക് ഞങ്ങളുടെ കുടിലിൽ നിന്നും ആയിരം വാരയെങ്കിലും ദൂരം വരും. ആ മലമുകളിലുള്ള ഒരു പൈൻ മരത്തിന്റെ ചുവട്ടിൽവച്ച് പത്തു ദിവസം മുമ്പ് ഒരു സ്ത്രീയെ കടുവ കൊന്നു. ഇതറിഞ്ഞ് അവിടെനിന്ന് നാലുമൈലകലെയുള്ള ഫോറസ്റ്റ് ബംഗ്ലാവിൽ താമസിച്ചിരുന്ന മൂന്നു നായാട്ടുകാർ വന്ന് മച്ചാൻ (ഏറുമാടം) ഉണ്ടാക്കി കാത്തിരുന്നുകൊണ്ട് രണ്ടു തവണയായി അനേകം വെടികൾ ഉതിർത്തെങ്കിലും കടുവ രക്ഷപ്പെട്ടു എന്നും മറ്റുള്ള കഥകൾ ഗ്രാമീണർ എന്നോടു പറഞ്ഞു. ഇത്തരം വിഫലമായ നായാട്ടുകൾ നരഭോജിയായ ഒരു കടുവയെ കൂടുതൽ ശ്രദ്ധാലുവും സൂത്രശാലിയുമാക്കും. പക മൂക്കുന്നതോടെ അവൻ കൂടുതൽ മനുഷ്യരെ കൊല്ലുകയും ചെയ്യും എന്നതാണ് മുൻ അനുഭവങ്ങൾ സാക്ഷ്യപ്പെടുത്തുന്നത്.

ഈ കടുവയുടെ ഒരു പ്രത്യേകതയെക്കുറിച്ചും നാട്ടുകാർ പറഞ്ഞു. അത് ഗ്രാമത്തിലേക്ക് വരുമ്പോഴും ഒരിടത്തുനിന്നു മറ്റൊരിടത്തേക്കു നടക്കുമ്പോഴും ഗർജ്ജിക്കുകയോ മുരളുകയോ അല്ല, മറിച്ച് ഉറക്കെ വേദന കൊണ്ടെന്നോണം കരയുന്ന ശബ്ദമാണ് കേൾക്കാറുള്ളതെന്ന് അവർ പറഞ്ഞു. അതിൽ നിന്നും ഒരു വസ്തുത ഞാൻ മനസ്സിലാക്കി, കടുവയുടെ ഏതോ ഒരു കാലിൽ പരിക്കുണ്ടാവും. ആ കാൽ കുത്തി നടക്കുമ്പോഴുള്ള വേദനകൊണ്ടാകും അവൻ കരയുന്നത്. ഒരുപക്ഷേ ഇവൻ നരഭോജിയാകാനുള്ള കാരണം തന്നെ ഈ പരിക്കായിരിക്കണം. കാട്ടിൽ ഓടിച്ചാടി ഇര പിടിക്കാൻ ശാരീരികമായി കഴിയാതെ വരുമ്പോഴാണ് കടുവകൾ നരഭോജികളായി മാറുന്നത്. ദുർബലനായ മനുഷ്യനെ പിടികൂടുക എന്നത് തുലോം നിസ്സാരമാണല്ലോ.

ഈ വിവരം ഞാൻ ഗ്രാമീണരോടു പറഞ്ഞപ്പോൾ അവരതിനോടു യോജിച്ചില്ല. കടുവയ്ക്ക് ഒരു വിധത്തിലുള്ള അംഗവൈകല്യവും കണ്ടില്ലെന്നുള്ളതായിരുന്നു വിയോജിപ്പിനു കാരണം. എന്തായാലും ഞാൻ പറഞ്ഞ കാര്യം അവർ മറക്കുകയോ നിസ്സാരമായി കാണുകയോ ചെയ്തില്ല.

നാല്

ഇങ്ങോട്ടു പോരുമ്പോൾ രാംനഗറിലെ തഹസിൽദാരോട് രണ്ടു പോത്തിൻ കുട്ടികളെ വാങ്ങി മോഹനിലേക്ക് അയയ്ക്കണമെന്നും അവിടെനിന്ന് എന്റെ ആളുകൾ കൂട്ടിക്കൊണ്ടുപോരുമെന്നും ഞാൻ പറഞ്ഞിരുന്നു. അവയെ കൊണ്ടുവന്ന് ഒന്നിനെ, മൂന്നു ദിവസം മുമ്പ് ഒരു സ്ത്രീയെ കടുവ പിടിച്ച മരച്ചുവട്ടിലും മറ്റേതിനെ ചാക്കിനക്കലിലേക്കു പോകുന്ന വഴിയിലും കെട്ടാനാണ് ഞാൻ വിചാരിക്കുന്നത് എന്നു പറഞ്ഞപ്പോൾ ഗ്രാമവാസികൾ ഒന്നടങ്കം അത് ശരിവച്ചു. പിന്നീട് ഗ്രാമത്തലവനും സംഘവും യാത്രപറഞ്ഞുപോയി. പോകുമ്പോൾ അയൽ ഗ്രാമങ്ങളിലെല്ലാം എന്റെ വരവിനെക്കുറിച്ചറിയിക്കാമെന്നും അവിടെ എവിടെയെങ്കിലും കടുവയുടെ വിളയാട്ടം നടന്നാൽ അറിയിക്കാൻ ഏർപ്പാടാക്കാമെന്നും തലവൻ പറഞ്ഞു.

അവരെല്ലാവരും പോയിക്കഴിഞ്ഞ് ഞാൻ മുറിയിൽ ചെന്നു നോക്കി. കുറേ സമയം വായു സഞ്ചാരം ഉണ്ടായതുകൊണ്ട് ദുർഗന്ധം കുറഞ്ഞിട്ടുണ്ട്. ഏതായാലും ഭക്ഷണം കഴിച്ച് ഞാനാ മുറിയിൽ കിടക്ക വിരിച്ചു. വാതിലിന് കുറ്റിയോ സാക്ഷയോ ഒന്നുമുണ്ടായിരുന്നില്ല. അതുകൊണ്ട് രണ്ടു വലിയ കല്ലുകൾ ഉരുട്ടിവച്ചാണ് കതകടച്ചത്. നല്ല ക്ഷീണമുണ്ടായിരുന്നതുകൊണ്ട് വേഗം ഉറങ്ങിയെങ്കിലും ഒന്നുരണ്ടു മണിക്കൂർ കഴിഞ്ഞപ്പോൾ ഞാൻ ഞെട്ടിയുണർന്നു. ഏതോ മൃഗം കുടിലിനു മുന്നിൽ എത്തിയിട്ടുണ്ടെന്ന് എനിക്കു തോന്നി. നരഭോജിയായിരിക്കുമോ? ഞാൻ വേഗം ടോർച്ചും തോക്കും എടുത്ത്

വാതിലിന്റെ കല്ലുകൾ പതുക്കെ നിരക്കി നീക്കിയിട്ട് തുറന്നു പുറത്തുചാടി നോക്കി. എന്തോ ഓടിപ്പോകുന്ന ശബ്ദം മാത്രം കേട്ടു. അത് കടുവയാകാം, പുള്ളിപ്പുലിയോ മുള്ളൻപന്നിയോ ആകാം. ഏതായാലും ഞാൻ വീണ്ടും വന്ന് കിടന്നു. അപ്പോൾ തൊണ്ട വല്ലാതെ വേദനിക്കുന്നതുപോലെ തോന്നി. പകലത്തെ വെയിൽ കൊണ്ടതും സന്ധ്യയ്ക്കു തണുത്ത കാറ്റടിയേറ്റതുമൊക്കെകൊണ്ടാവാം എന്നു കരുതി. പക്ഷേ രാവിലെ ഉണർന്നപ്പോഴാണ് മനസ്സിലായത് തൊണ്ടപുണ്ണാണ് എന്നെ പിടികൂടിയിരിക്കുന്നതെന്ന്. ആൾപ്പാർപ്പില്ലാതെ വളരെക്കാലം അടച്ചിട്ടിരുന്നതും നരിച്ചീറും മറ്റും സ്വൈരവിഹാരം നടത്തിയിരുന്നതുമായ ആ മുറിയിലെ കിടപ്പാണ് ഇതിനു കാരണം എന്ന് ഞാനൂഹിച്ചു. എന്റെ ജോലിക്കാർക്കു കുഴപ്പമൊന്നുമില്ല. എന്നാൽ വിറകുപുരയിൽ കിടന്ന ആറ് ഗാഡ്വാളികൾക്കും എന്റെ രോഗം തന്നെ പിടിപെട്ടിരിക്കുന്നതായും ചായകൊണ്ടു വന്ന ഭൃത്യൻ പറഞ്ഞു. എന്റെ കൈവശമുണ്ടായിരുന്ന പൊട്ടാസ്യം പെർമാംഗനേറ്റും അയഡിനും അല്പം ചേർത്ത് ഒരു മിശ്രിതമുണ്ടാക്കി കുലുക്കുഴിഞ്ഞപ്പോൾ അല്പം ആശ്വാസം കിട്ടി, എല്ലാവർക്കും.

പ്രഭാത ഭക്ഷണം കഴിഞ്ഞ് ഞാൻ നാലു പേരെ മോഹനിൽ ചെന്ന് പോത്തുകളെ കൊണ്ടുവരാൻ ഏർപ്പാടാക്കി അയച്ചു. പിന്നീട്, സ്ത്രീയെ കടുവ പിടിച്ച സ്ഥലം പരിശോധിക്കാനായി ഞാനും പുറപ്പെട്ടു. ആ സാധു സ്ത്രീ പുല്ലരിഞ്ഞ് കെട്ടാക്കി കൊണ്ടിരിക്കുമ്പോഴാണ് കടുവ പിന്നിൽ നിന്നു പിടികൂടിയത്. ആ പുല്ലും അതു കെട്ടാനുദ്ദേശിച്ച കയറും അവിടെ കിടക്കുന്നുണ്ടായിരുന്നു. അവരുടെ കൂട്ടുകാരികൾ പേടിച്ചോടിയപ്പോൾ ഇട്ടെറിഞ്ഞു പോയ പുൽക്കെട്ടുകളും അവിടെ ചിതറിക്കിടക്കുന്നുണ്ടായിരുന്നു. നിലം ഒരു ഭാഗത്തേക്ക് ചരിഞ്ഞതാണ്. ചരിവിന്റെ മുകൾഭാഗത്തു വച്ച് സ്ത്രീയെ പിടികൂടിയ കടുവ ആ ചരിവിലൂടെ അവളെ താഴേക്കു വലിച്ചുകൊണ്ടുപോകുകയാണ് ചെയ്തത്. അവിടെയൊരു കുറ്റിക്കാടും ഉണ്ടായിരുന്നു. മറ്റുപെണ്ണുങ്ങൾ ഓടി മറയുന്നതുവരെ ആ കുറ്റിക്കാട്ടിൽ കാത്തുനിന്നശേഷം കടുവ അവളേയും വലിച്ചുകൊണ്ട് ഏകദേശം ഒരു മൈലപ്പുറമുള്ള കൊടുങ്കാട്ടിൽ പ്രവേശിച്ചിരിക്കും. നാലുദിവസം കഴിഞ്ഞ് ഇപ്പോൾ അവിടെപോയി പരിശോധിച്ചിട്ടു ഫലമൊന്നുമില്ല. ഞാൻ കുടിലിലേക്ക് മടങ്ങിപ്പോന്നു.

ഉച്ചയോടെയാണ് ഞാൻ കുടിലിൽ മടങ്ങിയെത്തിയത്. അവിടെകണ്ട കാഴ്ച അക്ഷരാർത്ഥത്തിൽ എന്നെ ഹർഷപുളകിതനാക്കി. പല വലുപ്പത്തിലും ആകൃതിയിലുമുള്ള അനേകം പാത്രങ്ങൾ കുടിലിന്റെ വരാന്തയിൽ ഇരിക്കുന്നു. എല്ലാത്തിലും നിറയെ പാലാണ്. ഒരു പാലഭിഷേകത്തിനുള്ളത്ര പാലുണ്ട്. വാസ്തവത്തിൽ നിഷ്കളങ്കരായ ഗ്രാമീണരുടെ സ്നേഹവായ്പാണ് ആ പാൽക്കലങ്ങളിൽ വെള്ളനിറത്തിൽ നിറഞ്ഞു ഞാൻ കണ്ടത്. എന്റെ മനസ്സ് വല്ലാതെ കുളിർത്തു.

ഉച്ച ഭക്ഷണം കഴിഞ്ഞ് ചാക്ക്നക്കൽ വഴിക്കുപോകുന്ന പാത ഒന്നു പോയി കാണാമെന്നു കരുതി ഞാൻ ഇറങ്ങിത്തിരിച്ചു. ത്രികോണാകൃതിയിൽ ഏകദേശം അഞ്ഞൂറടി ഉയരത്തിൽ തട്ടുതട്ടായി കിടക്കുന്ന ഒരു മലയാണത്. നടപ്പാത കൃഷിയിടങ്ങളിലൂടെ അരമൈലോളം പോയി ഇടത്തോട്ട് ഒരു വളവു തിരിഞ്ഞ് വീണ്ടും മലയിൽ തന്നെ വന്നു ചേരുന്നു. പിന്നീടത്‌വീണ്ടും വല ത്തോട്ടു തിരിഞ്ഞ് മലയിറങ്ങി ചാക്ക്നക്കലിലേക്കു പോകുന്നു. മലമുകളിൽ കുറെ ഭാഗം മാത്രം റോഡ് സമനിരപ്പാണ്. അവിടെ നിന്നു കീഴ്പോട്ടു വരുന്നത് കുത്തനെയാണ്. ഇടയ്ക്ക് പല കൊടും വളവുകളുമുണ്ട്.

ഏകദേശം മൂന്നു മൈലോളം പാതയുടെ ഇരുവശവും വളരെ ശ്രദ്ധാ പൂർവ്വം നിരീക്ഷിച്ചുകൊണ്ട് ഞാൻ നടന്നു. കടുവയ്ക്കൊരു സ്വഭാവമുണ്ട്: സ്ഥിരമായി സഞ്ചരിക്കുന്ന പാതയുടെ ഇരു വശങ്ങളിലും അവിടെയും ഇവി ടെയും മാന്തി അത് ചില അടയാളങ്ങൾ ഇട്ടു വയ്ക്കും. നാം വീട്ടിൽ വളർ ത്തുന്ന പൂച്ചകളും ഇങ്ങനെ മാന്തുന്നത് നിങ്ങൾ കണ്ടിരിക്കുമല്ലോ. അവയുടെ ഒരു വർഗ്ഗസ്വഭാവമായിരിക്കാം ഇത്. അതെന്തായാലും ഒരു നായാട്ടുകാരനു വളരെ പ്രധാനപ്പെട്ട ഒരു കാര്യമാണിത്. മാന്തിയ പാടുകൾ കണ്ടാൽ അതു ണ്ടാക്കിയ മൃഗം ആണോ പെണ്ണോ എന്ന് തിരിച്ചറിയാം. മൃഗം ഏതു വഴി ക്കാണ് പോയത്, എപ്പോഴാണ് പോയത്, അതിന്റെ താവളം എത്രമാത്രം ദൂരെയാണ്, അത് ഏതു ദിക്കിലാണ്, ഏതിനം ജീവികളെയാണ് അത് കൊന്നി രിക്കുന്നത്, അതൊരു മനുഷ്യനെ കൊന്നിട്ടുണ്ടോ അടുത്തെങ്ങാനും എന്നു തുടങ്ങി വളരെ വിലപ്പെട്ട നിരവധി വിവരങ്ങൾ ഈ മാന്തൽപ്പാടുകൾ പരി ശോധിച്ചാൽ വിദഗ്ദ്ധനും പക്വമതിയുമായ ഒരു നായാട്ടുകാരനു മനസ്സിലാ ക്കാൻ കഴിയും. നരഭോജിയായ ഒരു കടുവയെ വധിക്കാൻ തുനിഞ്ഞിറങ്ങുന്ന എന്നെപ്പോലെയുള്ള ഒരാൾക്ക് ഈ വിവരങ്ങൾ എത്രമാത്രം വിലപ്പെട്ട താണെന്നു പറയേണ്ടതില്ലല്ലോ. അതുപോലെതന്നെ പ്രധാനമാണ് കടുവയുടെ കാൽപ്പാടുകളും. അവയിൽ നിന്ന്, അതെങ്ങോട്ടാണ് പോയത്, അതിന്റെ വയസ്സെത്ര, ആണോ പെണ്ണോ, കൈകാലുകൾക്ക് എന്തെങ്കിലും വൈകല്യ മുണ്ടോ എന്നു തുടങ്ങി പലവിവരങ്ങളും മനസ്സിലാക്കാം. ഒരു നായാട്ടുകാരൻ ഇതെല്ലാം കണ്ണുതുറന്നു കാണേണ്ടതുണ്ട്.

ഞാൻ പരിശോധിച്ച വഴിയാകെ കുറ്റിപ്പുല്ല് മൂടിക്കിടക്കുകയാണ്. അവിടെ യൊന്നും കടുവയുടെ കാൽപ്പാടുകൾ വ്യക്തമായി പതിയില്ല. എന്നാൽ പാത യിലൂടെ മലമുകളിലെത്തിയപ്പോൾ അവിടെ കുറേഭാഗം നനവുള്ളതായി രുന്നു. അതിനു തൊട്ടുതാഴെ വെള്ളം നിറഞ്ഞ ഒരു കുഴിയുമുണ്ടായിരുന്നു. മാനുകളും മറ്റും അവിടെ വന്നാണ് വെള്ളം കുടിച്ചിരുന്നത്.

കൃഷിസ്ഥലം കഴിഞ്ഞ് വഴി ഇടത്തോട്ടു തിരയുന്ന ഭാഗത്ത് കടുവ മാന്തിയ പാടുകൾ പലതും ഞാൻ കണ്ടു. ചില പാടുകൾക്കു മൂന്നുദിവസത്തെ പഴക്കമേ ഉള്ളുവെന്ന് ഞാൻ മനസ്സിലാക്കി. ആ പാടുകൾ കണ്ട ഭാഗത്തു

നിന്ന് ഇരുന്നൂറു വാര ചെല്ലുമ്പോൾ തൂങ്ങി നിൽക്കുന്ന ഒരു പാറയുടെ കീഴിലൂടെയാണ് പാത കടന്നുപോകുന്നത്. ഇതിന് പത്തടി ഉയരമുണ്ട്. അതിന്റെ മുകൾ ഭാഗത്ത്, പരപ്പായി കിടന്ന ഭാഗത്ത് കടുവയുടെ കാൽപ്പാടുകൾ ഞാൻ കണ്ടു. ആ കാൽപ്പാടുകൾക്ക് ഒരു ദിവസത്തെ പഴക്കമേ ഉണ്ടായിരുന്നുള്ളൂ. നല്ല വലിപ്പമുള്ള പ്രായംചെന്ന കടുവയുടെ കാൽപ്പാടുകളാണവയെന്ന് എനിക്കു മനസ്സിലായി.

ഇടയ്ക്കു പറയട്ടെ, നരഭോജിയായ ഒരു കടുവ വിഹരിക്കുന്ന പ്രദേശത്ത് ഇമ്മാതിരി ഗവേഷണങ്ങളുമായി നടക്കുന്നത് അത്ര സുഖപ്രദമായ കാര്യമൊന്നുമല്ല. കാരണം, മുന്നിൽ കാണുന്ന ഏത് പൊന്തയിലും കുറ്റിക്കാട്ടിലും മുൾച്ചെടിക്കൂട്ടത്തിലും പാറയുടെ മറവിലും മരണവുമായി നമ്മുടെ ആതിഥേയൻ കാത്തിരിക്കുന്നുണ്ടാവും എന്നതുതന്നെ. രണ്ടു കണ്ണുകളും രണ്ടു കാതുകളും പോരാതെ വരുന്ന സന്ദർഭമാണിത്. മുന്നിലും ഇരുവശങ്ങളിലും പിന്നിലും ഒരുപോലെ കണ്ണും കാതും എത്തിയിരിക്കണമെന്നർത്ഥം. ഇതിനിടയിൽ പ്രകൃതി സൗന്ദര്യവും നമ്മെ മത്തുപിടിപ്പിക്കും. ഇത്രയധികം പൂക്കൾ നിറഞ്ഞ മനോഹരമായ ഒരു പ്രദേശം വേറെ ഞാൻ കണ്ടിട്ടില്ലെന്നു തന്നെ പറയാം. എങ്കിലും അതിൽ മയങ്ങി മുഴുകാൻ പാടില്ല എന്നു മനസ്സിനെ ഉണർത്തിക്കൊണ്ടാണ് നടപ്പ്.

അങ്ങനെ അത്യാവശ്യം പ്രകൃതി ഭംഗി ആസ്വദിച്ചും അതിലേറെ എന്റെ നിലനില്പിൽ ജാഗരൂകനായും ഞാൻ നടന്നു. സമയം ഏറെയായി എന്നതും ഞാനറിഞ്ഞില്ല. അപ്പോൾ താഴെ ഏതാണ്ടൊരു മൈൽ അപ്പുറത്ത് മോഹനിലേക്കു പോകുന്ന പാതയോരത്തുനിന്നും ഒരു മാനിന്റെ കരച്ചിൽ കേട്ടു. സാധാരണ മാനിന്റെ ഇത്തരം കരച്ചിൽ അടുത്തെവിടെയോ ഒരു കടുവയേയോ പുള്ളിപ്പുലിയേയോ കണ്ടതായി മറ്റുള്ള മൃഗങ്ങൾക്കു നൽകുന്ന സിഗ്നലായിരിക്കും. തൂങ്ങി നിൽക്കുന്ന പാറയിൽ ഞാൻ എത്തിയപ്പോൾ സൂര്യൻ അസ്തമിക്കാൻ തുടങ്ങുകയായിരുന്നു. അവിടെ നിന്നപ്പോൾ ആ ഭാഗം വളരെ അപകടം പിടിച്ചതാണെന്നു ഞാൻ മനസ്സിലാക്കി. പാറയക്കു മുകളിൽ പുല്ലു പിടിച്ചു കിടക്കുന്ന ഭാഗത്തു പതുങ്ങിക്കിടക്കുന്ന ഒരു കടുവയ്ക്ക് ആ വഴി വരുന്ന ആരെയും നിഷ്പ്രയാസം പിടികൂടാൻ കഴിയും. മേലോട്ടു പോകുന്നവനായാലും താഴേക്കു വരുന്നവനായാലും ആ പാറയ്ക്കു കീഴിലൂടെ കടന്നു പോകാതെ മറ്റൊരു മാർഗ്ഗവും ഇല്ല. അത്യന്തം അപകടകരമായ നിലയിലാണ് ആ പാറയുടെ നില്പ്.

ഞാൻ കുടിലിൽ മടങ്ങിയെത്തിയപ്പോൾ കന്നുകുട്ടികൾ എത്തിയിട്ടുണ്ടായിരുന്നു. അവയെ ഉപയോഗിച്ചുള്ള യുദ്ധതന്ത്രങ്ങൾ ഇനി നാളെയാവാം എന്ന് ഞാനുറപ്പിച്ചു. പകൽ എന്റെ പണിക്കാർ മുറിക്കുള്ളിൽ തീ പുകച്ചിരുന്നു. അതുകൊണ്ട് മുറിക്കകം ശുദ്ധമായി. എങ്കിലും വാതിലുകൾ അടച്ചിട്ട് ഇനിയും ആ മുറിക്കുള്ളിൽ ഉറങ്ങാൻ ഞാൻ ഇഷ്ടപ്പെട്ടില്ല. അതിനാൽ

വാതിൽ തുറന്നിടാനും അവയിലൊക്കെ മുൾച്ചെടിപ്പടർപ്പുകൾ വെട്ടിയെടുത്തു കൊണ്ടുവന്ന് മറപോലെ ഉറപ്പിക്കാനും ഞാൻ നിർദ്ദേശിച്ചു. അങ്ങനെ ആ രാത്രി ശുദ്ധവായു ശ്വസിച്ച് സുഖമായി ഉറങ്ങി. നേരം പുലർന്നപ്പോൾ തൊണ്ട വേദന നന്നെ കുറയുകയും ചെയ്തു. ഉച്ച ഭക്ഷണം കഴിഞ്ഞ് കന്നു കുട്ടികളുമായി ഞാൻ പുറപ്പെട്ടു. അവയിലൊന്നിനെ, സ്ത്രീയെ കടുവ പിടികൂടിയ ഭാഗത്ത് കെട്ടിയിട്ടു. മറ്റേതിനെ, കാൽപ്പാടുകൾ കണ്ട പാതയുടെ ഭാഗത്തും കെട്ടി. രാത്രിയോടെ ഞാൻ കുടിലിലേക്കു മടങ്ങിപ്പോന്നു.

പിറ്റേന്ന് ചെന്നുനോക്കുമ്പോൾ അവ രണ്ടും സുഖമായി കിടന്നുറങ്ങുന്നതാണ് കണ്ടത്. അന്ന് രാത്രി രണ്ടാമത്തെ പോത്തിനെ മലമുകളിൽ വെള്ളം കെട്ടിക്കിടക്കുന്ന കുഴിയുടെ അരികിലായി പാതയിൽ കെട്ടിയിട്ടു. ദിവസവും നേരം പുലരും മുമ്പുതന്നെ തോക്കുമായി രണ്ടുപോത്തുകളെയും ഞാൻ ചെന്നു നോക്കും. അവയ്ക്കു രണ്ടിനും ഒരു കുഴപ്പവുമില്ലെന്നു ബോധ്യപ്പെട്ടു മടങ്ങും. വൈകുന്നേരവും ഈ പതിവ് ആവർത്തിക്കും. കാരണം, സൗകര്യപ്രദമായി ഇരയെ കണ്ടാൽ പകലും കടുവ ആക്രമിക്കാൻ വന്നേക്കുമെന്ന് എനിക്കറിയാം. അടുത്ത ഗ്രാമങ്ങളിൽ നിന്നും കടുവയെക്കുറിച്ചെന്തെങ്കിലും വാർത്ത എത്തുമെന്നും ഞാൻ പ്രതീക്ഷിച്ചിരുന്നു. പക്ഷേ ഒന്നുമുണ്ടായില്ല. ഇതിനിടെ എന്റെ തൊണ്ടപ്പുണ്ണ് പൂർണ്ണമായും സുഖപ്പെട്ടുവെന്നു പറയാം.

നാലാം ദിവസം, മലമുകളിൽ കെട്ടിയിരുന്ന പോത്തിനെ ഞാൻ പതിവുപോലെ ചെന്നു നോക്കി. അതവിടെത്തന്നെയുണ്ട്. തിരികെ പോരും വഴി, തൂങ്ങിനിൽക്കുന്ന പാറയിൽ നിന്നും മുപ്പതുവാര അകലെയുള്ള ഒരു വളവിലെത്തിയപ്പോൾ എന്തോ ഒരപകടം ഉണ്ടാകാൻ പോകുന്നു എന്നൊരു തോന്നൽ എനിക്കുണ്ടായി. ആ പാറയുടെ മുകളിൽ എന്റെ അന്തകനുണ്ടെന്നൊരു തോന്നൽ എന്നെ ശരിക്കും ബാധിച്ചു. പാറയുടെ മുകളിലേക്കു ശ്രദ്ധാപൂർവ്വം നോക്കിക്കൊണ്ട് ഞാൻ അഞ്ചുമിനിറ്റു സമയം നിന്നിടത്തു തന്നെ അനങ്ങാതെ നിന്നു. യാതൊരനക്കവും കാണാനോ കേൾക്കാനോ കഴിഞ്ഞില്ല. പക്ഷേ അതുകൊണ്ടായില്ലല്ലോ. ആ പാറയുടെ മുകളിൽ കടുവ കമിഴ്ന്ന് എന്നെ നോക്കിക്കിടക്കുകയാണെന്ന് എന്റെ മനസ്സ് ഉറപ്പിച്ചു പറഞ്ഞു. എനിക്ക് അതുവഴി പോയേ തീരു. ഇതാണിപ്പോൾ പ്രശ്നം. മല ചെങ്കുത്തായികിടക്കുകയാണ്. അവിടെയെല്ലാം പാറകളും നിരന്നു കിടക്കുന്നു. പോരാഞ്ഞ്, നീളമുള്ള പുല്ലുകളും മുൾച്ചെടികളും കുറ്റിക്കാടുകളും നിറഞ്ഞ ആ സ്ഥലത്തുകൂടി സഞ്ചരിക്കുന്നത് അപകടം തന്നെയാണ്. ചുറ്റിവളഞ്ഞ് തിരിച്ചുപോയി മറ്റൊരു വഴി വന്ന് കടുവ കിടക്കുന്നതിനു മുകൾ ഭാഗത്ത് എത്തി വെടിവയ്ക്കാമെന്നു വച്ചാൽ സന്ധ്യയാകാറായതുകൊണ്ട് അതും സാദ്ധ്യമല്ല. ഇപ്പോൾ ചെയ്യാവുന്നത് റൈഫിളും കയ്യിലെടുത്ത് പാറയ്ക്കിടയിലൂടെ പോകുക മാത്രമാണ്. പാതയ്ക്ക് ഏതാണ്ട് എട്ടടി വീതിയുണ്ട്. അതിന്റെ അരികുപറ്റി ഒരു ഞണ്ടിനെപ്പോലെ ഞാൻ നടന്നു. ഓരോ അടിയും എണ്ണിപ്പെറുക്കിവച്ചാണ് ഞാനിപ്പോൾ

നടക്കുന്നത്. അത്രയധികം ഓരം ചേർന്ന് നടക്കുന്നതുകൊണ്ട് കാൽവഴുതി അഗാധമായ മലയിടുക്കിലേക്കു വീഴാനും സാദ്ധ്യതയുണ്ട്. ഒരു ഭാഗത്ത് കടുവ, മറുഭാഗത്ത് കൊക്ക. രണ്ടും വാഗ്ദാനം ചെയ്യുന്നത് മരണം തന്നെ!

എന്തായാലും, തൂങ്ങി നിൽക്കുന്ന പാറയുടെ അടിയിലൂടെ ഇപ്പുറം കടക്കുന്നതുവരെ ഒന്നും സംഭവിച്ചില്ല. അപ്പോൾ എനിക്കൊരാശ തോന്നി. നടന്ന് പാറയുടെ മുകൾഭാഗത്തെത്തിയാൽ പാറപ്പുറത്തു കിടക്കുന്ന അവനെ കാണാൻ കഴിയും. ഞാനവിടെയെത്തുംവരെ കടുവ അവിടെ കിടന്നാൽ എനിക്കു ചില സാധ്യതകൾ ഉണ്ട്. എന്റെ പിന്നാലെ അവൻ വരാനുള്ള സാധ്യത ഞാൻ ആലോചിക്കാതെയില്ല. പക്ഷേ പാറക്കടിയിൽ വച്ച് ആക്രമിക്കാത്ത സ്ഥിതിക്ക് ഇനി അതുണ്ടാവില്ലെന്നും ഞാൻ ആശ്വസിച്ചു. പാറയുടെ അരികുപറ്റി ഞാൻ ഇപ്പുറം കടന്നയുടനെ പാറയുടെ മുകളിൽ നിന്നൊരു മുരൾച്ച കേട്ടു. അല്പം കഴിഞ്ഞ് ഒരു കാട്ടാട് കരഞ്ഞുകൊണ്ട് ആ ഭാഗത്തു കൂടി ഓടിപ്പോയി. തുടർന്ന് രണ്ടു മാനുകൾ മുകളിൽ നിന്നുറക്കെ കരയാനും തുടങ്ങി.

കടുവ രക്ഷപ്പെട്ടിരിക്കുന്നു എന്ന് എനിക്കു മനസ്സിലായി. വാസ്തവം പറഞ്ഞാൽ കടുവയല്ല ഞാനാണ് ഇപ്പോൾ രക്ഷപ്പെട്ടതെന്ന് എനിക്കു തോന്നി. ഞാൻ കൃഷിസ്ഥലത്ത് മടങ്ങിയെത്തിയപ്പോൾ കുറേ ആളുകൾ അവിടെ കാത്തുനിൽക്കുന്നുണ്ടായിരുന്നു. കാട്ടാടിന്റെ കരച്ചിലും മാനുകളുടെ കരച്ചിലും അവർ കേട്ടിരുന്നു. കടുവയെ കണ്ടിട്ടാണവ കരഞ്ഞതെന്നും അവർ ഊഹിച്ചു. പക്ഷേ എനിക്കതിനെ കാണാൻ കഴിഞ്ഞില്ലെന്നും നാളെ ഞാനതിനെ കണ്ടിരിക്കുമെന്നും പറഞ്ഞ് സമാധാനിപ്പിച്ച് അവരെ മടക്കി അയച്ചു.

അഞ്ച്

അന്നുരാത്രി ഭയങ്കരമായ കാറ്റും മഴയും ഉണ്ടായി. പഴഞ്ചൻ കുടിലിന്റെ മേൽക്കൂരയിൽ പലയിടത്തും വെള്ളം അകത്തേക്കുള്ള വഴി കണ്ടെത്തി. മുറിക്കുള്ളിൽ പലയിടത്തും ചോർച്ച തുടങ്ങി. എന്റെ ഉറക്കമാകെ കുഴപ്പത്തിലായി. ഒടുവിൽ ചോർച്ചയില്ലാത്ത ഒരു മൂലയിൽ കിടക്ക വിരിച്ചു ഞാൻ കിടന്നുറങ്ങിയെന്നു പറഞ്ഞാൽ മതിയല്ലോ. പിറ്റേന്നത്തെ പ്രഭാതം ഏറെ പ്രസന്നവും കുളിർമ്മ പകരുന്നതുമായിരുന്നു. മഴയിൽ കുളിച്ച് തോർത്തിയ കുന്നുകളും വൃക്ഷങ്ങളും സസ്യലതാദികളും പുതിയ ഉണർവോടെ പ്രഭാതത്തെ വരവേൽക്കുന്ന കാഴ്ച മനോഹരമായിരുന്നു.

പതിവുപോലെ കുടിലിന് അടുത്ത് കെട്ടിയിരിക്കുന്ന പോത്തിനെ നോക്കാൻ പോകാതെ ഞാനന്ന് എന്റെ പ്രിയപ്പെട്ട 450/400 റൈഫിൾ തുടച്ച് എണ്ണയിട്ട് എടുത്തുകൊണ്ട് ചാക്നക്കൽ റോഡിലൂടെ നടന്നു. തലേന്ന്

ജീവനും കൊണ്ട് കഷ്ടിച്ച് രക്ഷപ്പെട്ട തൂക്കുപാറയുടെ അടുത്തേക്കാണ് ഞാൻ ചെന്നത്. പാറയുടെ അടുത്തെവിടെയെങ്കിലും കടുവയുടെ കാൽപ്പാടുകൾ പതിഞ്ഞിട്ടുണ്ടോ എന്നു ഞാൻ നോക്കി. അവിടെങ്ങും പാടൊന്നും കണ്ടില്ലെങ്കിലും ആ വെള്ളക്കുഴിയുടെ ഭാഗത്ത് അവിടവിടെയായി കടുവപ്പാദങ്ങൾ കാണാൻ കഴിഞ്ഞു. മഴയ്ക്ക് മുമ്പ് പതിഞ്ഞതായിരുന്നു അവ. പിന്നെ ഞാൻ അവിടെയുള്ള ഒരു പാറയുടെ മുകളിൽ കയറി കന്നുകുട്ടിയെ കെട്ടിയിരുന്ന ഭാഗത്തേക്ക് നോക്കി. അവിടെ അതുണ്ടായിരുന്നില്ല. കടുവ കൊണ്ടുപോയതായിരിക്കാം. പക്ഷെ കടുവ അതിനെയും വലിച്ചുകൊണ്ട് കാട്ടിനുള്ളിൽ വളരെ ദൂരം പോയിട്ടുണ്ടെങ്കിൽ അതെനിക്ക് വലിയ ജോലിയുണ്ടാക്കും. കടുവയുടെ ദേഹത്തേയ്ക്ക് വെടിയുതിർക്കാൻ അവന്റെ വരവും കാത്ത് ആ സ്ഥാനത്ത് ചെന്ന് തറയിലോ, മരത്തിലോ കാത്തിരിക്കുകയേ വഴിയുള്ളു.

കനം കുറഞ്ഞ തോൽചെരിപ്പുകളാണ് ഞാൻ ധരിച്ചിരുന്നത്. അതിനടിയിൽ റബ്ബർ പാളികൾ തറച്ചിട്ടുള്ളതുകൊണ്ട് ശബ്ദം കേൾപ്പിക്കാതെ നടക്കാം. അങ്ങനെ മെല്ലെ നടന്ന് ഞാൻ പോത്തിനെ കെട്ടിയിരുന്ന മരത്തിന്റെ ചുവട്ടിലെത്തി. തറ പരിശോധിച്ചപ്പോൾ മഴയ്ക്കും കാറ്റിനും മുൻപു തന്നെ പോത്ത് കൊല്ലപ്പെട്ടിരുന്നുവെന്ന് മനസ്സിലായി. മഴ കഴിഞ്ഞിട്ടാണ് അതിനെ വലിച്ചു കൊണ്ടുപോയത്. അവിടെ വെച്ചു തന്നെ തിന്നാനുള്ള ശ്രമമൊന്നും നടത്തിയതായും കണ്ടില്ല. നാലു ചണക്കയറുകൾ കൊണ്ടാണ് കന്നിനെ കെട്ടിയിരുന്നത്. അതിൽ മൂന്നും കടിച്ചു മുറിച്ചിരിക്കുന്നു. നാലാമത്തേത് വലിഞ്ഞു പൊട്ടുകയുമായിരുന്നു മോഹൻഗ്രാമത്തിന് അഭിമുഖമായി നിൽക്കുന്ന കുന്നിന്റെ താഴ്‌വരയിലേക്കാണ് ഇരയേയും വലിച്ചുകൊണ്ട് കടുവ പോയിരിക്കുന്നതെന്നും ഉറപ്പായി. തലേന്നു രാത്രി പെയ്ത മഴ എനിക്കു സഹായകമായിത്തീർന്നു. ഞാനെന്റെ റൈഫിളിൽ തിര നിറച്ച് സേഫ്റ്റി ക്യാച്ച് രണ്ടു മൂന്നു തവണ പ്രവർത്തിപ്പിച്ച് നോക്കിയശേഷം എല്ലാം കൃത്യമാണെന്നുറപ്പു വരുത്തിയിട്ട് കടുവ പോയ വഴി പിൻതുടർന്നു.

കടുവ സാധാരണ തന്റെ ഇരയെ, അതെത്ര വലുതായാലും നിലത്തു കൂടെ വലിച്ചിഴയ്ക്കുകയല്ല മറിച്ച്, അതിനെ ചുമന്നുകൊണ്ട് പോകുകയാണ് പതിവ്. അങ്ങനെ ചുമക്കാൻ പറ്റാത്തത്ര വലുതാണെങ്കിൽ അവിടെയിട്ടു തന്നെ തിന്നും. അല്ലെങ്കിൽ ഉപേക്ഷിച്ചുപോകും. കടുവ ചുമന്നുകൊണ്ടു പോകുന്ന ഇരയുടെ വലിപ്പവും കടുവ അതിനെ പിടിച്ചിരിക്കുന്ന രീതിയും അനുസരിച്ചാണ് തറയിൽ പാടുകൾ ഉണ്ടാവുക. ഉദാഹരണത്തിന്, ഇര ഒരു മാനാണെന്നിരിക്കട്ടെ. കടുവ മിക്കവാറും അതിന്റെ കഴുത്തിൽ കടിച്ചു തൂക്കിക്കൊണ്ടാകും പോവുക. അപ്പോൾ അതിന്റെ പിൻകാലുകളാവും നിലത്തുരയുക. അതല്ല, മാനിന്റെ മുതുകിലാണ് കടിച്ചു തൂക്കുന്നതെങ്കിൽ അത് മൊത്തം ഭൂമിയിൽ തൊടാതെയിരിക്കുന്നതിനാൽ ഒരു പാടും കണ്ടില്ലെന്നും വരാം.

ഇവിടെയാകട്ടെ പോത്തിന്റെ കഴുത്തിൽ കടിച്ചു തൂക്കിക്കൊണ്ടാണ് കടുവ പോയിരിക്കുന്നത്. അതുകൊണ്ട്, അതിന്റെ പിൻകാലുകൾ നിലത്ത് ഇഴഞ്ഞു പോയ പാട് വ്യക്തമായി കാണാം. ആ പാടുകളാണ് ഞാൻ പിൻതുടരുന്നത്. കുന്നിനു മുകളിലൂടെ നൂറുവാരയോളം കുറുകെ പോയതായി കണ്ടു. അവിടം കഴിഞ്ഞാൽ കളിമണ്ണുകൊണ്ട് മൂടപ്പെട്ട ഒരീർച്ചാംകുഴിയാണ്. ഇവിടെയെത്തിയപ്പോൾ ഇര കടുവയുടെ പിടിയിൽ നിന്നും വിട്ടുപോയി. പത്തുനാല്പതു വാരയോളം താഴോട്ടുരുണ്ടിട്ട് അതൊരു മരത്തിന്റെ തടിയിൽ തട്ടിക്കിടന്നു. അവിടെ നിന്ന് ഇരയുടെ മുതുകിൽ കടിച്ചുയർത്തിക്കൊണ്ടാണ് കടുവ പോയത്. അതുകൊണ്ട് അവിടുന്നങ്ങോട്ട് കന്നിന്റെ ഒരു കാൽ മാത്രമേ നിലത്ത് പാടുണ്ടാക്കിയിരുന്നുള്ളു. ഇരയുമായി എങ്ങോട്ടാണ് പോകേണ്ടതെന്ന് ഒരു നിശ്ചയവുമില്ലാത്തതുപോലെയാണവൻ നടന്നിരുന്നത്. ആദ്യം വലതു ഭാഗത്തേയ്ക്കു പോയി. പിന്നെ കുറെ ദൂരം താഴേയ്ക്കു പോയി. ഇട തിങ്ങി നിൽക്കുന്ന മുളങ്കാടുകൾക്കിടയിലൂടെ വളരെ ക്ലേശിച്ചാണവൻ പോയത്. അവിടെ ഒരിടത്ത് ഇരുപതടി ഉയരമുള്ള ഒരു പാറ കണ്ടു.

ആ പാറയിൽ കയറി നിന്നു നോക്കിയപ്പോൾ അമ്പതുവാര അകലെയായി ഒരു പൊന്തക്കുള്ളിൽ ചുവപ്പും വെളുപ്പുമായി എന്തോ വസ്തു ഞാൻ കണ്ടു. ചുവപ്പു നിറം കണ്ടപ്പോൾ കടുവയായിരിക്കുമോ എന്ന് സംശയിച്ചു. സൂക്ഷിച്ചു നോക്കിയപ്പോൾ മനസ്സിലായി അത് ആ പോത്താണ്. അതിന്റെ ഒരു ഭാഗം കടിച്ചുകീറി തിന്നിട്ടുണ്ട്. അവിടുത്തെ ചോരച്ചുവപ്പും തെളിഞ്ഞ അസ്ഥികളുടെ വെളുപ്പുമാണ് ഞാൻ കണ്ടത്. ഇരയെ കണ്ട സ്ഥിതിക്ക് കടുവയും അവിടെയെവിടെയോ ഒളിഞ്ഞ് കിടക്കുന്നുണ്ടാവും എന്നുറപ്പാണ്. മറ്റു ജന്തുക്കളോ കഴുകന്മാരോ വന്ന് തന്റെ ഭക്ഷണം തട്ടിയെടുക്കുന്നത് തടയേണ്ടതുണ്ടല്ലോ അവന്. ഈച്ചകളുടെ ശല്യം ഉണ്ടാകുമ്പോൾ കടുവ ഒരിടത്തു തന്നെ കിടക്കാറില്ല. അതുകൊണ്ട് എവിടെയെങ്കിലും ഒരനക്കമുണ്ടോ എന്ന് ഞാൻ ശ്രദ്ധിച്ചുകൊണ്ടിരുന്നു. അങ്ങനെയിരിക്കുമ്പോൾ എന്റെ തൊണ്ടയിൽ കിരുകിരുപ്പനുഭവപ്പെട്ടു. ഒന്നു ചുമയ്ക്കാതെ നിവൃത്തിയില്ല. ചുമച്ചാൽ മനുഷ്യ സാന്നിദ്ധ്യം കടുവ അറിയുകയും ചെയ്യും. അതിനാൽ ഞാൻ ഹനുമാൻ കുരങ്ങനെ അനുകരിച്ചുകൊണ്ട് ചുമച്ചു. ഹനുമാൻ കുരങ്ങന്റെ ശബ്ദം സദാ കേൾക്കുന്നതാകയാൽ കടുവ സംശയിക്കുകയില്ല.

പിന്നെയും അരമണിക്കൂർകൂടി ഞാനാ പാറപ്പുറത്തു തന്നെയിരുന്നു. എവിടെയെങ്കിലും ഒരു അനക്കം കാണുന്നുണ്ടോ, ഏതെങ്കിലും മൃഗമോ പക്ഷിയോ കടുവയെ കണ്ടതിന്റെ ലക്ഷണങ്ങൾ വല്ലതും പ്രകടിപ്പിക്കുന്നുണ്ടോ എന്നൊക്കെ ശ്രദ്ധിച്ചാണ് ഞാനിരുന്നത്. പക്ഷേ കുറേയധികനേരം ആ ഇരിപ്പ് ഇരുന്നിട്ടും മേൽപ്പറഞ്ഞ സംഭവങ്ങളൊന്നും ഉണ്ടായില്ല. ഒടുവിൽ, പാറപ്പുറത്ത് നിന്നിറങ്ങി ആ പോത്തിന്റെ ശവം കിടക്കുന്നിടത്തേക്കു പോകാൻ തന്നെ ഞാനുറപ്പിച്ചു.

ആറ്

പൂർണ്ണ വളർച്ചയെത്തിയ ഒരു കടുവ സാധാരണഗതിയിൽ മൂന്നു ദിവസം കൊണ്ട് ഒരു പോത്തിനെ തിന്നു തീർക്കും. ഞാൻ നോക്കുമ്പോൾ പോത്തിന്റെ പകുതിഭാഗം കടുവ തിന്നിട്ടുണ്ടായിരുന്നു. ബാക്കി പകുതി അവശേഷിച്ച സ്ഥിതിക്ക് അവൻ അതിനെ വിട്ട് ദൂരെയെങ്ങും പോകാനിടയില്ല. പോത്ത് കിടന്നതിന്റെ ചുറ്റുപാടുകൾ പരിശോധിച്ച് കടുവ പോയ വഴി ഞാൻ കണ്ടു പിടിച്ചു. കടുവയുടെ മൃദുവായ കാൽപ്പാടുകൾ കണ്ടെത്താൻ അത്ര എളുപ്പ മല്ല. പക്ഷേ വളരെ കാലത്തെ എന്റെ പരിചയംകൊണ്ട് ഒരു വേട്ടനായയെ പ്പോലെ ഞാൻ കടുവയുടെ വഴി കണ്ടെത്തി നടന്നു. നൂറു വാരയോളം അങ്ങനെ നടന്നപ്പോൾ ഒരു പരന്ന സ്ഥലത്തെത്തി. ഇരുപതടിയോളം നീളവും അത്രയുംതന്നെ വീതിയും വരുന്ന ഒരു സമചതുരമായിരുന്നു അത്. ശക്തമായ ഒരു തരം വാസനയുതിർക്കുന്ന പ്രത്യേകതരം പുല്ലുകളാണവിടെ മുഴുവൻ. ആ പുൽമെത്തയിൽ അല്പം മുമ്പ് വരെ അവൻ കിടന്നിരുന്നുവെന്ന് ഒറ്റ നോട്ടത്തിൽ ഞാൻ മനസ്സിലാക്കി. പുൽപ്പുറത്ത് അവന്റെ ശരീരം അമർന്ന പാട് വ്യക്തമായി കാണാനുണ്ട്. അപ്പോഴും പുൽക്കൊടികൾ ഒന്നൊന്നായി നിവർന്നു വരുന്നുണ്ടായിരുന്നു. അതിനർത്ഥം അവൻ ഒരു മിനുട്ട് മുമ്പാണ് ഇവിടെ നിന്ന് എഴുന്നേറ്റ് പോയത് എന്നാണല്ലോ. ഒരു പക്ഷേ ഞാൻ വരുന്ന തവൻ കണ്ടിരിക്കുമോ? പിന്നീടാലോചിച്ചപ്പോൾ മെയ്മാസ സൂര്യന്റെ ചൂടുള്ള രശ്മികൾ ആ പുൽത്തകിടിയിൽ വീഴുന്നതിനാൽ ആ ചൂടിൽ നിന്നും രക്ഷ പ്പെടാൻ അവൻ എഴുന്നേറ്റ് പോയതായിരിക്കാമെന്ന് ഞാൻ ഊഹിച്ചു.

പുൽത്തകിടിയ്ക്ക് അരികിലായി വലിയൊരു മരം വീണു കിടന്നിരുന്നു. നാലടിയോളം വണ്ണമുണ്ടായിരുന്നു അതിന്. ഞാൻ നിന്നിരുന്നത് പുൽത്തകിടി യുടെ മധ്യത്തിലാണ്. എന്നിൽ നിന്നും പത്തടി അകലെയാണ് തടി കിടക്കു ന്നത്. അതിന്റെ കടഭാഗം കുന്നിന്റെ ചരിവിലാണ് മുട്ടിയിരിക്കുന്നത്. കുന്നിന്റെ ആ ഭാഗം കീഴ്ക്കാംതൂക്കായി ധാരാളം കുറ്റിച്ചെടികൾ നിറഞ്ഞതായിരുന്നു. എന്റെ ഊഹം ശരിയാണെങ്കിൽ കടുവ ആ മരത്തിന്റെ മറവിലുണ്ടായിരി ക്കണം. അതറിയണമെങ്കിൽ മരത്തിനടുത്തുചെന്ന് മറുഭാഗം നോക്കണം. വർഷങ്ങൾക്കുമുമ്പ് 'പഞ്ച്' മാസികയിൽ കണ്ട ഒരു ചിത്രമാണ് അപ്പോൾ എനിക്കോർമ്മ വന്നത്. ഒരു നായാട്ടുകാരൻ ഏകാകിയായി പാറക്കെട്ടുകളിൽ കൂടി മുകളിലേയ്ക്ക് കയറുന്നതും ഇടയ്ക്ക് തല ഉയർത്തി നോക്കുമ്പോൾ തൊട്ടുമുന്നിൽ ഒരു കൂറ്റൻ ആഫ്രിക്കൻ സിംഹം നിൽക്കുന്നതുമാണ് ചിത്രം. അതിനു താഴെ ഇങ്ങനെ എഴുതിയിരുന്നു – "ഒരു സിംഹത്തെ അന്വേഷിച്ചു പോകുമ്പോൾ അതിനെ കാണുകയെന്നത് അത്ര അത്യാവശ്യമാണോ എന്ന് ചിന്തിക്കുക". ഞാനും ആ ചിത്രത്തിലെ മനുഷ്യന്റെ അവസ്ഥയിലാണിപ്പോൾ. സിംഹമല്ല, കടുവയാണെന്ന വ്യത്യാസം മാത്രം.

എന്തും വരട്ടെയെന്നു നിശ്ചയിച്ച് ഇഞ്ചുകൾ അളന്നുകൊണ്ട് ഞാൻ ആ തടിയുടെ അടുത്തേക്കു മെല്ലെ നീങ്ങി. പകുതി ദൂരം അങ്ങനെ പിന്നിട്ടപ്പോൾ മൂന്നിഞ്ചോളം നീളത്തിൽ കറുപ്പും മഞ്ഞയും ഇട കലർന്ന ഒരു സാധനം ചെറിയ പാറയുടെ മുകളിലായി കിടക്കുന്നത് ഞാൻ കണ്ടു. അതു കടുവയുടെ വാലിന്റെ തുമ്പാണെന്ന് എനിക്കു മനസ്സിലായി. വാലിന്റെ നിലവച്ചു നോക്കുമ്പോൾ കടുവ എനിക്കഭിമുഖമായാണ് നിൽക്കുന്നത്. ഞാൻ തടിയോട് അടുക്കുമ്പോൾ എന്റെ മേലേക്കു ചാടി വീഴാൻ തയ്യാറെടുക്കുകയാവും ആ ഭീകരൻ. ഞാൻ നിന്നിരുന്ന സ്ഥലത്തു നിന്നും ഇരുപതടി അകലെയാണ് വാൽ കണ്ടത്. പതുങ്ങിക്കിടക്കുന്ന അവന്റെ നീളം എട്ടടി ആയിരിക്കണം. അപ്പോൾ അവന്റെ തലയും ഞാനുമായുള്ള അകലം വെറും പന്ത്രണ്ടടി മാത്രം. പക്ഷേ കുറേക്കൂടി അടുത്തു ചെന്ന് അവനെ നേരെ ചൊവ്വേ ഒന്ന് കണ്ടെങ്കിലേ ശരിയ്ക്ക് ഉന്നം നോക്കി വെടിവയ്ക്കാൻ കഴിയൂ. ഒറ്റ വെടിക്കവൻ തീരണം. പിന്നെ അനങ്ങാൻ ഇടയാകാത്ത വിധം ഒറ്റവെടി. അല്ലെങ്കിൽ എനിക്കവിടെ നിന്നും മടങ്ങാനായില്ലെന്നും വരും.

എന്റെ 450/400 റൈഫിളിന്റെ സേഫ്റ്റി ക്യാച്ചിനോട് എനിക്കപ്പോൾ വല്ലാത്ത അരിശം തോന്നി. ആ സാധനം റിലീസ് ചെയ്യുമ്പോൾ ഒരു ക്ലിക്ക് ശബ്ദം ഉണ്ടാകും. ആ ശബ്ദം മതി കടുവയെ എന്റെ തലയിലേക്കു ചാടിക്കാൻ. അല്ലെങ്കിൽ കാഞ്ചി വലിക്കും മുമ്പ് അവൻ കീഴ്ക്കാംതൂക്കായ താഴ്വരയിലേക്കോടിക്കളയാനും മതി. ഞാൻ വീണ്ടും മുന്നോട്ട് ഇഞ്ചിഞ്ചായി ഇഴഞ്ഞു നീങ്ങി. അവന്റെ വാലും പിൻഭാഗവും ശരിയായി കാണാൻ കഴിയുന്നിടത്തോളം ഞാൻ ഇഴഞ്ഞെത്തി. എനിക്കാകെപ്പാടെ സന്തോഷം തോന്നി. കാരണം അവൻ എന്നെ ആക്രമിക്കാൻ കിടക്കുകയായിരുന്നില്ല. സാധാരണമട്ടിൽ വിശ്രമിക്കുകയായിരുന്നു. പാറയ്ക്കു വീതി കുറവാകയാൽ മുൻകാലുകൾ രണ്ടും ഒരു ചെടിയുടെ ശിഖരത്തിൽ വച്ചുകൊണ്ടാണ് അവൻ കിടന്നിരുന്നത്. ഒരടി കൂടി ഞാൻ മുന്നോട്ടു നീങ്ങി. ഇപ്പോൾ അവന്റെ ഉദരഭാഗം എനിക്കു കാണാം. അതു ക്രമമായി വികസിക്കുകയും ചുരുങ്ങുകയും ചെയ്യുന്നുണ്ട്. അതായത്, അവൻ നല്ല ഉറക്കമാണെന്നർത്ഥം. അതു മനസ്സിലാക്കിയ ഞാൻ കൂടുതൽ വേഗതയിൽ മുന്നോട്ടുനീങ്ങി. അവന്റെ ശരീരം മൊത്തം എനിക്കിപ്പോൾ വ്യക്തമായി കാണാം. പുൽത്തകിടിയുടെ അരികിൽ മുട്ടിയാണ് അവന്റെ തല ഇരിക്കുന്നത്. അവന്റെ കണ്ണുകൾ ഇറുകെ അടഞ്ഞിരുന്നു. മൂക്കാകട്ടെ സ്വർഗ്ഗത്തിലേക്കു തിരിഞ്ഞിട്ടുമായിരുന്നു.

റൈഫിളെടുത്ത് അവന്റെ നെറ്റിക്കു നേരെ ഉന്നം പിടിച്ചിട്ട് ഞാൻ കാഞ്ചിയമർത്തി. അതമർത്തിപ്പിടിച്ചുകൊണ്ടു തന്നെ സേഫ്റ്റ് ക്യാച്ച് മേലോട്ടു തട്ടി. സാധാരണ രീതിക്കു നേരെ വിപരീതമായിരുന്നു ഈ പ്രയോഗം. എന്നാലും അത് ശരിക്കു ഫലിച്ചു. ഇത്ര അടുത്തു നിന്നും റൈഫിളിന്റെ കട്ടിയേറിയ വെടിയുണ്ട അവന്റെ നെറ്റിയിലേക്കു തുളച്ചു കയറിയപ്പോൾ അവന്റെ ശരീരം

ഒന്നനങ്ങുക പോലും ചെയ്തില്ല. പാവം, അവന്റെ മൂക്ക് അപ്പോഴും സ്വർഗ്ഗത്തിലേക്കുയർന്നിട്ടായിരുന്നു നിന്നത്. ആവശ്യമുണ്ടായിട്ടല്ലെങ്കിലും ഞാൻ രണ്ടാമതൊരു വെടികൂടി ഉതിർത്തപ്പോഴും ആ നിലയ്ക്കൊരു വ്യത്യാസവും വന്നില്ല.

വിചാരിച്ചതിലും ഏറെ ഭംഗിയായി ജോലി നിർവ്വഹിച്ചതിന്റെ സംതൃപ്തിയോടെ ഞാനാ മരത്തടിയിൽ കയറിയിരുന്ന് ഒരു സിഗററ്റ് വലിച്ചു. വാസ്തവത്തിൽ ഈ വധത്തിൽ എനിക്ക് അഭിമാനിക്കാനൊന്നുമില്ല. ഉറങ്ങിക്കിടന്ന ഒരു കടുവയെ വെടിവച്ചതിൽ ചില ധാർമ്മിക പ്രശ്നങ്ങൾ പോലും ഇല്ലേ എന്ന് എന്നെപ്പോലെ നിങ്ങളും സംശയിച്ചേക്കാം. അതിന് ഞാൻ തൃപ്തികരമായ ചില മറുപടികളും കണ്ടെത്തി.

ഒന്ന് - നരഭോജിയും മഹാ ഉപദ്രവകാരനുമായ ഒരു കടുവയെ ആണ് ഞാൻ കൊന്നത്. അതെന്റെ കടമയായിരുന്നു.

രണ്ട് - അവന്റെ മരണത്തോടെ ആശ്വസിക്കുന്നത് അനേകം ഗ്രാമങ്ങളിലെ ജനങ്ങളാണ്. അതുകൊണ്ടു തന്നെ അവനെ ഉറക്കത്തിൽ കൊന്നതിൽ ഒരു തെറ്റുമില്ല.

മൂന്ന് - ഉറങ്ങുന്ന കടുവയെ ഉണരാൻ വിട്ടിരുന്നെങ്കിൽ അവൻ മൂലം പിന്നീടുണ്ടാകുന്ന നരമേധങ്ങൾക്ക് ഞാനും ഉത്തരവാദിയാകുമായിരുന്നു. ഇതൊക്കെ സാമാന്യം തൃപ്തികരമായ വാദഗതികളാണെന്നു നിങ്ങളും സമ്മതിക്കും. പക്ഷേ, എന്തോ, എന്റെ വിഷമം ഇനിയും തീർന്നിട്ടില്ല. അവനെ ഉണർത്തി സ്വയം രക്ഷപ്പെടാനുള്ള ഒരവസരം കൊടുത്തിട്ടു വേണ്ടിയിരുന്നു എന്റെ പരാക്രമം എന്ന് എന്റെ മനഃസാക്ഷി എന്നോടു പറയുന്നു. അതാണല്ലോ ധർമ്മയുദ്ധം!

ഞാൻ തോക്കവിടെ വച്ചിട്ട് മുകളിലേക്കു കയറി നിന്ന് ഉച്ചത്തിൽ ശബ്ദമുണ്ടാക്കി. ഉടനെ അതിനു പ്രതികരണമുണ്ടായി. വെടിയൊച്ച കേട്ടപ്പോൾ തന്നെ എന്റെ സഹായികൾ ഗ്രാമീണരോടൊപ്പം ഇങ്ങോട്ടു പുറപ്പെട്ടു കഴിഞ്ഞിരുന്നു. അവരെല്ലാവരും ചത്തുകിടക്കുന്ന കടുവയെ അത്ഭുതത്തോടെ നോക്കി. അവരിൽ പലരുടേയും എത്രയോ പ്രിയപ്പെട്ടവരെ കൊന്നുതിന്ന ഭീകരനായ, എന്നാൽ അതിസുന്ദരനും ഗംഭീരനുമായ അവന്റെ അന്ത്യശയനം അവർ കൺകുളിർക്കെ കണ്ടു.

പിന്നെ എല്ലാവരും ചേർന്ന് വലിച്ചുപൊക്കി മാറ്റിയിട്ടു. അവിടെ വച്ച് തോൽ പൊളിച്ചെടുക്കാമെന്ന് ആലോചിച്ചെങ്കിലും ഇന്നോളം കണ്ടിട്ടില്ലാത്തത്ര ഭയങ്കരനായ ഇവനെ ഗ്രാമത്തിൽ കൊണ്ടുപോയി പ്രദർശിപ്പിക്കണമെന്നും അങ്ങനെ സ്ത്രീജനങ്ങളുടെ കണ്ണുനീരിന് അറുതി വരുത്തണമെന്നും അവരെല്ലാം കൂടി തീരുമാനിച്ചു. ഉടനെ തടിക്കഷ്ണങ്ങൾ വെട്ടിക്കൊണ്ടുവന്ന് കൂട്ടിക്കെട്ടി ഒരു ശവമഞ്ചലുണ്ടാക്കി. അതിലേറ്റി ചുമന്ന് അവർ കടുവയെ

ഗ്രാമത്തിലെത്തിച്ചു. എല്ലാവരും വന്നു കണ്ടതിനു ശേഷം അതിന്റെ തോലു രിക്കാനാരംഭിച്ചു. അതിനുമുമ്പ് കടുവയുടെ മൃതദേഹം പരിശോധിച്ചവരെല്ലാം പൂർണാരോഗ്യവാനായ ഒരു കടുവയാണതെന്നു പറഞ്ഞിരുന്നു. എന്നാൽ എനിക്കപ്പോഴും സംശയമുണ്ടായിരുന്നു. അതുകൊണ്ട് തോലുരിക്കുന്ന സമയത്ത് ഞാനതിന്റെ വലതു ചുമലിൽ കണ്ട ചെറിയ മുറിവും പഴുപ്പും വിശദമായി പരിശോധിച്ചു. തോൽ മാറ്റിയപ്പോൾ ഞാൻ കണ്ടത് മുള്ളൻ പന്നിയുടെ അഞ്ചിഞ്ചു വരെ നീളമുള്ള കുറെയധികം മുള്ളുകൾ ആ ഭാഗത്തെ മാംസത്തിൽ തറച്ചിരുന്നതാണ്. ആ മുള്ളുകൾ വലിച്ചൂരിയെടുത്ത് പലരും സ്മാരകമായി സൂക്ഷിക്കാൻ കൊണ്ടുപോയി.

ഇതിൽ നിന്നും എന്റെ ഊഹം തെറ്റിയില്ല എന്ന് ഒരിക്കൽകൂടി ഉറപ്പായി. പരിക്കുകൾ മൂലമോ പ്രായാധിക്യം കൊണ്ടോ സ്വാഭാവികമായ രീതിയിൽ കാട്ടിലെ നായാട്ട് അസാധ്യമാകുമ്പോഴാണ് കടുവകൾ നരമാംസഭുക്കു കളായിത്തീരുന്നത്. മോഹൻ കടുവയുടെ കാര്യവും ഈ നിഗമനം സ്ഥിരീ കരിച്ചു.

■

ജിം കോർബെറ്റ്

പൗവൽ ഗാഡിലെ ബ്രഹ്മചാരി

ഞങ്ങളുടെ ഹേമന്തകാല വസതിക്ക് മൂന്നു മൈൽ അകലെയുള്ള വിശാലമായ പുൽപ്രദേശത്തു വച്ചാണ് ഞാൻ ബ്രഹ്മചാരിയെ ആദ്യമായി കാണുന്നത്. കാടിന്റെ ഹൃദയ ഭാഗത്തുള്ള ഈ തുറസ്സായ പുൽമേടിനു ചുറ്റും ചൂരൽക്കാടുകളും വൻവൃക്ഷങ്ങളുമുണ്ട്. 1920 മുതൽ 1930 വരെയുള്ള ഒരു ദശാബ്ദത്തിനിടയിൽ നിരവധി ശിക്കാരികൾ ഈ കടുവയെ വേട്ടയാടാൻ നടന്നിട്ടുണ്ട്. പക്ഷേ അവരെയൊക്കെ വിദഗ്ധമായി കളിപ്പിച്ചു നടക്കുകയാണ് പൗവ്വൽഗാഡിലെ ഈ ബ്രഹ്മചാരി. അവനെങ്ങനെ ഈ പേര് കിട്ടിയോ ആവോ!

ഒരു നാൾ, നന്നെ പുലർച്ചയ്ക്കു നടക്കാനിറിങ്ങിയ ഞാൻ ഈ പുൽപ്പരപ്പിന്റെ അടുത്തുള്ള ഉയരമേറിയ മേടിൽ ചെന്നു ചുറ്റുപാടും വെറുതെ നോക്കി നിന്നു. അവിടെക്കൂടി ഒഴുകുന്ന നദിയുടെ കരയിലെ കരിയിലക്കൂട്ടത്തിൽ ഏതാനും കാട്ടുകോഴികൾ കൊത്തിപ്പെറുക്കി നടക്കുന്നുണ്ടായിരുന്നു. ഹിമകണങ്ങൾ കൊണ്ട് ആയിരം കുഞ്ഞുസൂര്യന്മാരെ പകർത്തി കാട്ടുന്ന ആ പുൽമേട്ടിൽ പത്തറുപത് പുള്ളി മാനുകൾ മേഞ്ഞു നടക്കുന്നുണ്ട്. ആ കാഴ്ച കണ്ടുരസിച്ച് ഒരു സിഗററ്റും വലിച്ചു കൊണ്ട് കുറേനേരം ഒരു മരക്കുറ്റിയിൽ ഞാനിരുന്നു. പെട്ടെന്ന്, ഞാനിരുന്നതിനടുത്തായി നിന്ന ഒരു പുള്ളിമാൻ തല ഉയർത്തി എന്നെ നോക്കിക്കൊണ്ട് ഉറക്കെ നിലവിളിച്ചു. അടുത്ത നിമിഷം കാട്ടിൽ നിന്നു പുറത്തു വന്ന ബ്രഹ്മചാരി പുൽപ്പരപ്പിലേക്കു കടന്നു വന്നു. അല്പനേരം ഗൗരവത്തോടെ ചുറ്റുപാടുകൾ ഒന്നു വീക്ഷിച്ചു. പിന്നെ വളരെ മന്ദഗതിയിൽ നടന്നു. ആ പുതുപുലരിയിൽ അവനെ കാണാൻ വല്ലാത്തൊരു ചന്തമുണ്ടായിരുന്നു. മാനുകൾ അവനെ കണ്ടു പേടിച്ച് വഴി മാറി നിന്നു. അവയെ ശ്രദ്ധിക്കുക പോലും ചെയ്യാതെ പുൽമേട് കടന്ന് അരുവിയിലെത്തി അവൻ വെള്ളം കുടിച്ചു. പിന്നെ മരങ്ങൾക്കിടയിലേക്കു മറഞ്ഞു. രാജകീയമായ വരവേല്പാണ് കരയുന്ന മാനുകളും, കൂവുന്ന കാട്ടുകോഴികളും, ചലപില ചിലച്ചു കൊണ്ട് മരക്കൊമ്പിൽ ചാടിക്കളിച്ചിരുന്ന കുരങ്ങന്മാരും ചേർന്നു അവനു നൽകിയതെന്ന് എനിക്കു തോന്നി. ഏതാണ്ട് ആറു മൈലകലെയാണ് ബ്രഹ്മചാരിയുടെ സ്ഥിര താമസം. ആനപ്പുറത്തു

കയറിച്ചെന്ന് ആ പ്രദേശത്തുള്ള കടുവകളെ ഒട്ടു മിക്കവാറും കൊന്ന നായാട്ടുകാരിൽ നിന്നും തന്ത്രപൂർവ്വം രക്ഷപ്പെട്ടവനാണീ ബ്രഹ്മചാരി. അതിനാണ് അത്രയു മകലെ അവൻ തന്റെ കൊട്ടാരം സ്ഥാപിച്ചത്.

ആ മലയിടുക്ക് മലയുടെ അടിവാരം വരെ നീണ്ടു കിടന്നു. അര മൈലെങ്കിലും നീളം വരും ആ മലയിടുക്കിന്. അതിന്റെ ഇരുവശവും ആയിരക്കണക്കിന് അടി ഉയരത്തിൽ മലകളാണ്. ഇടുക്കിനു മുകളിൽ ഇരുപതടി ഉയരത്തിൽ ഒരു വെള്ളച്ചാട്ടം ഉണ്ടായിരുന്നു. ആ വെള്ളം ചെങ്കളിമണ്ണിലൂടെ ഒഴുകിപ്പോകുന്ന ഭാഗത്ത് നാലടി വീതിയായി ചുരുങ്ങിയതു കാണാം. ബ്രഹ്മചാരിയുടെ താമസസ്ഥലത്തേക്ക് ആനപ്പുറത്തോ കുതിരപ്പുറത്തോ ഒന്നും ചെന്നെത്താൻ പറ്റില്ല. കാൽനടയായി തന്നെ വേണം ചെല്ലാൻ. രാത്രി വെടി വയ്ക്കുന്നത് സർക്കാർ നിരോധിച്ചിരുന്നതും, സുരക്ഷിതമായ ഈ ആസ്ഥാനവുമാണ് നമ്മുടെ ബ്രഹ്മചാരിയെ നായാട്ടുകാരിൽ നിന്നും അതു വരെ രക്ഷിച്ചത്.

പലരും കന്നിനെ കെട്ടിയിട്ട് കടുവയെ ആകർഷിച്ചു പിടിക്കാൻ ശ്രമിച്ചിട്ടുണ്ട്. പക്ഷേ അതിലൊന്നും അവനു പിഴവ് പറ്റിയതേയില്ല. എങ്കിലും രണ്ടു തവണ അവൻ അപകടത്തിൽ നിന്നു കഷ്ടിച്ചു രക്ഷപ്പെടുകയായിരുന്നത്രെ. ഫ്രെഡ് ആൻഡേഴ്സൺ ഒരിക്കൽ മച്ചാനി(ഏറുമാടം)ലിരുന്ന് അവനെ വെടി വച്ചതാണ്. പക്ഷേ റൈഫിൾ, മച്ചാൻ കെട്ടിത്തൂക്കിയ കയറിൽ തട്ടി ഉന്നം പിഴച്ചു പോയി. മറ്റൊരിക്കൽ ഹൂയിഷ് എഡി എന്നയാൾ കാടിളക്കി കടുവ പുറത്തു വന്നപ്പോൾ തോക്കു നിറയ്ക്കാൻ ഒരു നിമിഷം വൈകിയതുകൊണ്ടും അവൻ തടി രക്ഷിച്ചു . രണ്ടു പേരും കടുവയെ വളരെയടുത്ത് നേരിൽ കണ്ടവരാണ്. ആൻഡേഴ്സൺ പറയുന്നത് ഒരു ഷെട്ലാൻഡ് കുതിരയുടെയത്ര വലിപ്പം അവനുണ്ടെന്നാണ്. എഡിയുടെ അഭിപ്രായത്തിൽ അവൻ ഒരു കഴുതയുടെ അത്രയുമുണ്ട്.

ഒരു മഞ്ഞുകാലത്ത് ഞാനും ഞങ്ങളുടെ കമ്മീഷണറായിരുന്ന വിൻറാമും കൂടി ഈ ബ്രഹ്മചാരിയെ തേടിയെത്തി. കടുവകളെ കുറിച്ച് ഏറ്റവും വിശദമായും ആധികാരികമായും പഠിച്ച വ്യക്തിയാണ് വിൻറാം. ബ്രഹ്മചാരി കടുവയുടെ ആസ്ഥാനത്തിന് മുകൾഭാഗത്ത് കാട്ടുതീ മൂലം തെളിഞ്ഞ ഒരു നടപ്പാതയുണ്ടായിരുന്നു. ആ പാതയിൽ അന്നു രാവിലെ കണ്ട കടുവയുടെ പുതിയ കാൽപ്പാടുകൾ കാണിച്ചു കൊടുക്കാനായി ഞാൻ വിൻറാമിനെയും കൂട്ടി അങ്ങോട്ടു പോയി. ഞങ്ങളുടെയൊപ്പം സമർത്ഥരായ രണ്ടു വേട്ടക്കാർ വേറെയും ഉണ്ടായിരുന്നു. ആ ഷിക്കാരികളും വിൻറാമും കടുവയുടെ കാൽപ്പാടുകൾ അളന്നുനോക്കി. അതിൽ നിന്ന് അവർക്കു മനസ്സിലായത് കടുവയ്ക്ക് പത്തടി ആറിഞ്ച് നീളം വരുമെന്നാണ്. അത്രയും വലിയ ഒരു കടുവയെ ഇതിനുമുമ്പ് തങ്ങളാരും കണ്ടിട്ടില്ലെന്ന് അവർ പറഞ്ഞു.

വനം വകുപ്പുകാർ ബ്രഹ്മചാരിയുടെ ആസ്ഥാനത്തിനു ചുറ്റുമുള്ള മരങ്ങളെല്ലാം മുറിക്കാൻ തുടങ്ങി. 1930ലായിരുന്നു ഇത്. ഈ ശല്യം കാരണം

കടുവ തന്റെ ആസ്ഥാനം അവിടെ നിന്നു മാറ്റിക്കളഞ്ഞു. ആ ഹേമന്ത കാലത്ത് പല സംഘം നായാട്ടുകാർ അവനെ ലക്ഷ്യമാക്കി വന്നെങ്കിലും എല്ലാവരും നിരാശരായി മടങ്ങുകയാണുണ്ടായത്. അങ്ങനെയിരിക്കെയാണ് കാട്ടിലൂടെ തപാലും കൊണ്ടു വന്നിരുന്ന ഒരു തപാൽ ജീവനക്കാരൻ എന്റെയടുത്ത് വന്ന്, അന്നു രാവിലെ അയാൾ കാട്ടിലൊരിടത്ത് കടുവയുടെ കാല്പാടുകൾ കണ്ട തായി അറിയിച്ചത്. മുപ്പതു കൊല്ലത്തെ തപാൽ ഓട്ടത്തിനിടയിൽ ഇത്രയും വലിയ കാല്പാടുകൾ ആദ്യമായാണ് കാണുന്നതെന്നും അയാൾ പറഞ്ഞു. പടിഞ്ഞാറ് നിന്നും വന്ന് പാതയിലൂടെ ഇരുന്നൂറു വാരയോളം നടന്ന് നേരെ കിഴക്കോട്ടു പോയിരിക്കയാണത്രെ അവൻ. ഞങ്ങൾ താമസിക്കുന്ന സ്ഥലത്ത് നിന്നും രണ്ടു മൈൽ അകലെ നിൽക്കുന്ന ഒരു ബദാം മരത്തിന്റെ ചുവട്ടിൽ നിന്നാണ് കാൽപാടുകൾ ആരംഭിക്കുന്നത്.

പിറ്റേ ദിവസം വളരെ നേരത്തെ റോബിനും ഒന്നിച്ച് ഞാൻ യാത്ര തിരിച്ചു. കടുവ സഞ്ചരിച്ചെന്നു പറയപ്പെടുന്ന വഴി കൊടുംകാട്ടിലൂടെ അര മൈലോളം ചെന്നു സാമാന്യം വീതിയുള്ള ഒരു കാട്ടരുവി കടന്ന് ഒരു കന്നുകാലിപ്പാത യുമായി ചേരുന്നുണ്ട്. ആ പാതയാകട്ടെ മലയുടെ അടിവാരം ചുറ്റി ഒരു കാട്ടിൽ അവസാനിക്കുന്നു. കടുവ സാധാരണ പതിയിരിക്കാറുണ്ടവിടെ. ആ കന്നുകാലിപ്പാതയിലേക്കാണ് ഞാനും റോബിനും നടന്നത്. താഴ്വരയിലേക്കു വരികയും പോവുകയും ചെയ്യുന്ന കാലടിപ്പാടുകളെല്ലാം അവിടെ കാണാൻ കഴിയും എന്നതു കൊണ്ടാണ് അങ്ങോട്ടു നടന്നത്. എന്റെ വേട്ടനായ റോബിന് ഈ യാത്ര അല്പം ഗൗരവമുള്ളതാണെന്നു എങ്ങനെയോ മനസ്സിലായിരി ക്കണം. അതുകൊണ്ടാവും വഴിക്കു കണ്ട കാട്ടുകോഴി, കാട്ടാട്, മാൻ തുടങ്ങി യവയെ ഒന്നും റോബിൻ ഗൗനിച്ചതേയില്ല. ഗൗരവത്തിൽ, എനിക്കൊപ്പം മൂപ്പർ നടന്നു. നടപ്പാത മലയടിവാരത്തിലേക്കു പ്രവേശിക്കുന്ന ഭാഗത്ത് എത്തിയപ്പോൾ റോബിൻ തറയിൽ ശ്രദ്ധയോടെ മണപ്പിക്കുന്നതു ഞാൻ കണ്ടു. ആ മണംവിടാതെ നടന്നു കൊള്ളാൻ ഞാൻ അവനു നിർദ്ദേശം നൽകി. പെട്ടെന്ന് അവൻ തിരിഞ്ഞ് നടപ്പാതയിലൂടെ താഴോട്ടു നടന്നു തുടങ്ങി. എന്റെ മുന്നിൽ കയറിയാണവൻ നടന്നിരുന്നത്. അവന്റെ ഭാവപ്രകടനങ്ങളിൽ നിന്ന് ഒരു കടുവയുടെ മണമാണ് അവനു കിട്ടിയിരിക്കുന്നതെന്നു ഞാനുറപ്പിച്ചു. നൂറടി അങ്ങനെ നടന്നപ്പോൾ ഇളകി ക്കിടന്ന നിലത്ത് ഒരു കടുവയുടെ കാല്പാടുകൾ ഞാൻ കണ്ടു. ഒറ്റനോട്ടത്തിൽ തന്നെ അതു ബ്രഹ്മചാരിയുടെ അസാധാരണ വലിപ്പമുള്ള കാല്പാടുകളാണെന്ന് എനിക്കു മനസ്സിലായി. ഏതാനും മിനുറ്റുകൾക്കു മുമ്പ് മാത്രമാണ് അവൻ ഈ വഴി പോയതെന്നും എനിക്കുറപ്പായിരുന്നു.

കുറച്ചു ഭാഗത്തേ മണ്ണിനു പശിമയുള്ളു. പിന്നെയങ്ങോട്ടു പത്തു മുന്നൂറ് വാരയോളം കല്ലും പാറയുമൊക്കെയാണ്. ആ വഴി ചെങ്കുത്തായി ചെന്നിറ ങ്ങുന്നത് വിശാലമായ ഒരു മൈതാനത്തേക്കാണ്. കടുവയെ ആ മൈതാനത്തു

വച്ചുകാണാൻ കഴിയുമെന്ന് ഞാൻ പ്രതീക്ഷിച്ചു. പക്ഷേ കഷ്ടി ഒരൻപതു വാര കൂടി നടന്നപ്പോൾ റോബിൻ പെട്ടെന്നു നിന്നു. അവിടെ കണ്ട പുൽക്കൂട്ടത്തിൽ മൂക്കുരസിയിട്ട് അവൻ തിരിഞ്ഞു ആ പുൽകാട്ടിലേക്കു കയറി. രണ്ടടി ഉയരമുള്ള ആ പുൽപ്പരപ്പിന് അപ്പുറം അഞ്ചടി ഉയരത്തിൽ തഴച്ചുവളർന്നു നില്ക്കുന്ന ക്ലെറോഡെൻഡ്രൻ ചെടികളുണ്ട്. നല്ല വലിപ്പമുള്ള ഇലകളും പൂക്കളുമാണ് ഈ ചെടികൾക്കുള്ളത്. നല്ല തണൽ ലഭിക്കുന്നതിനാൽ ക്ലെറോഡെൻഡ്രൻ ചെടികൾക്കു ചുവടെ മാൻ, പന്നി, കടുവ തുടങ്ങിയ മൃഗങ്ങൾ വിശ്രമിക്കാനെത്തുക പതിവാണ്. ആ ചെടിക്കൂട്ടത്തിനടുത്തുവരെ പോയിട്ട് റോബിൻ പെട്ടെന്നു തിരിഞ്ഞോടി എന്റെ അടുത്തു വന്നുനിന്നു. ഞാൻ അവനെയും എടുത്തു കൊണ്ട് നടന്നു. പിൻകാലുകൾ എന്റെ കോട്ടിന്റെ പോക്കറ്റിലും മുൻകാലുകൾ കൊണ്ട് എന്റെ കയ്യിലും ചുറ്റിപ്പിടിച്ച് അവൻ സുഖമായി ഇരുന്നു. അതുകൊണ്ട്, ഞാൻ അവനെ ശ്രദ്ധിക്കേണ്ടതില്ല. എനിക്ക് റൈഫിൾ ഉപയോഗിക്കാൻ തടസ്സവും ഇല്ല.

റോബിന് ചില പ്രത്യേക ഗുണങ്ങളുണ്ട്. ഇമ്മാതിരി സന്ദർഭങ്ങളിൽ അവൻ അതിന്റെ ഗൗരവം ശരിക്കും ഉൾക്കൊണ്ട് പെരുമാറും. എന്റെ ദേഹത്തു പറ്റിപ്പിടിച്ചിരിക്കുന്ന അവൻ തികച്ചും നിശ്ചലനായിരിക്കും. മുന്നിൽ എന്തു കണ്ടാലും അവൻ അനങ്ങുകയോ മുരളുകയോ പോലും ചെയ്യില്ല. ഞാൻ വെടിവയ്ക്കുന്നതും ഇര വീഴുന്നതുമെല്ലാം അവൻ ഒരു നിരീക്ഷകന്റെ ഗൗരവത്തിൽ നോക്കി ഇരുന്നുകൊള്ളും. ഞാൻ അവനേയും കൊണ്ട് ആ ചെടികൾക്കിടയിലൂടെ കുറേദൂരം നടന്നു. പെട്ടെന്ന് എന്റെ തൊട്ടു മുന്നിലുള്ള പൊന്തക്കാട്ടിനുള്ളിൽ ഒരനക്കം ഞാൻ കണ്ടു. ഉടനെ ഞാൻ നടത്തം നിർത്തി അനങ്ങാതെ നിന്നു. അവൻ പൊന്തയ്ക്കുള്ളിലൂടെ മുന്നോട്ടു പോയിരിക്കാമെന്നും കാട്ടിലെ തുറസ്സായ സ്ഥലത്തു വച്ച് അവനെ കണ്ടുമുട്ടാമെന്നും പ്രതീക്ഷിച്ച് ഞാൻ നടത്തം തുടർന്നു. എന്നാൽ തുറസ്സായ ഭാഗത്തെങ്ങും അവനെ കാണാൻ കഴിഞ്ഞില്ല.

ഇനി റോബിന്റെ റോളെന്തെന്നറിയാൻ ഞാൻ അവനെ താഴെ ഇറക്കി നിർത്തി. അവൻ ഇടതുവശത്തേക്കു തിരിഞ്ഞിട്ട് എന്നെ നോക്കി. അതായത് ഇടതുവശത്തുള്ള അഗാധമായ മലയിടുക്കിലേക്കാണ് കടുവ പോയിട്ടുള്ളതെന്ന് അവൻ എനിക്കു സൂചന തരികയായിരുന്നു. ഒറ്റ തിരിഞ്ഞു നില നിൽക്കുന്ന ഒരു മലയുടെ അടിവാരത്തിലേക്കാണ് ആ മലയിടുക്കു ചെന്നു ചേരുന്നത്. അവിടെ അനേകം ഗുഹകളുണ്ടെന്നും കടുവകളുടെ സ്ഥിരതാമസസ്ഥലമാണ് ആ ഗുഹകളെന്നും എനിക്കറിയാമായിരുന്നു. അത്രയടുത്തു ചെന്നു കടുവകളെ വെടിവയ്ക്കാൻ പറ്റിയ തോക്കായിരുന്നില്ല എന്റെ പക്കലുണ്ടായിരുന്നത്. അതുകൊണ്ട് ഞാൻ റോബിനേയും കൂട്ടി വീട്ടിലേക്കു മടങ്ങിപ്പോന്നു.

പ്രഭാത ഭക്ഷണം കഴിച്ച് പോയന്റ് 450 റൈഫിളുമായി ഞാൻ തനിയെ ആ മലയുടെ അടുത്തേയ്ക്കു നടന്നു. ഗൂർക്കകളുടെ ആക്രമണത്തെ എതിരിടാൻ

ഗ്രാമവാസികൾ മുൻപ് ഈ മലയെ ആണത്രെ ആശ്രയിച്ചിരുന്നത്. ഞാൻ ഏതാണ്ടു മലയോട് അടുത്ത സമയത്ത് ഒരു പോത്ത് അമറുന്നതും ഒപ്പം ഒരു മനുഷ്യൻ കൂവി വിളിക്കുന്നതും കേട്ടു. മലയുടെ മുകൾ ഭാഗത്തു നിന്നാണ് ആ ശബ്ദം കേട്ടത്. മലയുടെ മുകൾ പരപ്പിന് അരയേക്കറോളം വിസ്താരമുണ്ട്. ഞാൻ അവിടെയെത്തിയപ്പോൾ ഒരാൾ മരത്തിനു മുകളിലിരുന്ന് കൈക്കോടാലി കൊണ്ടു മരക്കൊമ്പു വെട്ടുന്നതാണ് കണ്ടത്. വെട്ടുന്നതിനിടയിൽ അയാൾ വെറുതെ കൂവുകയും ആർക്കുകയും ഒക്കെ ചെയ്യുന്നുമുണ്ട്. മരത്തിന്റെ ചുവട്ടിലാകട്ടെ ഏതാനും പോത്തുകൾ ഭയന്നു വിറളി പിടിച്ചു നില്ക്കുന്നുണ്ട്. എന്നെ കണ്ടതും അയാൾ വിളിച്ചു പറഞ്ഞു: “സായ്പേ, താങ്കൾ വന്നത് വലിയ കാര്യമായി. ഒരൊട്ടകത്തിന്റെ അത്രയുള്ള കടുവ കുറേ നേരമായി എന്നേയും ഈ പോത്തുകളേയും ആക്രമിക്കാൻ വട്ടമിട്ടു നടക്കുകയാണ്.”

ഞാനും റോബിനും വീട്ടിലേക്കു മടങ്ങിയതിനു പിന്നാലെയാണ് അയാൾ പോത്തുകളുമായി വന്നത്. പോത്തിനു കൊടുക്കാൻ മുളയില അരിയുമ്പോഴാണ് അയാൾ തന്റെ നേർക്കു വരുന്ന കടുവയെ കണ്ടത്. ഇതയാൾക്കു പുത്തരിയൊന്നുമല്ല. മുൻപും ഇതുപോലെ കാട്ടിൽ വച്ച് കടുവകളെ അയാൾ അഭിമുഖീകരിച്ചിട്ടുണ്ട്. പക്ഷേ അപ്പോഴൊക്കെ ഉച്ചത്തിൽ കൂവിയാർത്ത് അവയെ വിരട്ടി ഓടിക്കുകയായിരുന്നു പതിവ്. എന്നാൽ ഇന്ന് വന്നവനാകട്ടെ ഒച്ചയും വിളിയുമൊന്നും കൂട്ടാക്കാതെ അയാളെ തുറിച്ചു നോക്കിക്കൊണ്ട് മുരളാൻ തുടങ്ങി. അയാൾ ഭയന്നോടി മരത്തിൽ കയറിയതാണ്. പോത്തുകളും ഓടി വന്ന് ആ മരച്ചുവട്ടിൽ വട്ടംകൂടി നിന്നു. കടുവയാകട്ടെ അവരെ പ്രദക്ഷിണം വച്ചു കൊണ്ട് നടക്കുകയും. ഇടയ്ക്ക് പോത്തുകൾക്കു നേരെ ചെല്ലുമ്പോൾ അവർ ഒറ്റക്കെട്ടായി കൊമ്പുകുലുക്കി നേരിടാൻ ഒരുങ്ങും. മരക്കൊമ്പിലിരുന്ന് ആ മനുഷ്യൻ ഉറക്കെ ശബ്ദമുണ്ടാക്കുകയും വൃക്ഷശിഖരങ്ങൾ മുറിച്ചെടുത്ത് കടുവയെ എറിയുകയും ചെയ്യും. അങ്ങനെ ഇതുവരെ രക്ഷപെട്ട് നില്ക്കുകയാണവർ. പക്ഷേ എനിക്കവനെ കാണാൻ സാധിച്ചില്ല. ഞാൻ ചെന്ന വിവരം അറിഞ്ഞ് അവനെങ്ങോട്ടോ മാറി നിൽക്കുകയാവും

വൃക്ഷത്തിൽ കയറിയിരിക്കുന്ന ഗ്രാമീണനെ എനിക്കു നേരത്തെ പരിചയമുണ്ട്. അയാൾ സാമാന്യം ധീരനായ ഒരു മനുഷ്യനാണ്. ഇടയ്ക്ക് തോക്കുമായി വന്ന് ഈ പ്രദേശത്ത് വേട്ടയാടാറുമുണ്ട്. എങ്കിലും ഈ പ്രത്യേക പരിതഃസ്ഥിതിയിൽ തന്നെയും തന്റെ പോത്തുകളെയും രക്ഷിക്കണമെന്ന് അയാൾ എന്നോട് അപേക്ഷിച്ചു. എത്രയും വേഗം രക്ഷപ്പെടാൻ ഞാൻ നിർദ്ദേശിച്ചു. മരത്തിൽ നിന്നിറങ്ങി അയാൾ മുന്നിലും, അയാൾക്കു പിന്നാലെ പോത്തുകളും, അവ ചിതറിപ്പോകാതെ ശ്രദ്ധിച്ച് ഏറ്റവും പിന്നിൽ തോക്കുമായി ഞാനും നടന്നു. പകുതി ദൂരം പിന്നിട്ടപ്പോൾ ഞങ്ങളുടെ വലതു ഭാഗത്തായി കടുവയുടെ ശബ്ദം കേട്ടു. ഞങ്ങൾ നടപ്പിന്റെ വേഗത കൂട്ടി. അരുവിക്കരയിലെത്താൻ

ഇനിയും ഒരു മൈൽ കൂടി നടക്കേണ്ടിയിരുന്നു ഞങ്ങൾക്ക്. അരുവി കടന്ന് അപ്പുറത്തുള്ള ഗ്രാമത്തിലെത്തിയാലേ എന്റെ സ്നേഹിതനും അയാളുടെ പോത്തുകളും രക്ഷപ്പെട്ടു എന്ന് പറയാൻ കഴിയൂ.

സാധാരണ ഗതിയിൽ വന്യ മൃഗങ്ങളുടെ നേർക്ക് തോക്കിനു പകരം ക്യാമറ ഫോക്കസ് ചെയ്യാനാണ് എനിക്കു താല്പര്യമെന്ന് പലരും പറയാറുണ്ട്. ഈ ചങ്ങാതിക്കും അത് അറിയാം. അതുകൊണ്ടയാൾ എന്നോട്, ഈ കടുവയോടു മാത്രം അത്തരം ദയവൊന്നും കാട്ടരുതെന്ന് പ്രത്യേകം പറഞ്ഞു. ഫോട്ടോ എടുക്കുന്നെങ്കിൽത്തന്നെ അതവനെ കൊന്നിട്ടു മതിയെന്നായിരുന്നു മൂപ്പരുടെ പക്ഷം. അവനവിടെ തമ്പടിക്കാനാണ് ഭാവമെങ്കിൽ തന്റെ പോത്തുകളെയെല്ലാം ദിവസം ഒന്ന് എന്ന കണക്കിൽ വകവരുത്തുമെന്നും അയാൾ പറഞ്ഞു. എന്നാലാവുന്നത്ര ഞാൻ ശ്രമിക്കാമെന്നു പറഞ്ഞ് അയാളെ സമാധാനിപ്പിച്ചിട്ട് ഞാൻ വീണ്ടും ആ മൈതാനത്തേക്കു തന്നെ നടന്നു. അവിടെത്തിയശേഷം ഞാൻ അല്പനേരം സ്വസ്ഥമായി ഒരു ഭാഗത്തിരുന്നു വിശ്രമിച്ചു. കടുവ എവിടെയുണ്ടെന്ന് ഒന്നുകിൽ അവൻ തന്നെ വെളിപ്പെടുത്തും. അല്ലെങ്കിൽ മറ്റു മൃഗങ്ങളുടെ ചേഷ്ടകളിൽ നിന്നും മനസ്സിലാക്കാൻ കഴിയും എന്ന പ്രതീക്ഷയിലാണെന്റെ ഇരിപ്പ്. സമയം മൂന്നു മണി കഴിഞ്ഞു. വെയിൽ ഉണ്ടെങ്കിലും അത്ര അസഹ്യമായ ചൂടൊന്നുമില്ല. നല്ല കാറ്റും വീശുന്നുണ്ട്. ആ സുഖാലസ്യത്തിൽ ഞാൻ കാൽമുട്ടിൽ തല ചായ്ച്ച് തെല്ലൊന്നു മയങ്ങി. ഒരു കടുവയുടെ ഗർജ്ജനം കേട്ടാണ് ഞാൻ ആ മയക്കത്തിൽ നിന്നും ഉണർന്നത്. കടുവയെ കാണാൻ കഴിഞ്ഞില്ലെങ്കിലും ഇടവിട്ടിടവിട്ട് ആ ഗർജ്ജനം തുടർന്നു.

മൈതാനത്തിന്റെ മുകൾ ഭാഗത്തു നിന്നാരംഭിക്കുന്ന ഒരു പാത ഞാനിരിക്കുന്നതിന് അടുത്തുകൂടെ കടന്നു പോകുന്നുണ്ട്. തടി മുറിച്ച് വാഹനങ്ങളിൽ കയറ്റി കൊണ്ടുപോകാനാണ് അതു നിർമ്മിച്ചിട്ടുള്ളത്. ആ പാതയുടെ അങ്ങേ അറ്റത്തായാണ് കടുവയുടെ ഗർജ്ജനം കേൾക്കുന്നത്. അവനെ കണ്ടെത്താൻ ഈ പാതയിലൂടെ നേരെ നടന്നാൽ മതിയെന്നു ചുരുക്കം. ഇപ്പോൾ റോബിൻ എന്നോടൊപ്പം വേണ്ടിയിരുന്നു. കാരണം നല്ല ഉയരത്തിൽ വളർന്നു നിൽക്കുന്ന പുല്ലുകൾക്കിടയിൽ എവിടെയോ മറഞ്ഞിരിക്കുന്ന കടുവയെ ഗന്ധത്തിലൂടെ കണ്ടു പിടിക്കാൻ റോബിനു മാത്രമേ കഴിയൂ. എന്തായാലും ഇവിടെ നിൽക്കാം. കടുവ എന്നെ ആക്രമിക്കാൻ ഇങ്ങോട്ടു വരുമോ എന്ന് നോക്കാമല്ലോ. അവനെ ആകർഷിക്കാനായി ഞാൻ പാതയോരത്തുണ്ടായിരുന്ന ഒരു വൃക്ഷശിഖരത്തിൽ കയറിയിരുന്ന് ഉറക്കെ ശബ്ദമുണ്ടാക്കി. ഉടൻ തന്നെ അതിനു മറുപടിയായി കടുവയുടെ ഗർജ്ജനം ഉയർന്നു. ഞാൻ വേഗം മരത്തിൽ നിന്നു താഴെയിറങ്ങി ഒച്ചയുണ്ടാക്കിക്കൊണ്ട് ഓടിവന്ന് പാതയിൽ നിന്നു. അങ്ങനെ നില്ക്കുന്നത് അപകടമാണ്. അവൻ എന്റെ നേർക്ക് വന്നുകൊണ്ടിരിക്കുകയാണ്. ഒളിച്ചിരിക്കാൻ ഒരു

സൗകര്യവും അവിടെ കണ്ടില്ല. പത്തിരുപതു വാര അകലെ ഒരു തുറസ്സായ ഭാഗത്ത് ഞാൻ കമിഴ്ന്നു കിടന്നു. ആ കിടപ്പിൽ അൻപതടി ദൂരം വരെ പാത എനിക്കു വ്യക്തമായി കാണാമായിരുന്നു. അതിനപ്പുറം ഒരു പൊന്തയുള്ള തിനാൽ കാഴ്ച മറയുന്നു. എന്നാൽ കടുവ ആ പൊന്ത കടന്നു വരുന്നത് എനിക്കു കാണാൻ കഴിയും. അതു മതി. തോക്കിൽ തിര നിറച്ച് സേഫ്റ്റി ക്യാച്ചും മാറ്റി വെടിയുതിർക്കാൻ തയ്യാറായി ഞാൻ കൈ മുട്ടു കുത്തി തല ഉയർത്തി അവനെ പ്രതീക്ഷിച്ച് കിടന്നു. ഇടയ്ക്ക് അവന് സ്ഥാനം മനസ്സി ലാക്കാനായി ഞാൻ ചില ശബ്ദമുണ്ടാക്കി. പെട്ടെന്ന് നൂറുവാരയകലെയായി അവന്റെ ഗർജ്ജനം മുഴങ്ങി. അടുത്ത മുപ്പത് സെക്കന്റിനുള്ളിൽ കടുവ പൊന്തയുടെ ഭാഗത്തു വരുമെന്ന് ഞാൻ കണക്കു കൂട്ടി. ഞാൻ സെക്കന്റു കൾ എണ്ണി പൊന്തയിലേക്കു കണ്ണും നട്ട് കിടക്കേ പെട്ടെന്ന് എന്റെ വലത്തു ഭാഗത്ത് മുൻവശത്തായി കാട്ടിൽ ചെറിയ ഒരു ചലനം ഉണ്ടായത് ഞാൻ കണ്ടു. ആ ഭാഗത്ത് കാട് ധാരാളമുണ്ട്. അത് എന്റെ പത്തുവാര മുൻപിൽ വരെയുണ്ടുതാനും. സൂക്ഷിച്ചു നോക്കിയപ്പോൾ നാലടി പൊക്കമുള്ള പുൽത്തല കൾക്കു മുകളിലായി എന്നെ ഉറ്റു നോക്കുന്ന ഒരു വലിയ കടുവയുടെ തല യാണ് ഞാൻ കണ്ടത്. റൈഫിൾ മെല്ലെ തിരിച്ച് കുഴൽ കടുവയുടെ നേർക്കു തിരിച്ചുകൊണ്ടുവന്ന് അവന്റെ വലതു കണ്ണിന് താഴെയായി ഉന്നം വച്ചു ഞാൻ നിറയൊഴിച്ചു.

പിന്നെ നടന്നത്, ഓർക്കുമ്പോൾ ഇന്നും എനിക്കു ഭയം തോന്നിക്കുന്ന ചില സംഭവങ്ങളാണ്. വെടി കൊണ്ട കടുവ പ്രതികാരം ചെയ്യാൻ എന്റെ നേർക്കു ചാടുമെന്നാണ് ഞാൻ കരുതിയത്. എന്നാൽ ഉണ്ടായത് അതല്ല. വെടിയേറ്റതും ഭയങ്കരമായ അലർച്ചയോടെ അവന്റെ ശരീരം പുല്ലിന്റെ മുകൾ ഭാഗത്തുയർന്നു വന്നിട്ട് ശക്തമായി അവിടെ കിടന്ന ഒരു മരത്തടിയിൽ ചെന്നലച്ചു വീണു. ഒരടിയോളം വണ്ണമുള്ള മരം അടുത്ത ദിവസങ്ങളിലെന്നോ കടപുഴകി വീണതായിരുന്നു. ആ വൃക്ഷം അവൻ കടിച്ചുകീറി ഇഞ്ച പോലെ യാക്കി. എന്റെ ശരീരമാണ് അതെന്ന ഭാവത്തിലായിരുന്നിരിക്കണം ആ തടി അവൻ മാന്തിയും കടിച്ചും കീറിയത്. ഇടയ്ക്കിടക്ക് ഗർജ്ജനം മുഴക്കുന്നു മുണ്ടായിരുന്നു. ഇതെല്ലാം നോക്കി ഞാൻ അനങ്ങാതെ കിടന്നു. പക്ഷേ അവന്റെ ശൗര്യം കണ്ടപ്പോൾ സത്യത്തിൽ ഭയം കൊണ്ട് ഞാൻ വിറച്ചു പോയി. എപ്പോഴാണിനി എന്റെ നേർക്കു ചാടുക എന്നോർത്ത് ഞാൻ തോക്കു ചൂണ്ടി അതേ കിടപ്പു കിടന്നു. കുറേനേരത്തെ പരാക്രമങ്ങൾക്കു ശേഷം അവൻ അലർച്ച നിർത്തി അവിടെ നിന്നും കാട്ടിലേക്കു കടന്നു പോയി. അതു കണ്ടിട്ടും വിശ്വാസം വരാതെ കുറേ സമയം കൂടി ഞാൻ അനങ്ങാതെ കിടന്നു. പിന്നെ മെല്ലെ എഴുന്നേറ്റ് വളരെ സൂക്ഷിച്ചു നടന്ന് അല്പം അകലെയുണ്ടായി രുന്ന ഒരു വൃക്ഷത്തിൽ പിടിച്ചു കയറി ഇരുന്നു കൊണ്ട് ചുറ്റുപാടും നോക്കി. കടുവ ആ ഭാഗത്തെങ്ങുമില്ല എന്നുറപ്പായപ്പോൾ മരത്തിൽ നിന്നിറങ്ങി ഞാൻ വീട്ടിലേക്കു മടങ്ങിപ്പോന്നു.

രണ്ട്

പിറ്റേന്നു രാവിലെ, മരം കയറാൻ നല്ല സാമർത്ഥ്യമുള്ള ഒരാളെ സഹായത്തിനു കൂട്ടിക്കൊണ്ട് ഞാൻ ആ മൈതാനത്തേക്കു ചെന്നു. അവിടെയുണ്ടായിരുന്ന ഉയരം കൂടിയ വൃക്ഷത്തിൽ കയറി പരിസരം പരിശോധിക്കാൻ ഞാൻ അയാളോടു പറഞ്ഞു. അയാൾ മരത്തിന്റെ ഉച്ചിയിൽ കയറി നോക്കിയിട്ട് നിഷേധാർത്ഥത്തിൽ തലയാട്ടിക്കാണിച്ചു. അയാൾ അവിടെത്തന്നെയിരുന്ന് സശ്രദ്ധം വീക്ഷിക്കാനും എവിടെയെങ്കിലും ഒരനക്കം കണ്ടാൽ എന്നെ അറിയിക്കാനും നിർദ്ദേശിച്ചിട്ട് ഞാൻ, തലേന്നു കടുവ വെടികൊണ്ടു വീണ സ്ഥലത്തേക്കു നടന്നു.

ആ മരത്തിന്റെ തടിയും ചില്ലകളുമെല്ലാം കടിച്ചുകീറിയിട്ടിരുന്നതിനു പുറമെ ആ ഭാഗത്തുള്ള ചെടികളെല്ലാം അവൻ തകർത്തിരുന്നു. ധാരാളം രക്തം അവിടെ വീണു കിടക്കുന്നതും കണ്ടു. സൂക്ഷിച്ചു നോക്കിയപ്പോൾ എനിക്കു ചെറിയൊരു എല്ലിൻതുണ്ട് കിട്ടി. അതു പരിശോധിച്ചപ്പോൾ അവന്റെ തലയോട്ടിയുടെ ചെറിയൊരു ഭാഗമാണതെന്ന് എനിക്കു ബോദ്ധ്യമായി. രക്തപ്പാടുകൾ മറ്റെങ്ങോട്ടും പടർന്നതായി കണ്ടില്ല. അതിനർത്ഥം ഞാൻ പോകുന്നതുവരെയും അവൻ അവിടെത്തന്നെ കിടക്കുകയായിരുന്നു എന്നാണ്. തലേന്ന് ഞാൻ അത്രയൊക്കെ ശ്രദ്ധപാലിച്ചതു കൊണ്ടാണ് ഇപ്പോൾ ജീവൻ ബാക്കിയായതെന്നും എനിക്കു മനസ്സിലായി. വെടിയേറ്റ കടുവയെപ്പോലെ ഉഗ്രനായ മറ്റൊരു പ്രതികാരമൂർത്തിയില്ല. അവനവിടെ കിടന്ന് എന്നെ ശ്രദ്ധിക്കുകയായിരുന്നു. അതും, വെറും പത്തു വാര മാത്രം അകലെ. ഞാൻ അശ്രദ്ധമായി പിൻവാങ്ങുകയോ അവൻ കിടക്കുന്നിടത്തേക്കു ചെന്നുനോക്കാൻ ശ്രമിക്കുകയോ ചെയ്തിരുന്നെങ്കിൽ എന്നെ അവൻ വകവരുത്തുമായിരുന്നു എന്ന കാര്യത്തിൽ സംശയമില്ല. ഏതായാലും ഞാൻ പരിശോധന തുടർന്നു. അപ്പോൾ ചെടികളുടെ ഇലയിലും ചില്ലകളിലും രക്തം പുരണ്ടിരിക്കുന്നതായി കണ്ടു. വെടിയേറ്റ ഭാഗത്തെ വേദനമൂലം അവൻ തല ചെടികളിൽ ഉരസിയതാവും. ആ അടയാളം നോക്കി നോക്കി ഞാൻ ഏതാണ്ട് ഇരുന്നൂറു വാര അകലെ നിൽക്കുന്ന ഒരു ഇലവു മരത്തിന്റെ ചുവടുവരെയെത്തി. പിന്നെയൊന്നും കാണാനില്ല. ഞാൻ മടങ്ങി വന്ന് എന്റെ സഹായി ഇരിക്കുന്ന വൃക്ഷത്തിൽ പിടിച്ചുകയറി എനിക്കു പോകേണ്ട ഭാഗത്തേക്കു നോക്കി. മുറിവേറ്റ കടുവയെ ആ ഭാഗത്തെവിടെയെങ്കിലും കാണാൻ കഴിയുമോ എന്നായിരുന്നു എന്റെ നോട്ടം. സാധാരണഗതിയിൽ തലയ്ക്കു പരിക്കേറ്റ ഒരു കടുവ ഏതാനും മണിക്കൂറുകൾക്കകം ചാകും. ചിലത് ഏതാനും ദിവസങ്ങൾ കഴിഞ്ഞാവും ചാവുക. ചിലപ്പോൾ അത്ഭുതകരമായ രീതിയിൽ മുറികൂടി പിന്നെയും എത്രയോ കാലം ജീവിച്ചെന്നും വരാം.

മരത്തിലിരുന്നു നോക്കിയപ്പോൾ ഞാൻ അല്പം മുമ്പു കണ്ട ഇലവു മരത്തിന്റെ അല്പം ഇടതു മാറി രണ്ടു വൃക്ഷങ്ങൾ നില്ക്കുന്നത് കണ്ടു.

ഒരു മരം രക്തം കിടന്നിരുന്നിടത്തു നിന്നും മുപ്പത് വാരയും മറ്റേത് അൻപത് വാരയും അകലെയാണെന്നും ഞാൻ മനസ്സിലാക്കി. ചങ്ങാതിയോട് മരത്തിൽ തന്നെ ഇരിക്കാൻ പറഞ്ഞിട്ട് ഞാൻ താഴെയിറങ്ങി നടന്നു മുപ്പത് വാര അകലെയുള്ള മരത്തിൽ കയറിയിരുന്നു. എന്റെ പക്കൽ റൈഫിളും ചെറിയൊരു തോക്കും, നൂറു തിരകൾ അടങ്ങുന്ന സഞ്ചിയും ഉണ്ടായിരുന്നു. റൈഫിളും തോക്കും ഒരു കയറിന്റെ അറ്റത്ത് ഭദ്രമായി കെട്ടി അതും വലിച്ചു കൊണ്ടാണ് ഞാനാമരത്തിൽ മുപ്പതടിയോളം ഉയരത്തിൽ കയറിപ്പറ്റിയത്. മരത്തിന്റെ ഒരു കവട്ടയിൽ റൈഫിൾ ചാരിവച്ച് ചെറിയ തോക്കു കൊണ്ട് കാട്ടിലേക്കു വെറുതെ അടുപ്പിച്ചടുപ്പിച്ച് വെടിയുതിർക്കാൻ തുടങ്ങി. രണ്ടാമത്തെ മരത്തിന്റെ ചുവടുവരെ ഇങ്ങനെ വെടിയുതിർത്തു. കടുവ പതിയിരിക്കുന്ന സങ്കേതം അറിയാനായിരുന്നു ഈ സാമ്പിൾ വെടികൾ. ഒരിക്കൽ വെടിയേറ്റ കടുവ വീണ്ടും വെടിയൊച്ച കേൾക്കുമ്പോൾ പ്രതികരിക്കാതിരിക്കില്ല. പക്ഷേ എന്റെ ശ്രമം വിഫലമായി. കടുവ ആ ഭാഗത്തെങ്ങും ഉള്ളതായി ഒരു സൂചനയും എനിക്കു കിട്ടിയില്ല. ഞാൻ മരത്തിൽ നിന്നു താഴെയിറങ്ങി രണ്ടാമത്തെ മരത്തിൽ വലിഞ്ഞുകയറി. അതിലിരുന്നു കൊണ്ട് മുമ്പത്തെ പോലെ സാമ്പിൾ വെടികളുതിർത്തു നോക്കി. ഒരു വെടി ഇലവു മരത്തിലേക്കും കൊടുത്തു. അപ്പോൾ ഒരു മുരൾച്ച കേട്ടതുപോലെ തോന്നിയെങ്കിലും പിന്നെയും നിശ്ശബ്ദത തുടർന്നു. ഒരുപക്ഷേ എന്റെ പ്രതീക്ഷയുടെ ആധിക്യം മൂലം എനിക്കു തോന്നിയതാവുമെന്ന് ഞാൻ കരുതി. എന്റെ വെടിയുണ്ടകളുടെ സഞ്ചിയും പ്രതീക്ഷകളുടെ സഞ്ചിയും ഒരുപോലെ കാലിയായതു കൊണ്ട് ഇന്നത്തെ പരിപാടി മതിയാക്കാമെന്നുറപ്പിച്ചു. മരത്തിൽ നിന്നിറങ്ങി എന്റെ സഹായിയെയും വിളിച്ചിറക്കി മടങ്ങിപ്പോന്നു.

പിറ്റേന്ന് ഞാൻ വീണ്ടും അവിടെയെത്തിയപ്പോൾ എന്റെ പഴയ സുഹൃത്ത് തന്റെ പോത്തുകളുമായി അവിടെ വന്നിരിക്കുന്നതു കണ്ടു. പോത്തുകൾ സമാധാനമായി പുല്ലു തിന്നുകൊണ്ടിരിക്കെ ഞങ്ങൾ ഒരിടത്ത് മാറിയിരുന്ന് സിഗററ്റ് വലിക്കാനാരംഭിച്ചു. എന്റെ ഈ സ്നേഹിതൻ അപാര ധൈര്യശാലിയും സാമാന്യം ഭേദപ്പെട്ട ഒരു വേട്ടക്കാരനും സർവ്വോപരി കാടിനെക്കുറിച്ചും കാട്ടു മൃഗങ്ങളെക്കുറിച്ചുമൊക്കെ വളരെ ധാരണയുള്ള വ്യക്തിയുമായിരുന്നു.

ബ്രഹ്മചാരികടുവ ചത്തു എന്നുതന്നെയാണ് എന്റെ സ്നേഹിതൻ വിശ്വസിക്കുന്നത്. അതുകൊണ്ട് തന്നെയാണ് മൂപ്പർ പോത്തുകളുമായി വീണ്ടും വന്നതും. അന്ന് ഞാൻ മൂപ്പരേയും പോത്തുകളേയും അരുവി കടത്തി വിട്ടിട്ട് കാട്ടിലേക്കു മടങ്ങിപ്പോന്നതു മുതൽ കക്ഷി ശ്രദ്ധിച്ചിരിക്കുകയായിരുന്നു. കുറേ കഴിഞ്ഞ് രണ്ടു കടുവകളുടെ അലർച്ച കേട്ടു. പിന്നെ ഒരു വെടിയും, തുടർന്നു ഒരു കടുവയുടെ തുടർച്ചയായുള്ള ഗർജ്ജനവും കേട്ടു. അതിൽ നിന്നും കടുവയ്ക്ക് എന്റെ വെടിയേറ്റു എന്നുറപ്പായി. കടുവ ചത്തുകാണുമെന്നും അയാൾ പ്രതീക്ഷിച്ചു. എന്നാൽ പിറ്റേന്നു തുടരെ നൂറു വെടി ശബ്ദം

കേട്ടപ്പോൾ കക്ഷിയാകെ ആശയക്കുഴപ്പത്തിലായി. ഇന്ന് രാവിലെ അയാൾ വന്നുനോക്കിയത് സംശയം തീർക്കാനാണ്. പോത്തുകളാണ് കടുവയുടെ മണം പിടിച്ച് അയാളെ അവിടേക്കു നയിച്ചത്. വന്നു നോക്കുമ്പോൾ രക്തം തളം കെട്ടി കിടക്കുന്നതും അതിനടുത്ത് കടുവയുടെ തലയോട്ടിയിൽ നിന്നു ചിതറിച്ചെറിച്ച ഒരു എല്ലിൻ കഷ്ണം കിടക്കുന്നതും അയാൾ കണ്ടു. തല യോട്ടിയിൽ വെടിയേറ്റ ഒരു കടുവ ഏതാനും മണിക്കൂറുകൾക്കുള്ളിൽ മരിച്ചി രിക്കും എന്ന കാര്യം അദ്ദേഹത്തിന് ഉറപ്പാണത്രേ. അതെവിടെയാണ് ചത്തു കിടക്കുന്നതെന്നു കണ്ടെത്താൻ തൻെറ പോത്തുകൾ സഹായിക്കുമെന്നും മൂപ്പർ പറഞ്ഞു.

അങ്ങനെ പോത്തുകളെ മുന്നിൽ നടത്തി ഞങ്ങൾ തിരച്ചിൽ ആരംഭിച്ചു. വളരെ സാവധാനമാണ് ഞങ്ങൾ നടന്നത്. കാരണം, വഴി വളരെ ദുർഘട മായിരുന്നു. ഇലവു മരത്തിന്റെ ചുവട്ടിലെത്തിയപ്പോൾ അവിടെ ഒരു കുഴി കണ്ടെത്തി. അതിൽ കരിയിലകൾ നിറഞ്ഞുകിടന്നിരുന്നു. ആ ഇലകളിൽ ചോരത്തുള്ളികൾ ഉണങ്ങിയും ഉണങ്ങാതെയും കാണപ്പെട്ടു. അല്പം മുമ്പു വരെ കടുവ അവിടെയുണ്ടായിരുന്നു എന്ന് ഞങ്ങൾക്കു ബോധ്യമായി. തലേന്ന് ഞാൻ ഇലവുമരത്തിന്റെ നേർക്കു വെടിയുതിർത്തപ്പോൾ കേട്ട മുരൾച്ച യാഥാർത്ഥ്യമായിരുന്നു. അവനപ്പോൾ ഈ കുഴിയിൽ കിടക്കുക യായിരുന്നിരിക്കണം. ഇപ്പോൾ പോത്തുകളും ഞങ്ങളും വരുന്നതുകണ്ട് അവൻ എഴുന്നേറ്റു പോയതാവണം. പോത്തുകളാകട്ടെ കാലുകൾ കൊണ്ടു തറ മാന്താനും അമറാനും തുടങ്ങി. ഞങ്ങൾ വേഗം പോത്തുകളെയും തെളിച്ചു മൈതാനത്തേക്കു മടങ്ങിപ്പോന്നു. കടുവ ഇനിയും ചത്തിട്ടില്ലെന്നും അതിനെ കൊന്നിട്ടേ താൻ മടങ്ങുന്നുള്ളൂ എന്നും, സ്നേഹിതൻ പോത്തു കളേയും കൊണ്ട് മടങ്ങി പോകണമെന്നും ഞാൻ അയാളോട് പറഞ്ഞു. ഞാൻ സാധാരണ വീട്ടിലേക്കു പോകാൻ ഉപയോഗിക്കാറുള്ള നടപ്പാതയിൽ കടുവയുടെ കാല്പാടുകൾ പതിഞ്ഞിരിക്കുന്നത് ഞാൻ കണ്ടു. ആ കാല്പാടു കൾ പിൻതുടർന്നു ചെന്നപ്പോൾ ഇലവുമരത്തിന്റെ കടയ്ക്കൽനിന്നും നൂറു വാരയോളം വലത്തായി കാണുന്ന കാട്ടിലേക്കാണ് കടുവ പോയതെന്ന് എനിക്കു മനസ്സിലായി.

ഞാൻ കാട്ടിനുള്ളിൽ പ്രവേശിച്ചു. അവിടെ അടയാളങ്ങളൊന്നും കണ്ടില്ല. ചെടികൾ തിങ്ങിവളർന്ന ആ കൊടുങ്കാട്ടിലൂടെയുള്ള നടപ്പ് അത്ര എളുപ്പ മായിരുന്നില്ല. ഒരുമണിക്കൂറിലധികം അങ്ങനെ വളഞ്ഞും തിരിഞ്ഞും നടന്ന പ്പോൾ ഒരു നീർച്ചോലയുടെ അടുത്തെത്തി. നീർച്ചാലിൽ, പക്ഷേ, വെള്ള മുണ്ടായിരുന്നില്ല. നീർച്ചാലിന്റെ മുകൾഭാഗത്തേക്കു നോക്കിയപ്പോൾ ഒരു കടുവയുടെ പിൻകാലുകളും വാലുമാണ് ഞാൻ കണ്ടത്. നിശ്ചലനായി നിൽക്കുന്ന അവന്റെ ഉടലും തലയും ഒരു മരത്തിന്റെ മറവിലായതുകൊണ്ട് കാണാൻ പറ്റുന്നില്ല. അവന്റെ കാലിനെ ലക്ഷ്യമാക്കി വെടിയുതിർക്കാൻ

ഞാൻ റൈഫിളുയർത്തിയെങ്കിലും അടുത്ത നിമിഷം അതു വേണ്ടന്നു വച്ചു. കാരണം കടുവയും ഞാനും തമ്മിലുള്ള അകലം പത്തുവാര മാത്രമാണ്. നേരത്തെ എന്റെ വെടിയേറ്റ കടുവ തന്നെയാണോ അതെന്നറിയില്ല. മറ്റൊരു കടുവയാണതെങ്കിൽ കാലിനു വെടിയേറ്റാൽ അവൻ തിരിഞ്ഞ് എന്നെ ആക്രമിക്കും എന്നതിൽ സംശയമില്ല. ഇങ്ങനെ ചിന്തിക്കുന്നതിനിടയിൽ കടുവ അവിടെ നിന്നും നടന്നകന്നു.

ഞാൻ ചെന്നു നോക്കുമ്പോൾ അവൻ നിന്നിരുന്ന ഭാഗത്ത് രക്തത്തുള്ളികൾ വീണുകിടക്കുന്നതാണ് കണ്ടത്. അപ്പോൾ അത് അവൻ തന്നെ. ഒരു വെടികൂടി കൊണ്ടിരുന്നെങ്കിൽ അവന്റെ കഥ കഴിയുമായിരുന്നു. പക്ഷേ ഇനി പറഞ്ഞിട്ടെന്തുകാര്യം. കാൽ മൈൽ അകലെയുള്ള ഒരരുവിയിലേക്കാവും അവൻ പോയിരിക്കുക എന്ന് എനിക്കു തോന്നി. ഞാൻ വേഗം മറ്റൊരു വഴിക്ക് അരുവിയുടെ ഭാഗത്തേക്കു നടന്നു. അരുവിക്കരയിലേക്കുള്ള നായാട്ടു പാതയിലൂടെയാണ് ഞാൻ നടന്നത്. കുറച്ചു ദൂരം ചെന്നപ്പോൾ ഒരു മാൻ കരഞ്ഞുകൊണ്ട് എന്റെ മുന്നിൽക്കൂടി ചാടി ഓടിപ്പോയി. ഞാനിപ്പോൾ കടുവയെക്കാൾ മുന്നിലാണെന്ന് എനിക്കു തോന്നി. കുറച്ചു കൂടി നടന്നപ്പോൾ ഭാരമുള്ള ഒരു മൃഗം വീണ് ഒടിയുംപോലെ ഒരു മരക്കൊമ്പ് ഒടിഞ്ഞുവീണ ശബ്ദവും കേട്ടു. മാൻ ഓടി വന്നത് ആ ഭാഗത്തുനിന്നാണ്. അതിനർത്ഥം കടുവ ആ ഭാഗത്തുണ്ടെന്നു തന്നെയാണ്. ഞാൻ നിലത്ത് കുനിഞ്ഞിരുന്നു കാൽമുട്ടുകളും കൈപ്പത്തികളും ഉപയോഗിച്ച് അങ്ങോട്ട് ഇഴഞ്ഞു നീങ്ങാൻ തുടങ്ങി.

ഏഴെട്ടടി ഉയരത്തിൽ ആ ഭാഗത്തെല്ലാം കാട്ടുചെടികൾ വളർന്നു നിന്നിരുന്നു. എങ്കിലും അവയ്ക്കിടയിലൂടെ പത്തുപതിനഞ്ചടി വരെ എനിക്കു മുന്നോട്ടു കാണാമായിരുന്നു. കടുവ ചാടിവരികയാണങ്കിൽത്തന്നെ അതെന്റെ മുൻഭാഗത്തു നിന്നായിരിക്കുമെന്ന് ഞാൻ കണക്കുകൂട്ടി. ഏതാണ്ട് മുപ്പതു വാരയോളം ഞാനിപ്രകാരം ഇഴഞ്ഞു നീങ്ങി. പെട്ടെന്ന് എന്റെ മുന്നിൽ ഒരു ചുവപ്പുനിറം പ്രത്യക്ഷപ്പെട്ടു. കരിയിലയിൽ സൂര്യപ്രകാശം വീഴുന്നതാണോ, അതോ ആ കടുവയുടെ മേനിത്തിളക്കമാണോ അതെന്നു വ്യക്തമായില്ല. പിന്നീടങ്ങോട്ട് ഞാൻ നീങ്ങിയത് ഒരു പാമ്പിനെപ്പോലെ ഉദരം കൊണ്ട് ഇഴഞ്ഞിട്ടായിരുന്നു. രണ്ടുവാര ഇഴഞ്ഞിട്ട് തല ഉയർത്തി നോക്കിയപ്പോൾ അത് കടുവ തന്നെ എന്ന് ഉറപ്പായി. എന്റെ നേർക്കു ചാടാൻ ഒരുങ്ങുകയായിരുന്നു അവൻ. അവന്റെ ഇടത്തേ തോളിൽ സൂര്യപ്രകാശം പതിക്കുന്ന കാഴ്ചയാണ് ഞാൻ നേരത്തെ കണ്ടത്. നിമിഷത്തിനുള്ളിൽ ഞാൻ രണ്ടു തവണ നിറയൊഴിച്ചു. അതു രണ്ടും ശരിക്കേറ്റതിനാൽ ഒന്നു ശബ്ദിക്കുക പോലും ചെയ്യാതെ അവൻ മറിഞ്ഞുവീണു.

അടുത്തുചെന്നു നോക്കിയപ്പോൾ വീരചരമം പ്രാപിച്ചത് പൗവ്വൽഗാഡിലെ ബ്രഹ്മചാരിതന്നെയെന്ന് എനിക്കുറപ്പായി.

■

ജിം കോർബെറ്റ്

കന്ദാ നരഭോജി

എത്ര പരിഷ്കൃതരാണെന്നു ഭാവിച്ചാലും നമുക്കെല്ലാവർക്കും അത്യാവശ്യം അന്ധവിശ്വാസങ്ങളുമുണ്ട്. ഉദാഹരണത്തിന് '13' ഒരു ചീത്ത നമ്പറാണ്. ഭക്ഷണമേശയ്ക്ക് ചുറ്റുമായി പതിമൂന്നു പേരാണിരിക്കുന്നതെങ്കിൽ അത് ദോഷം. ഭക്ഷണസമയത്ത് വൈൻ പരസ്പരം കൈമാറുന്നത് ദോഷം. ഗോവണിപ്പടികൾക്ക് താഴെ കൂടി നടക്കുന്നതു കുഴപ്പമുണ്ടാക്കും. ഇങ്ങനെ, യാതൊരു പിൻബലവുമില്ലെങ്കിലും ഇവയൊക്കെ ആചരിക്കപ്പെടേണ്ടതും യാഥാർത്ഥ്യങ്ങളു മാണെന്ന് നാം കരുതും. എന്നിട്ട് ഇതിന്റെയൊക്കെ പേരിൽ പരസ്പരം പരിഹസിക്കുകയും ചെയ്യും.

മറ്റേതു വിഭാഗത്തിൽപ്പെട്ടവരേക്കാളും ഏറെ അന്ധവിശ്വാസം പുലർത്തുന്നവരാണ് നായാട്ടുകാർ എന്ന് ഞാൻ പറയില്ല. പക്ഷേ അങ്ങനെ ചിലപ്പോൾ തോന്നിയിട്ടുണ്ട്. ഉദാഹരണത്തിന്, ഞാൻ തന്നെ ചില അന്ധവിശ്വാസങ്ങൾക്ക് അടിമയാണ്. ഒരു കടുവയെ വേട്ടയാടാനിറങ്ങുമ്പോൾ ആ ദൗത്യം വിജയകരമാകണമെങ്കിൽ തുടക്കത്തിൽ തന്നെ ഒരു പാമ്പിനെ കൊന്നിരിക്കണം എന്നാണ് ഞാൻ വിശ്വസിച്ചു പോരുന്നത്. എന്റെ ഒരു ചങ്ങാതിയുണ്ട്. അയാൾ വേട്ടയ്ക്ക് ഇറങ്ങുമ്പോൾ കൃത്യമായി അഞ്ച് തിരകൾ എടുത്തിരിക്കും. ഒന്നു കൂടുകയില്ല; കുറയുകയുമില്ല. അതാണയാളുടെ അന്ധവിശ്വാസം. ഏഴു തിരകളാണ് ശുഭകരം എന്നുറച്ചു വിശ്വസിക്കുന്നയാളാണ് എന്റെ മറ്റൊരു സുഹൃത്ത്. ഇനിയൊരു വിദ്വാനാണെങ്കിലോ ഒരു മാനിനെ കൊന്നുകൊണ്ടേ നായാട്ട് ആരംഭിക്കൂ എന്ന് വലിയ നിർബന്ധക്കാരനാണ്.

മെയ് മാസത്തിലെ കത്തുന്ന വെയിലിൽ, ഞാൻ ഒരു കടുവയെ തേടിയുള്ള വ്യഥാന്വേഷണത്തിന്റെ മഹത്തായ പതിനഞ്ചാം ദിവസവും വെറുംകയ്യോടെ മടങ്ങുകയായിരുന്നു. അപകടകരമാം വിധം കിഴ്ക്കാംതൂക്കായ ഒരു കുന്നിൻ ചെരിവിലൂടെ വിയർത്തൊലിച്ച്, മുള്ളും കമ്പുമെല്ലാം കൊണ്ട് ആകെ കീറിമുറിഞ്ഞ ദേഹത്തിന്റെ നീറ്റലും സഹിച്ച്, ആകപ്പാടെ തളർന്നു താമസസ്ഥലത്ത് എത്തിച്ചേർന്നു. രണ്ടു മുറികൾ മാത്രമുള്ള ഒരു ഫോറസ്റ്റ് ബംഗ്ലാവാണ് എന്റെ താമസസ്ഥലം. എന്റെ വരവും കാത്ത് ഏതാനും ഗ്രാമവാസികൾ അക്ഷമരായി ബംഗ്ലാവിന്റെ മുറ്റത്ത് കാത്ത് നിന്നിരുന്നു. എന്റെ എല്ലാ ക്ഷീണവും അകറ്റാൻ

പോന്ന ഒരു വാർത്തയാണവർ അറിയിച്ചത്. ഗ്രാമാതിർത്തിയിൽ നരഭോജി യായ കടുവയെ അവർ കണ്ടിരിക്കുന്നു. പതിനഞ്ച് നാളുകളായി ഞാൻ തേടുന്നവൻ ഇതാ ഇങ്ങോട്ടു വന്നിരിക്കുന്നു. സന്തോഷമായി എനിക്ക്. പക്ഷേ സന്ധ്യമയങ്ങാൻ തുടങ്ങിയതുകൊണ്ട് അന്ന് ഒന്നും ചെയ്യാൻ നിർവ്വാഹമുണ്ടാ യിരുന്നില്ല. ആരും ഗ്രാമം വിട്ട് പുറത്തിറങ്ങരുതെന്ന് നിർദ്ദേശിച്ച് ഞാനവരെ മടക്കി അയച്ചു.

ഫോറസ്റ്റ് ബംഗ്ലാവ് ഒരു മലയിടുക്കിലാണ് സ്ഥിതിചെയ്യുന്നത്. ആ മലയി ടുക്കിന്റെ ഏറ്റവും അങ്ങേ അറ്റത്താണ് ഈ ഗ്രാമം. അടുത്തെങ്ങും വേറെ ഗ്രാമങ്ങളൊന്നുമില്ല. ചുറ്റുപാടും അത്യുഗ്രൻ വനങ്ങളാണ്. ഇക്കാരണത്താൽ തന്നെ ഈ ഗ്രാമത്തിലെ സാധുക്കളായ ജനങ്ങൾ ഇടയ്ക്കിടെ കടുവയുടെ ആക്രമണത്തിന് ഇരയാകാറുണ്ട്. രണ്ടു സ്ത്രീകളും ഒരു പുരുഷനും കടുവ യുടെ ഇരകളായത് അടുത്തകാലത്താണ്.

പിറ്റേന്ന് അതിരാവിലെ തന്നെ ഞാൻ ഗ്രാമത്തിന്റെ അതിരിലൂടെ ഒരു റൗണ്ട് നടന്നുനോക്കി. വിശേഷാൽ ഒന്നും കണ്ടില്ല. രണ്ടാമത്തെ വട്ടം നടക്കാൻ തുടങ്ങിയത് ആദ്യം നടന്നതിൽ നിന്ന് രണ്ട് ഫർലോങ്ങ് താഴെ കൂടിയായി രുന്നു. കീഴ്ക്കാംതൂക്കായതും തെന്നിവീഴാൻ സർവ്വ സാധ്യതയുള്ളതുമായ ആ ഭാഗം കടന്ന് ഞാൻ ചെറിയൊരു തോടിനരികിലെത്തി. മഴക്കാലത്ത് കുന്നിന്റെ മുകളിൽ നിന്നും ശക്തിയായി വെള്ളം ഒലിച്ചിറങ്ങി വന്ന് ഒഴുകി യുണ്ടായതാണ് ആ തോട്. ആ ഭാഗത്തൊന്നും കടുവയില്ലെന്നുറപ്പിക്കാൻ തുടങ്ങുമ്പോൾ ഉദ്ദേശം ഇരുപത്തഞ്ചടി അകലെ, എന്റെ മുന്നിൽ ഒരനക്കം കണ്ടു. ചെറിയൊരു വെള്ളക്കുഴിയുടെ അടുത്ത് തല ഉയർത്തി നിൽക്കുന്ന ഒരു പാമ്പ്. അവൻ സുന്ദരവും ഭീഷണവുമായ രീതിയിൽ ഫണം വിടർത്തി യാണ് നിൽക്കുന്നത്. വെറും സാദാ പാമ്പൊന്നുമല്ല. മൂപ്പർ നല്ല തറവാടി തന്നെ. കഴുത്തിന് നല്ല ഓറഞ്ചു നിറം. താഴോട്ടു വരുംതോറും സ്വർണ്ണ വർണ്ണ മായി മാറുന്നു. പുറമാകട്ടെ നല്ല പച്ച നിറം. പതിനാലടിയെങ്കിലും നീളം വരുന്ന ഒരുശിരൻ സർപ്പമാണവൻ. സർപ്പങ്ങളെപ്പറ്റി ഒരുപാട് കഥകളുണ്ട്. അങ്ങോട്ടു പദ്രവിച്ചാൽ അതു പ്രതികാരമൂർത്തിയായി മാറും. അസാധാരണമായ വേഗത യിലാകും അതു പാഞ്ഞു വരിക. ഞാനിപ്പോൾ ആക്രമിക്കപ്പെടുമെന്നു തോന്നി. അവൻ എന്നെ തന്നെയാണ് നോക്കുന്നത്. എനിക്കവനെ നിസ്സാര മായി ഒഴിവാക്കാം. വിടർത്തി പിടിച്ചിരിക്കുന്ന പത്തിയുടെ നടുവിലേക്ക് 'ടിഷ്യം' എന്നൊരുണ്ട പായിക്കേണ്ട കാര്യമേയുള്ളൂ. പക്ഷേ ആ സുന്ദരനെ കൊല്ലാൻ എനിക്കു മനസ്സു വരുന്നില്ല. മാത്രമല്ല അവനെ വെടിവെയക്കുന്നത് ഇപ്പോ ഴത്തെ എന്റെ പ്രധാന ദൗത്യത്തിനു ദോഷകരമായി തീരുകയും ചെയ്യും. വെടിയുടെ ശബ്ദം കേട്ടാൽ, സമീപ പ്രദേശത്തെവിടെയെങ്കിലും നരഭോജി യായ കടുവ ഉണ്ടെങ്കിൽ അവൻ ഓടിക്കളയും. എത്ര ദിവസമായി ഞാനവനേയും തേടി കുന്നും മലയും കാടും നിരങ്ങുന്നു. ഒടുവിലിതാ തൊട്ടടുത്തെവിടെയോ ഉണ്ടെന്ന ഒരവസ്ഥയിൽ എത്തിയപ്പോൾ മണ്ടത്തരം കാട്ടുന്നതെങ്ങനെ.

ഒരു മിനിറ്റ് കടന്നു പോയി. ആ മിനിറ്റിന് എന്തൊരു നീളം! പാമ്പ് എന്നെ നോക്കി നാവു നീട്ടുകയും ആക്രമിക്കാൻ ഒരുങ്ങുകയുമാണ്. ഞാനും അവനെത്തന്നെ തുറിച്ചു നോക്കി നിൽക്കുകയാണല്ലോ. എന്റെ നില്പ് അത്ര പന്തിയല്ലെന്നു തോന്നിയിട്ടാവാം അവൻ പത്തി താഴ്ത്തി കുന്നിന്റെ മുകളിലേക്ക് ഇഴഞ്ഞു പോകാൻ തുടങ്ങി. പോകട്ടെ പാവം എന്ന് വിചാരിച്ചാൽ മതിയായിരുന്നു എനിക്ക്. പക്ഷേ കടുവാവധം വിജയകരമാവണമെങ്കിൽ ഒരു പാമ്പിൽ നിന്നാരംഭിക്കണമെന്ന എന്റെ നടേ പറഞ്ഞ അന്ധവിശ്വാസം കൊണ്ടാണോയെന്തോ ഞാനൊരു അബദ്ധം കാണിച്ചു. ഒരു കല്ലെടുത്ത് പാമ്പിന്റെ തല ലക്ഷ്യമാക്കി നല്ലൊരു ഏറു കൊടുത്തു. അതു പിടഞ്ഞു ചാവുമെന്നു ധരിച്ച എനിക്കു തെറ്റി. അതിനു ചെറിയ പരിക്കേ പറ്റിയുള്ളൂ. അവൻ പ്രതികാരമൂർത്തിയായി മാറി എന്റെ നേർക്ക് അതിവേഗം പാഞ്ഞു വന്നു. ഞാനുടനെ മറ്റൊരു കല്ലെടുത്ത് ഉന്നം തെറ്റാതെ അതിന്റെ തലയ്ക്കെറിഞ്ഞു കൊള്ളിച്ചു. അതോടെ പാമ്പ് ചത്തു. പിന്നെയും ഞാനെന്റെ പ്രദക്ഷിണം തുടർന്നു. പ്രത്യേകിച്ചൊരു ഗുണവും അതുകൊണ്ടുണ്ടായില്ലെങ്കിലും പാമ്പിനെ കൊല്ലാൻ കഴിഞ്ഞ സ്ഥിതിക്ക്, ഇനി കടുവയുടെ കാര്യം എളുപ്പമാകും എന്നൊരു വിശ്വാസം എനിക്കുണ്ടായി.

അടുത്ത ദിവസവും ഈ ആത്മവിശ്വാസത്തോടെ ഞാൻ ഊരുചുറ്റൽ നടത്തി. അന്ന് വൈകുന്നേരത്തോടെ ഒരു വയലിന്റെ ഭാഗത്ത് കടുവയുടെ കാല്പാടുകൾ കണ്ടെത്താൻ എനിക്കു സാധിച്ചു. അതു കണ്ട് ഞാൻ സന്തോഷിച്ചെങ്കിലും ഗ്രാമവാസികളാകെ ഭയന്നു വിറയ്ക്കുകയാണുണ്ടായത്. രാത്രി ആരും വീടിനു പുറത്തിറങ്ങാതെ സൂക്ഷിക്കാൻ പറഞ്ഞിട്ട് ഞാൻ ബംഗ്ലാവിലേക്കു തിരിച്ചു നടന്നു. നാലു മൈൽ ദൂരം നടക്കണം ബംഗ്ലാവിലെത്താൻ. ഇത്തരം സന്ദർഭങ്ങളിൽ ഒരു നായാട്ടുകാരൻ വളരെ ശ്രദ്ധാലുവായിരിക്കണം. പഞ്ചേന്ദ്രിയങ്ങളും ഉണർന്നു പ്രവർത്തിക്കേണ്ട സമയമാണത്. എന്നാൽ സഹായത്തിനാരെയെങ്കിലും കൂട്ടരുതോ എന്നാണെങ്കിൽ അതും ബുദ്ധിയല്ല. കാരണം ഈ നടപ്പിനിടയിൽ കടുവയെക്കാണാൻ കിട്ടിയാൽ ഒറ്റയ്ക്കവനെ നേരിടുകയാണ് എളുപ്പം. ഏതായാലും അതൊന്നും ഉണ്ടായില്ല.

പിറ്റേന്നു അതിരാവിലെ ഞാൻ ഗ്രാമത്തിലേക്കു ചെന്നപ്പോൾ ഒരു കൂട്ടം ആളുകൾ എന്നെ പ്രതീക്ഷിച്ച് നിൽക്കുന്നതാണ് കണ്ടത്. തലേന്നു രാത്രിയിൽ കടുവ ഒരു പോത്തിനെ കശാപ്പു ചെയ്തുവത്രേ! ഗ്രാമത്തിനുള്ളിൽ വച്ച് കൊലനടത്തി പോത്തിനെ കാട്ടിലേക്കു വലിച്ചു കൊണ്ടുപോയതാണെന്ന് അടയാളങ്ങളിൽ നിന്നും ബോധ്യമായി. ആവഴി നേരെ പോകാതെ ഞാൻ കുറേ അകലേക്കു നടന്ന് ഒരു വശത്ത് വച്ച് താഴ്വരയിലെത്തിയ ശേഷം നേരെ മുകളിലേക്കു നടന്നു. അവിടെയുള്ള കുന്നിൻ പരപ്പിൽ കടുവയും അതിന്റെ ഇരയായ പോത്തും ഉണ്ടാകുമെന്നാണ് ഞാൻ പ്രതീക്ഷിച്ചത്. കഷ്ടപ്പെട്ട് അവിടെയെത്തിയപ്പോഴേക്കും ഞാൻ നന്നായി വിയർത്തിരുന്നു.

ഒരല്പം വിശ്രമം വേണം. ഒരു സിഗററ്റും വലിക്കണം. അങ്ങനെ കുറച്ചു നേരം വിശ്രമിച്ച് ഞാൻ പിന്നെയും തിരച്ചിൽ തുടങ്ങി. കുന്നിൻ പരപ്പിന്റെ മുക്കാൽ ഭാഗവും പിന്നിട്ടപ്പോൾ ഒരു പൊന്തക്കാടിനടുത്ത് പോത്തിന്റെ മൃതദേഹം കിടക്കുന്നതു കണ്ടു. കടുവ അടുത്തെങ്ങും ഉള്ള ലക്ഷണം കണ്ടില്ല. ഞാൻ അല്പം ഉയരമുള്ള ഒരു കല്ലിന്റെ മുകളിൽ കയറി നിന്നു. അവിടെ നിന്നു കൊണ്ട് എനിക്കു പോത്തിനെയും പരിസരവുമെല്ലാം നന്നായി കാണാം.

എന്തെങ്കിലും അപ്രതീക്ഷിതമായി സംഭവിക്കും മുമ്പ് എന്റെ ഉള്ളിൽ ഒരു ഭൂതോദയം ഉണ്ടാകാറുണ്ട്. മൂന്നുനാല് മിനിറ്റുനേരം അങ്ങനെ നിന്ന പ്പോൾ അത്തരമൊരു ഉൾവിളി എനിക്കുണ്ടായി. കടുവ എന്റെ തൊട്ടടുത്തു ണ്ടെന്ന് ഞാൻ മനസ്സിലാക്കി. ഞാൻ നിന്നിരുന്ന പാറയിൽ നിന്നും പത്തിരു പതടി അകലെയായി ഒരു പൊന്തക്കാടുണ്ടായിരുന്നു. അതിനുള്ളിൽ ഒരനക്കം കണ്ടു. അടുത്ത നിമിഷം അവൻ കുന്നിൻ ചെരുവിലൂടെ കുതിച്ചു പാഞ്ഞു. ഞാൻ തോക്കെടുത്ത് ഉന്നം പിടിക്കുന്നതിനിടയിൽ അവൻ ഒരു വൃക്ഷത്തിനു പിന്നിൽ ഒളിച്ചു. ഞാൻ അങ്ങോട്ടു നടന്നു. ഏകദേശം പത്തറുപതു വാര അകലത്തിലെത്തിയപ്പോൾ ഒരു പാറക്കെട്ടിലേക്ക് അവൻ ചാടിക്കയറുന്നത് ഞാൻ കണ്ടു. ആ നിമിഷം ഞാൻ കാഞ്ചി വലിച്ചു. വെടിയേറ്റ് അവൻ പിന്നാക്കം മറിഞ്ഞു വീണു. അവിടെനിന്ന് ഭീകരമായ ഒരലർച്ചയോടെ അവൻ താഴേക്കുരുണ്ടു വന്നു. അവന്റെ പുറം തകർന്നു കാണുമെന്നും ഉരുണ്ടു ചുരുണ്ട് അവൻ എന്റെ കാൽക്കൽ വന്നു വീഴുമെന്നും ഞാൻ കരുതി. പക്ഷേ, അടുത്ത നിമിഷം അവൻ ചാടിയെണീറ്റ് കുന്നിൻ ചെരുവിലൂടെ കുതിച്ചു പായുന്നതാണു കണ്ടത്. അമ്പടാ മിടുക്കാ എന്ന് മനസ്സാ അഭിനന്ദിച്ചു കൊണ്ട് ഞാനവനെ തന്നെ നോക്കി നിന്നു. ഓടുന്ന കടുവയെ കാണാമെങ്കിലും വെടി വയ്ക്കാൻ കഴിയുമായിരുന്നില്ല. നിമിഷങ്ങൾക്കകം അവൻ മുളങ്കാട്ടിലൂടെ അടുത്ത താഴ്വരയിലേക്ക് ഓടി മറഞ്ഞു.

എന്റെ വെടിയുണ്ട അവന്റെ ഇടത്തെ തോളിൽ തറച്ച് അവിടെ നിന്ന് അല്പം എല്ലുമെടുത്ത് പിന്നെയും മുന്നോട്ടു പാഞ്ഞ് ഒരു പാറയിൽ തട്ടി അതേ വേഗതയിൽ തിരിച്ചു വന്ന് അവന്റെ താടിയെല്ലിൽ തറയ്ക്കുകയായി രുന്നു എന്ന് പിന്നീടു ഞാൻ മനസ്സിലാക്കി. ഇത്രയൊക്കെ ആയിട്ടും, ഒരു വെടി രണ്ടായി കൊണ്ടിട്ടും, കൂസലില്ലാതെ അവൻ ഓടിയതിലും അത്ഭുതമില്ല. കാരണം, വേദനയുണ്ടാക്കാമെങ്കിലും ആ പരിക്കുകൾ മരണകാരണമായി രുന്നില്ല. ഞാൻ, അടുത്ത താഴ്വരയിൽ അവൻ ഒളിച്ചിരിക്കാൻ ഇടയുണ്ടെന്നു സംശയിച്ച പൊന്തക്കാടിനു സമീപം ചെന്നെങ്കിലും, അതിനുള്ളിൽ നിന്നുമുള്ള അവന്റെ മുരൾച്ച കേൾക്കാനേ കഴിഞ്ഞുള്ളു. അവൻ പുറത്തുവന്നാലല്ലാതെ, അതിനുള്ളിൽ കടന്ന് ഒന്നും ചെയ്യാനുള്ള ബുദ്ധിമോശം ഞാൻ കാട്ടിയില്ല.

ഞാൻ മടങ്ങിയെത്തിയപ്പോൾ, വെടിയൊച്ച കേട്ട്, കടുവയുടെ കഥ കഴി ഞ്ഞിരിക്കുമെന്ന ആശ്വാസത്തോടെ എന്നെ പ്രതീക്ഷിച്ചു നിന്നിരുന്ന ഗ്രാമ

വാസികളോടു ഞാൻ സത്യം പറഞ്ഞു. അവർക്കു നിരാശയും ഭയവും വർദ്ധിച്ചു. ഞാൻ അവരെ സമാശ്വസിപ്പിച്ചു. പിറ്റേന്നു രാവിലെ വീണ്ടും തോക്കുമെടുത്ത് ഇര കിടക്കുന്ന ഭാഗത്ത് ഞാൻ എത്തി. കടുവ രാത്രി വന്ന് പോത്തിന്റെ കുറെ ഭാഗം തിന്നിരുന്നു. അതു കണ്ടപ്പോൾ എനിക്കു പ്രതീക്ഷയും സന്തോഷവും തോന്നി. ഇര ഇവിടെത്തന്നെ കിടന്നാൽ അവൻ വീണ്ടും ഇവിടെ വരുമെന്ന് ഉറപ്പാണ്. ഇവിടെ കാത്തിരുന്നാൽ അവനെ വീണ്ടും കാണാം. പക്ഷേ ഒരു കുഴപ്പമുണ്ടായിരുന്നു. ഒരു മച്ചാൻ കെട്ടിയോ അല്ലാതെയോ രാത്രി കാത്തിരിക്കാൻ പറ്റിയ വൃക്ഷങ്ങളൊന്നും ആ ഭാഗത്തുണ്ടായിരുന്നില്ല. തറയിലിരിക്കുന്നത് അപകടമാണ്. അക്കാര്യത്തിൽ എനിക്ക് ചില മുൻ ദുരനുഭവങ്ങളുണ്ട്.

അങ്ങനെ ചിന്തിച്ചു നിൽക്കുമ്പോൾ, കഴിഞ്ഞ ദിവസം അവൻ പോയി മറഞ്ഞ താഴ്‌വരയിൽ നിന്ന് കടുവയുടെ ഗർജ്ജനം ഞാൻ കേട്ടു. കടുവയുടെ ശബ്ദം മിമിക്രി ചെയ്ത് അവനെ ഞാൻ നിൽക്കുന്നിടത്തേക്ക് ആകർഷിക്കാൻ ശ്രമിച്ചു. എന്റെ ശബ്ദം യഥാർത്ഥമാണ്, തന്റെ ഇണയുടേതാണ്, എന്നു കരുതി അവൻ മറുവിളി മുഴക്കുന്നുണ്ടെങ്കിലും എന്തുകൊണ്ടോ അങ്ങോട്ടു വന്നില്ല. തലേന്ന് വെടിയേറ്റ സ്ഥലമാണെന്നതിനാലാവാം അവൻ വരാൻ മടിച്ചത്.

എന്തായാലും കാത്തിരിക്കാൻ തന്നെ ഞാൻ തീരുമാനിച്ചു. കുത്തനെ ഉയർന്ന മലയുടെ ഒരു ഭാഗത്തുള്ള വൃക്ഷത്തിൽ തറനിരപ്പിൽ നിന്നു എട്ടടിയോളം ഉയരത്തിലുള്ള ശിഖരമാണ് ഞാനതിനായി കണ്ടു വച്ചത്. വൈകീട്ട് നാലുമണിയോടെ ഞാനാ ശിഖരത്തിൽ കയറി ഇരിപ്പായി. എനിക്കു ഭക്ഷണവുമായി വന്നുപോയ ഗ്രാമീണരെ ഞാൻ ചില ചുമതലകൾ ഏല്പിച്ചിരുന്നു. അവർ സൂര്യോദയമാകുമ്പോൾ കുന്നിൻ മുകളിൽ നിന്ന് കൂവി വിളിച്ച് ശബ്ദമുണ്ടാക്കണം. അപ്പോൾ ഞാനൊരു പുള്ളിപ്പുലിയുടെ ശബ്ദം അനുകരിച്ചു കേൾപ്പിക്കുകയാണെങ്കിൽ എല്ലാവരും അനങ്ങാതെ ഇരുന്നു കൊള്ളണം. എന്റെ ഭാഗത്തു നിശ്ശബ്ദതയാണെങ്കിൽ എല്ലാവരും കുന്നിന്റെ രണ്ടു ഭാഗത്തും കൂടി ഒച്ചവച്ചും കല്ലുകൾ പെറുക്കി എറിഞ്ഞു കൊണ്ടും കയറി വരണമെന്നാണ് ഞാൻ പറഞ്ഞേല്പിച്ചിട്ടുള്ളത്.

വൃക്ഷശിഖരങ്ങളിൽ പറ്റിപ്പിടിച്ചിരുന്ന് അത്യാവശ്യം ഉറങ്ങാനൊക്കെ ഞാൻ പഠിച്ചിട്ടുണ്ട്. ഇന്നാണെങ്കിൽ ക്ഷീണവും ലേശം അധികം. ഞാൻ സുഖമായൊന്നുറങ്ങി. നേരം സന്ധ്യയാകുന്നു. ഒരു ഹനുമാൻ കുരങ്ങന്റെ അലാറമാണ് എന്നെ ഉണർത്തിയത്. താഴ്‌വരയുടെ അങ്ങേ ഭാഗത്തുള്ള ഒരു മരത്തിലിരുന്നാണ് ഹനുമാൻ സന്ധ്യാനാമം ജപിക്കുന്നത്. എന്നെ തുറിച്ചു നോക്കുന്നുമുണ്ട് മൂപ്പർ. മരത്തിൽ പിടിച്ചു കയറിയിരിക്കുന്ന പുള്ളിപ്പുലിയാണെന്നാവും അവൻ കരുതിയിരിക്കുക. ഏതായാലും ഇരുട്ടായതോടെ അവൻ നിശ്ശബ്ദനായി.

സമയം ഇഴഞ്ഞു നീങ്ങുന്നു. പെട്ടെന്ന് കുന്നിന്റെ മുകളിൽ നിന്നും ഒരു കല്ലുരുണ്ടു വന്ന് ഞാനിരിക്കുന്ന മരത്തിൽ വന്നിടിച്ചു. അതിനു പിന്നാലെ

ഒരു മൃഗത്തിന്റെ മൃദുലമായ പാതപദന ശബ്ദവും ഞാൻ കേട്ടു. അത് കടുവ തന്നെയെന്നു ഞാൻ ഉറപ്പിച്ചു. കടുവ ഇരയുടെ അടുത്തേക്കു പോകാതെ മുകളിലേക്കു കയറി വരുന്നതെന്ത് എന്നു ഞാനാലോചിച്ചു. അവൻ ശരിക്കും എന്നെ അന്വേഷിച്ചു വരികയാണെന്ന് പിന്നീട് എനിക്കു മനസ്സിലായി. ഞാൻ പകൽ ഈ വൃക്ഷത്തിൽ കയറിക്കൂടുന്നതെല്ലാം അവൻ എവിടെയോ ഒളിച്ചിരുന്ന് കണ്ടിരിക്കണം. വേണമെങ്കിൽ ഒരു വെടിയുതിർത്ത് അവനെ ഭയപ്പെടുത്താം. പക്ഷേ അതു ചിലപ്പോൾ ഇതുവരെയുള്ള എന്റെ പ്രയത്നം വെള്ളത്തിലാക്കും. ഈ മരത്തിലേക്കു കയറിവന്ന് അവൻ എന്നെ ആക്രമിക്കാൻ പോകുന്നില്ല. മരത്തിലേക്കു ചാടിക്കയറാൻ ശ്രമിച്ചാൽ പത്തുമുപ്പതടി താഴേക്കു അവൻ ചെന്നു വീഴുകയേ ഉണ്ടാകൂ. എന്നാൽ ചാടാതെ പിൻകാലുകളിൽ ഉയർന്നുനിന്നാൽ അവന് എന്നെ എത്തിപ്പിടിക്കാവുന്ന ഉയരമേയുള്ളു ഞാനിരിക്കുന്ന ശിഖരത്തിന്. ഏതായാലും ഞാൻ തോക്കെടുത്ത് അവനു നേർക്കു തിരിച്ചു പിടിച്ചു. കുഴലിന്റെ അറ്റത്തെ അടപ്പു നീക്കി. സേഫ്റ്റി ക്യാച്ചും നീക്കി. ഇതെല്ലാം കണ്ടുനിന്നിരുന്ന കടുവയ്ക്കു വാശികൂടി. അവന്റെ മുരൾച്ച കൂടുതൽ ഭയാനകമായി. ഞാൻ റൈഫിളിന്റെ കാഞ്ചിയിൽ വിരലമർത്തിയിരിക്കുകയാണ്. കടുവ എന്നെ എത്തിപ്പിടിക്കാൻ ശ്രമിച്ചാൽ അവന്റെ കൈകൾ റൈഫിളിന്റെ കുഴലിൽ തട്ടും. ഉടൻ വെടി പൊട്ടുകയും ചെയ്യും. ആ വെടികൊണ്ടു അവൻ ചത്തില്ലെങ്കിൽ തന്നെ അതിനിടയിൽ എനിക്ക് കൂടുതൽ ഉയരത്തിലേക്കു കയറിപ്പോകാൻ കഴിയും. പക്ഷേ അതൊന്നും വേണ്ടി വന്നില്ല. അല്പം കഴിഞ്ഞ് അവൻ എന്റെ ഇടതു ഭാഗത്തു കൂടി ചാടി ഓടിപ്പോയി. കുറച്ചു കഴിഞ്ഞപ്പോൾ പോത്ത് കിടക്കുന്ന ഭാഗത്തു നിന്ന് എല്ലു കടിച്ചു പൊട്ടിക്കുന്ന ശബ്ദം കേട്ടു. ഹാവൂ! ഞാൻ ഒന്നു സുഖകരമായി ഇരുന്നു. രാത്രി പുലരുവോളം ആ ശബ്ദം കേട്ടു കൊണ്ട് ഞാനിരുന്നു.

സൂര്യപ്രകാശം പരക്കാൻ തുടങ്ങിയെങ്കിലും ഇരുൾ പൂർണമായും പിൻമാറിയിട്ടില്ല. ആ അരണ്ട വെളിച്ചത്തിൽ എന്റെ ഇടതുഭാഗത്തുള്ള കുന്നിൻ ചെരുവിലൂടെ അതിവേഗം പാഞ്ഞു കയറുന്ന കടുവയെ ഞാൻ കണ്ടു. ഉറക്കച്ചടവും പ്രകാശക്കുറവും, ലക്ഷ്യം നോക്കി നിറയൊഴിക്കാൻ തടസ്സമായിരുന്നെങ്കിലും ഞാൻ നിറയൊഴിച്ചു. ഞാനുദ്ദേശിച്ച സ്ഥാനത്തു തന്നെ വെടുയുണ്ട തുളച്ചു കയറി. എന്നാലും ഒരലർച്ചയോടെ അവൻ എന്റെ നേർക്കു കുതിച്ചു വന്നു. ഞാനുടനെ രണ്ടാമത്തെ നിറയും ഒഴിച്ചു. അതും അവന്റെ നെഞ്ചിലാണ് ഏറ്റത്. എന്റെ ഇരിപ്പിടത്തിനു താഴെ വരെ പൊന്തിവന്നിട്ട് അവൻ തലകുത്തി മറിഞ്ഞു വീണത് നേരത്തെ കണ്ട വെള്ളക്കുഴിയിലേക്കായിരുന്നു. അവന്റെ രക്തം ചീറ്റിയൊഴുകിയതു കാരണം ആ കുഴിയിലെ വെള്ളം കടുംചുവപ്പായി. കടുവ ആ കുഴിയിൽ നിന്നും ഉരുണ്ട് പിരണ്ടെഴുന്നേറ്റ് താഴ്വരയെ ലക്ഷ്യമാക്കി വേച്ചുവേച്ച് നടന്നുപോയി.

ഞാൻ മരത്തിൽ നിന്നു താഴെയിറങ്ങാൻ നന്നേ വിഷമിച്ചു. കാരണം, പതിനഞ്ച് മണിക്കൂറിലധികം ഒരേ ഇരിപ്പിരുന്നതിനാൽ കൈകാലുകൾ മരവിച്ചു

പോയിരുന്നു. സ്വയം തിരുമ്മിത്തിരുമ്മി കയ്യും കാലുമൊക്കെ ചൂടുപിടിപ്പിച്ച ശേഷമാണ് എനിക്ക് എഴുന്നേറ്റു നടക്കാൻ സാധിച്ചത്. ഞാൻ കടുവയെ പിന്തുടർന്നു കുറച്ചു ദൂരം ചെന്നപ്പോൾ ഒരു പാറയുടെ താഴെയുള്ള ചെറിയൊരു വെള്ളക്കുഴിയിൽ അവൻ ചത്തു കിടക്കുന്നതു കണ്ടു. അതോടെ എനിക്കാശ്വാസമായി. അപ്പോഴേക്കും വെടിയൊച്ച കേട്ട്, കടുവയുടെ കഥ കഴിഞ്ഞു എന്നുറപ്പാക്കി ഗ്രാമവാസികൾ ബഹളം കൂട്ടിക്കൊണ്ട് ഓടി കുന്നിൻ മുകളിലെത്തി. അവിടെ എന്റെ തൊപ്പി വീണുകിടന്നിരുന്നതും മരച്ചുവട്ടിലെല്ലാം രക്തം തളംകെട്ടി കിടക്കുന്നതും കണ്ട് അവരൊന്നു പകച്ചു. എന്റെ കഥ കഴിഞ്ഞോ എന്നായിരുന്നു അവരുടെ ഭയം. ഏതായാലും അപ്പോഴേക്കും അവരെന്നെ കണ്ടു. അങ്ങനെ, എത്രയോ കാലമായി അവരുടെ ഉറക്കം കെടുത്തിയിരുന്ന കടുവയുടെ മൃതദേഹം നേരിൽ കണ്ട് അവർ സംതൃപ്തരായി.

ഇതിന് അനുബന്ധമായി മറ്റൊരു കഥകൂടി എനിക്കു നിങ്ങളോടു പറയാനുണ്ട്. മേൽപ്പറഞ്ഞ നരഭോജിയായ കടുവ കൊല്ലപ്പെട്ട സ്ഥലത്തിനടുത്തായി ഗ്രാമത്തിൽ ഒരു വയസ്സനും അയാളുടെ മകനും താമസിച്ചിരുന്നു. മകന് ഗഢ്വാൾ രാജ്യസൈന്യത്തിൽ ഒരു പട്ടാളക്കാരനായി ജോലി കിട്ടണമെന്നതായിരുന്നു വൃദ്ധന്റെ ആഗ്രഹം. അങ്ങനെയിരിക്കെ ഒരുനാൾ കുറേ ആളുകൾ ഗ്രാമത്തിലൂടെ ലാൻസ് ഡൗൺ ബസാറിലേക്ക് പോകുന്നത് മകൻ കണ്ടു. അവിടെയൊരു റിക്രൂട്ട്മെന്റ് നടക്കാൻ പോകുന്നു എന്നറിഞ്ഞ് അവനും അവരോടൊപ്പം പോയി. ഭാഗ്യത്തിന് അവന് സൈന്യത്തിൽ ചേരാൻ സാധിച്ചു. സൈനിക പരിശീലനം തുടങ്ങും മുമ്പ് ഒന്നു വീട്ടിൽ പോയി വരാൻ ഏതാനും ദിവസത്തെ അവധി അനുവദിച്ചപ്പോൾ അവൻ ഗ്രാമത്തിലേക്കു മടങ്ങി.

ഉച്ചയോടെ അവൻ ഗ്രാമത്തിലെത്തി. അവന്റെ അച്ഛൻ വയലിൽ കൃഷിപ്പണികൾക്കു പോയിരിക്കുകയായിരുന്നു അപ്പോൾ. അടുത്ത വീട്ടിലെ ഒരു സ്നേഹിതൻ അവനു ഭക്ഷണം നൽകി. കുറേ കഴിഞ്ഞ് കന്നുകാലികൾക്കുള്ള തീറ്റ സംഭരിക്കാനായി അവനും സമപ്രായക്കാരായ പത്തിരുപത് യുവാക്കളും കൂടി പുറപ്പെട്ടു. കുന്നിൻ മുകളിൽ ഓരം ചേർന്നാണാഗ്രാമം സ്ഥിതി ചെയ്യുന്നതെന്നു നേരത്തെ പറഞ്ഞിട്ടുണ്ടല്ലോ. അതിനു ചുറ്റും കൊടുംകാടാണ്. ആ കാട്ടിനടുത്തു പുല്ലരിഞ്ഞു നില്ക്കുമ്പോഴാണ് രണ്ടു സ്ത്രീകളെ കടുവ കൊണ്ടുപോയത്. അതുകൊണ്ട് ആരും പുല്ലരിയാൻ അങ്ങോട്ടു പോകാറില്ല. പകരം, മരങ്ങളിലെ ഇലകളും വള്ളിപ്പടർപ്പുകളുമൊക്കെ ചെത്തിക്കണ്ടിച്ചാണ് അവർ കന്നുകാലികൾക്കു തീറ്റയായി കൊടുത്തു പോന്നത്. ചെറുപ്പക്കാരുടെ സംഘം കൃഷി സ്ഥലങ്ങൾ കടന്ന് രണ്ട് ഫർലോങ് കീഴ്ക്കാംതൂക്കായ കുന്നിറങ്ങി താഴ്‌വരയുടെ തുടക്കത്തിലെത്തിച്ചേർന്നു. പരപ്പേറിയ താഴ്‌വരയിൽ ധാരാളം വൃക്ഷങ്ങളുണ്ട്. ആ സംഘം പല വൃക്ഷങ്ങളിലായി കയറി ആവശ്യാനുസരണം ഇലകളും കൊമ്പുകളും വെട്ടിയിറക്കി. അതെല്ലാം വെട്ടി തലയിലേറ്റിക്കൊണ്ട് അവർ സംഘം ചേർന്നു

മടക്കയാത്ര തുടങ്ങി. ഉള്ളിലെ പേടി അകറ്റാനും കടുവയെ ഭയപ്പെടുത്താനുമായി അവർ ഉറക്കെ വർത്തമാനം പറഞ്ഞും പൊട്ടിച്ചിരിച്ചും ബഹളമുണ്ടാക്കി കൊണ്ടാണ് നടന്നത്. അവർ നടക്കുന്ന വഴിയുടെ അരമൈലോളം താഴെ യായി ഒരു കടുവ അവരെ ശ്രദ്ധിച്ചുകൊണ്ട് കിടക്കുന്നുണ്ടായിരുന്നു. അവൻ ആ സംഘത്തെ ലക്ഷ്യമാക്കി അതിവേഗം നടന്നു.

നമ്മുടെ കഥാനായകൻ ഒരു ബോഹീനിയാ മരത്തിലാണ് കാലിത്തീറ്റ ശേഖരിക്കാൻ കയറിയത്. കാട്ടുപാതയിൽ നിന്നും ഇരുപതടി മുകളിലായിരുന്നു ആ വൃക്ഷം. പാതയുടെ ഓരത്ത് നിന്നും കടുവ മരത്തിലിരിക്കുന്ന യുവാവിനെ കണ്ടു. അവനെ ശ്രദ്ധിച്ചു കൊണ്ട് അതവിടെത്തന്നെ തക്കം പാർത്തു കിടന്നു. തനിക്കാവശ്യത്തിനുള്ള ഇലകൾ പറിച്ച് താഴെ ഇറങ്ങിയ യുവാവ് അതെല്ലാം കൂടി ഒരു കെട്ടാക്കാൻ തുടങ്ങിയപ്പോഴാണ് കുറച്ചു താഴെ കിടങ്ങുപോലെ യുള്ള ഭാഗത്ത് താൻ വെട്ടിയിട്ട രണ്ടു ചില്ലകൾ കിടക്കുന്നത് കണ്ടത്. അതെടു ക്കുന്നതിനായി അവൻ കിടങ്ങിലേക്കിറങ്ങുന്നത് കണ്ട് കടുവ മറുഭാഗത്തു കൂടി കിടങ്ങിന്റെ ഓരം ചേർന്ന് ഇഴഞ്ഞു വലിഞ്ഞു വരുന്നുണ്ടായിരുന്നു. പാവം, ആ യുവാവ് ചില്ലയെടുക്കാൻ കുനിഞ്ഞതും കടുവ അവന്റെ മേൽ ചാടിവീണതും ഒന്നിച്ചായിരുന്നു. ഈ സംഭവം എന്തുകൊണ്ടോ മറ്റു സംഘാംഗങ്ങൾ ആരും തന്നെ കാണുകയും ഉണ്ടായില്ല.

സന്ധ്യയോടെ മടങ്ങിയെത്തിയ വൃദ്ധൻ തന്റെ മകനു പട്ടാളത്തിൽ സെല ക്ഷൻ കിട്ടിയ വിവരമൊക്കെ അയൽക്കാർ പറഞ്ഞറിഞ്ഞു. കാലികൾക്ക് തീറ്റ ശേഖരിക്കാൻ പോയ അവനെയും കാത്ത് അയാളിരുന്നു. കുറെ വൈകി യിട്ടും മകനെ കാണാഞ്ഞ് അയാൾ അവന്റെ ഒപ്പം പോയവരുടെയെല്ലാം വീട്ടിൽ ചെന്ന് അന്വേഷിച്ചു. തങ്ങൾ ഒന്നിച്ചാണു പോയതെങ്കിലും മടങ്ങിയ പ്പോൾ അവൻ ഒപ്പമുണ്ടായിരുന്നതായി അതിലൊരാളും ഓർക്കുന്നില്ലെന്ന റിഞ്ഞപ്പോൾ വൃദ്ധനു പരിഭ്രാന്തിയേറി. അയാൾ വേഗം കുന്നിന്റെ വക്കിൽ ചെന്നു നിന്ന് മകനെ ഉറക്കെ വിളിച്ചുനോക്കി. എത്ര തവണ ആവർത്തിച്ചു വിളിച്ചിട്ടും ഫലമുണ്ടായില്ല. അപ്പോഴേക്കും ഇരുട്ടു കനത്തതിനാൽ അയാൾ മടങ്ങി വീട്ടിലെത്തി. ഒരു റാന്തൽ വിളക്കും കൊളുത്തിക്കൊണ്ട് പിന്നെയും തിരയാനിറങ്ങി. അതുകണ്ട് ഗ്രാമവാസികൾ അവളെ തടയാൻ ശ്രമിച്ചെങ്കിലും തന്റെ പ്രിയപുത്രനെ കണ്ടെത്താതെ ആ വൃദ്ധന് ഇരിക്കപ്പൊറുതി ലഭിക്കി ല്ലല്ലോ. ഒരാളും അയാളുടെ സഹായത്തിനു ചെല്ലാൻ തയ്യാറായില്ല. അയാളതു പ്രതീക്ഷിച്ചതുമില്ല. ആ ഭയങ്കരമായ വനപ്രദേശത്തു കൂടി അരണ്ട വെളിച്ചം മാത്രമുള്ള റാന്തലും തൂക്കിപ്പിടിച്ച് ആ മനുഷ്യൻ മകനെ തിരഞ്ഞു നടന്നു. അവനെ കടുവ കടിച്ചു കീറി തിന്നു കൊണ്ടിരുന്ന സ്ഥലത്തിന് തൊട്ടടുത്തു കൂടി പല തവണ ആ സാധു നടന്നിരിക്കണം.

ആ രാത്രി മുഴുവൻ ഒട്ടും ഭയമോ സങ്കോചമോ കൂടാതെ, പുത്രവത്സലനായ ആ വൃദ്ധൻ നടന്നു. നേരം പുലർന്നതിന് ശേഷമാണ് മകന്റെ മൃതദേഹം

അയാൾ കണ്ടെത്തിയത്. കടുവ തിന്നിട്ടു പോയ കുറെ എല്ലും മാംസത്തുണ്ടുകളും എന്നു പറയുന്നതാവും ശരി. എങ്കിലും അതെല്ലാം തൂത്തുവാരി മാറോടടുപ്പിച്ച് നിലവിളിച്ചു കൊണ്ട് വൃദ്ധൻ വീട്ടിലേക്കു മടങ്ങി. തന്റെ മകന്റെ ശവസംസ്കാരം നടത്തിയിട്ട്, പട്ടാളക്കാരനാകേണ്ടിയിരുന്ന അവനെ ഓർത്തു കരഞ്ഞുകൊണ്ട് അയാൾ ദിനരാത്രങ്ങൾ പിന്നിട്ടു.

ആ കടുവയെയാണ് ഞാൻ കൊന്നത്. അതറിഞ്ഞ് ഓടിയെത്തിയ ഗ്രാമീണരിൽ ആ വൃദ്ധനുമുണ്ടായിരുന്നു. തന്റെ സ്വപ്നങ്ങൾക്കൊപ്പം പൊന്നുമകനെ കടിച്ചു കീറിയ ആ കടുവയെ കൊന്ന എന്നോട് അദ്ദേഹം ഒരുപാടു നന്ദി പറഞ്ഞു. എനിക്കദ്ദേഹത്തോടു അനുശോചിക്കാൻ മാത്രമേ കഴിഞ്ഞുള്ളൂ.

■

ജിം കോർബെറ്റ്

ഒരു സുന്ദരന്റെ കഥ

ഒരു പ്രഭാതത്തിൽ ഞാനും എന്റെ പ്രിയപ്പെട്ട സ്പ്രിംഗർ സ്പാനിയൽ റോബിനും കൂടി വെറുതെ നടക്കാനിറങ്ങിയതായിരുന്നു. ബോവാർ പാലത്തിന് ഒരു മൈൽ പടിഞ്ഞാറുവരെ ഞങ്ങൾ ഫയർ ട്രാക്കിലൂടെ നടന്നു. മുന്നിൽ നടന്നിരുന്നത് റോബിനായിരുന്നു. പെട്ടെന്ന് അവൻ നടത്തം നിർത്തി. പുല്ലിലൊന്നു മണത്തിട്ട് അവൻ തിരിഞ്ഞ് എന്നെ നോക്കി. ഞാൻ ചെന്നു നോക്കിയെങ്കിലും പ്രത്യേകിച്ചൊന്നും കാണാൻ കഴിഞ്ഞില്ല. പക്ഷേ അവന് എന്തോ മണം കിട്ടിയിരിക്കുന്നു. ആ മണം പിന്തുടർന്നു നടക്കാൻ ഞാൻ റോബിനു നിർദ്ദേശം നൽകി. അവനുടനെ ഇടത്തോട്ടു തിരിഞ്ഞ് വായുവിൽ അലിഞ്ഞ ഗന്ധം പിന്തുടർന്നു നടന്നു. പിന്നാലെ ഞാനും. പെട്ടെന്ന് അവൻ ട്രാക്കിൽ നിന്നുമാറി ധാരാളം പുല്ലു വളർന്നു നിന്ന ഒരു ഭാഗത്തേക്കു നടന്നു. അവിടെ കണ്ട പുല്ലിൽ മൂക്കുരച്ചു കൊണ്ട് അവൻ എന്നെ നോക്കി; "എനിക്കു തെറ്റിയിട്ടില്ല, ഞാനുദ്ദേശിച്ചതു ശരിയാണ്" എന്നു പറയുംപോലെ അവൻ വാലും ആട്ടി മുരണ്ടു തുടങ്ങി.

"എങ്കിൽ നമുക്കൊന്നു നോക്കിക്കളയാം റോബിൻ" എന്ന് ഉള്ളിൽ പറഞ്ഞു കൊണ്ട് ഞാനവനെ പിൻതുടർന്നു. പത്തിരുപത് ഇഞ്ചെങ്കിലും ഉയരത്തിൽ വളർന്നു നിൽക്കുന്ന പുല്ലിനിടയിലൂടെ ഞങ്ങൾ വളരെ ശ്രദ്ധിച്ച് അടിവെച്ചടിവെച്ചു നടന്നു. റോബിൻ ശരിക്കും ഒരു കടുവയെയാണ് അന്വേഷിക്കുന്നതെന്ന് എനിക്കു മനസ്സിലായി. കുറേക്കൂടി നടന്നിട്ട് അവൻ ഒരു പുൽക്കൂട്ടത്തിൽ ശ്രദ്ധയോടെ മണക്കുന്നത് കണ്ട് ഞാൻ അടുത്തു ചെന്നു നോക്കി. പുതുരക്തത്തുള്ളികൾ പുല്ലിൽ വീണിരിക്കുന്നതു ഞാൻ കണ്ടു. അതിനർത്ഥം ഏതാനും മിനിറ്റുകൾക്കു മുമ്പ് ഒരു കടുവ തന്റെ ഇരയേയും കടിച്ചു വലിച്ചു കൊണ്ട് ആ വഴി പോയിരിക്കുന്നു എന്നു തന്നെയാണ്. പിന്നെയും ഒരമ്പത് വാര മുന്നോട്ടു നടന്നിട്ട് "ഇനിയെന്താ പരിപാടി?" എന്ന് ആരായും പോലെ റോബിൻ എന്റെ മുഖത്തേക്കു നോക്കി.

ആ ഭാഗത്തെ ഈർപ്പമുള്ള മണ്ണിൽ പതിഞ്ഞ കടുവയുടെ കാല്പാടുകൾ ഞാൻ വ്യക്തമായും കണ്ടു. ഇവൻ സാമാന്യത്തിലേറെ വലിപ്പമുള്ള ഒരു

കടുവയാണ്. ഞങ്ങൾ തീരെ അപരിചിതരുമല്ല. ഒരു മൂന്നു മാസം മുമ്പ് ഞാനിവനെക്കുറിച്ച് മാഗി പറഞ്ഞു കേട്ടിരുന്നു.

അവിടെയുള്ള രണ്ടു നിരത്തുകളും ഫയർ ട്രാക്കും ഞാനും എന്റെ ഭാര്യ മാഗിയും സാധാരണ പ്രഭാത സവാരിക്കും സായാഹ്ന സവാരിക്കും ഉപയോഗിക്കാറുണ്ട്. ഞാൻ സ്ഥലത്തില്ലാത്തപ്പോൾ മാഗി റോബിനേയും കൂട്ടിയാണ് നടക്കാൻ പോകാറുള്ളത്. അങ്ങനെയൊരു ദിവസം മാഗിയും റോബിനും നടന്നു വരുമ്പോൾ ഒരു കടുവയുമായി കണ്ടുമുട്ടുകയുണ്ടായി. പക്ഷേ മൂപ്പർ എന്തുകൊണ്ടോ സമാധാനപ്രേമിയായി വഴിമാറി പോവുകയാണ് ചെയ്തതെന്ന് മാഗി പറഞ്ഞു. പക്ഷേ പിന്നീടുള്ള കണ്ടുമുട്ടലുകളിൽ അവൻ വഴിയൊഴിയാൻ അത്ര താല്പര്യം കാട്ടിയില്ല. അപകടം മണത്ത റോബിനാകട്ടെ പാലത്തിനപ്പുറം കടക്കാൻ മാഗിയെ പിന്നീട് അനുവദിച്ചിട്ടുമില്ല. എന്നെങ്കിലും ഒരിക്കൽ അവൻ അപകടകാരിയായി മാറുമെന്നും അതുകൊണ്ട് അവനെ ഇല്ലാതാക്കണമെന്നും ഞാൻ തീരുമാനിച്ചു. ഇപ്പോഴിതാ അതിനുള്ള അവസരം കൈവന്നിരിക്കുന്നു.

റോബിൻ മണം പിടിച്ച് മുന്നിൽ നടന്നു. ഒരു മുൾക്കാടിനു മുപ്പതുവാര അടുത്തെത്തിയപ്പോൾ റോബിൻ പെട്ടെന്നു നിന്നു. എന്നിട്ട് വായുവിൽ മൂക്കുയർത്തി പിടിച്ചുകൊണ്ട്, ശരീരമാകെ പ്രത്യേക രീതിയിൽ കുലുക്കി തികച്ചും അക്ഷമനായി അവനെന്നെ നോക്കി. കടുവ അവിടെയുണ്ടെന്ന് ഉറപ്പായി. ഞാനും റോബിനും വേഗം ഫയർ ട്രാക്കിലേക്കു മടങ്ങി, തിരക്കിട്ട് വീട്ടിലേക്കു നടന്നു. പ്രഭാത ഭക്ഷണം കഴിച്ച് ഞാൻ ബഹാദൂറിനെ വരുത്തി. അയാളോടു വിവരം പറഞ്ഞ് രണ്ടാളുകളെക്കൂടി സഹായത്തിനു വിളിക്കാൻ ഏല്പിച്ചു. ധൻബാനും, ധർമാനന്ദും ഉടനെ എത്തി. ഇരുവരും നല്ല ഉത്സാഹശീലരും മരം കയറാൻ സമർത്ഥരുമാണ്. ഉച്ചഭക്ഷണത്തിനു ശേഷം ഞങ്ങൾ യാത്ര ആരംഭിച്ചു. ഞാൻ എന്റെ 450/400 റൈഫിളും തോളിൽ താങ്ങിക്കൊണ്ട് മുന്നിൽ നടന്നു. നടക്കുന്നതിനിടയിൽ എന്റെ മനസ്സിലെ പദ്ധതികളൊക്കെ ഞാനവരെ ധരിപ്പിച്ചു. എന്റെ നിർദ്ദേശങ്ങൾ അവർ മൂന്നു പേരും വളരെയേറെ ആവേശത്തോടെയാണ് സ്വീകരിച്ചത്.

എന്റെ പദ്ധതി ഇങ്ങനെയായിരുന്നു. കടുവ ഒളിച്ചിരിക്കുന്ന മുൾക്കാടിന്റെ മൂന്നു വശത്തുമുള്ള വൃക്ഷങ്ങളിൽ ബഹാദൂറും കൂട്ടുകാരും കയറി ഇരിക്കണം. നാലാമത്തെ വശം ഞാനും നോക്കും. മൂന്നു മരങ്ങളിൽ നടുക്കുള്ളതിലാവണം ബഹാദൂർ ഇരിക്കേണ്ടത്. ഞാൻ ബഹാദൂറിനൊരു സിഗ്നൽ നൽകും. അതൊരു പുലിയുടെ ശബ്ദം മിമിക്രി ചെയ്തുകൊണ്ടായിരിക്കും. അത് കേട്ടാലുടൻ ബഹാദൂർ അയാളിരിക്കുന്ന വൃക്ഷത്തിന്റെ ശിഖരം കുലുക്കി ബഹളം കൂട്ടണം. ഈ സമയം കടുവ ഏതു ഭാഗത്തേക്കാണോ ചാടുന്നത്, ആ വശത്തുള്ള മരത്തിലിരിക്കുന്ന ആൾ ഉറക്കെ കൈകൊട്ടണം. ഇതിലൊക്കെ

പ്രധാനം ഈ ഓപ്പറേഷനുകൾക്കു മുമ്പ് ഞങ്ങൾ ഓരോരുത്തരും പാലിച്ചിരിക്കേണ്ട നിശ്ശബ്ദതയാണ്. അതായത്, മരത്തിലേക്ക് നടന്നടുക്കുമ്പോൾ കരിയിലകൾ പോലും അനങ്ങരുത്. മരത്തിൽ പിടിച്ചുകയറുമ്പോഴും യാതൊരനക്കവും പാടില്ല. എന്റെ സിഗ്നൽ കിട്ടും വരെ അവർ മൂവരും ശ്വാസോച്ഛ്വാസം ചെയ്യുന്നതു പോലും ശ്രദ്ധിച്ചു വേണമെന്ന് അവരെ ഞാൻ ബോധ്യപ്പെടുത്തി.

റോബിൻ രാവിലെ മണം പിടിച്ചെത്തിയ അവസാനത്തെ സ്പോട്ടിലെത്തിയപ്പോൾ ഞാൻ ധൻബാനോടും ധർമ്മാനന്ദനോടും അവിടെയിരിക്കാൻ നിർദ്ദേശിച്ചു. മുൾക്കാടുകൾക്ക് ഇരുപതു വാര അകലെ നിൽക്കുന്ന മരത്തിൽ കയറി ഇരിക്കാൻ ബഹാദൂറിനെ നിയോഗിച്ചു. അതിനു നേരെ മറുവശത്താവും ഞാൻ ചെന്നു നിൽക്കുക. പിന്നീട് ബഹാദൂറിന്റെ ഇടത്തും വലത്തുമുള്ള മരങ്ങളിൽ കയറിയിരിക്കാൻ ഞാൻ ധൻബാനെയും ധർമ്മാനന്ദനെയും അയച്ചു. ഇപ്പോൾ മൂവർക്കും അന്യോന്യം കാണാം. മൂന്നു പേർക്കും കടുവ ഒളിച്ചിരിക്കുന്ന കുറ്റിക്കാടും അതിനു ചുറ്റുമുള്ള തുറസ്സായ സ്ഥലവുമെല്ലാം നന്നായി കാണാം. എന്നാൽ എന്നെ അവരുടെ കാഴ്ചയിൽ നിന്നും മറച്ചു കൊണ്ട് കുറേ വൃക്ഷങ്ങൾ നില്ക്കുന്നുണ്ട്. ഞാൻ പറഞ്ഞതുപോലെ മൂന്നു പേരും നേരിയൊരു ശബ്ദം പോലും കേൾപ്പിക്കാതെ അവരവരുടെ മരങ്ങളിൽ കയറിയിരുന്നു എന്നുറപ്പായപ്പോൾ ഞാൻ ഫയർ ട്രാക്കിലേക്കു മടങ്ങി. അതിലൂടെ നൂറു വാര നടന്നപ്പോൾ മറ്റൊരു ചെറിയകുന്നിന്റെ അടിവാരത്തു കൂടിയുള്ള ഫയർ ട്രാക്കിലെത്തി. കടുവയുടെ സങ്കേതമായ മുൾക്കാടിന്റെ അരികിലൂടെ ഒരു മലയിടുക്കിലേക്കാണ് ഈ ട്രാക്ക് പോകുന്നത്. കടുവ ഈ മലയിടുക്കിലേക്കു ചാടിയോടാനുള്ള സാധ്യതയേറെയാണെന്ന് എനിക്കു തോന്നി. മലയിടുക്കിൽ നിന്നും കഷ്ടി പത്തുവാര ഉയരത്തിൽ നിൽക്കുന്ന വലിയ വൃക്ഷത്തിലാണ് ഞാൻ കയറിപ്പറ്റാൻ തീരുമാനിച്ചിട്ടുള്ളത്. പക്ഷേ വൃക്ഷച്ചുവട്ടിൽ ചെന്നു നോക്കുമ്പോഴാണ് കനമേറിയ എന്റെ റൈഫിളും തൂക്കിക്കൊണ്ട് ആ വൃക്ഷത്തിൽ കയറിപ്പറ്റാൻ സാധ്യമല്ലെന്നു മനസ്സിലായത്. അതിനടുത്താണെങ്കിൽ മറ്റൊരു വൃക്ഷവും ഉണ്ടായിരുന്നില്ല. ഒടുവിൽ, മരച്ചുവട്ടിൽ ഇരിക്കാമെന്നു തന്നെ ഞാൻ നിശ്ചയിച്ചു. മരച്ചുവട്ടിൽ കൂടിക്കിടന്നിരുന്ന കരിയിലകൾ തൂത്തുമാറ്റി ഞാനാ മരത്തിൽ ചാരിയിരുന്നു.

അടയാളമായി പുലിയുടെ കരച്ചിൽ മിമിക്രി ചെയ്യാൻ ഞാൻ തീരുമാനിച്ചത് രണ്ടു കാരണങ്ങളാലാണ്. ഒന്ന്, ബഹാദൂറിന് വിവരം നൽകാൻ തന്നെ. രണ്ടാമത്തേത്, കടുവയെ കബളിപ്പിക്കുക എന്നതാണ്. പുലിയുടെ ശബ്ദം കേൾക്കുമ്പോൾ മറ്റപകടങ്ങളൊന്നും പേടിക്കാനില്ലെന്നു കരുതി കടുവ നിർഭയനായി ട്രാക്കു കടന്ന് മലയിടുക്കിലേക്കു പോകാൻ ശ്രമിക്കും. ഞാൻ മരച്ചുവട്ടിൽ സൗകര്യപ്രദമായി ഇരുന്നിട്ട് റൈഫിൾ തോളിൽ ചേർത്തുപിടിച്ചു

കൊണ്ട് പുലിയുടെ ശബ്ദം ഉണ്ടാക്കി. ഉടനെ ബഹാദൂർ മരച്ചില്ലകളിൽ അടിച്ചും കുലുക്കിയും ശബ്ദമുണ്ടാക്കി. അത് പെട്ടെന്ന് ഫലം നൽകി. കടുവയുടെ സങ്കേതമായ മുൾക്കാട് ആകെയൊന്നിളകി. പൊടുന്നനെ വലിയൊരു കടുവ പുറത്തു വന്നു. അവൻ ട്രാക്കിലേക്കു കയറി ഒരു നിമിഷം നിന്നു. കഴിഞ്ഞ പത്തു വർഷമായി ഇതുപോലെയുള്ള പോസിൽ ഒരു കടുവയുടെ ഫോട്ടോ എടുക്കണമെന്ന് ഞാൻ ആഗ്രഹിക്കുകയാണ്. പക്ഷേ ഇതുവരെ അതു സാധിച്ചിട്ടില്ല; പലവട്ടം ഇതുപോലെ എത്രയോ കടുവകളെ നേരിൽ കണ്ടിരുന്നിട്ടും! ഫോട്ടോ എടുക്കാൻ നിന്നാൽ അവൻ എന്റെ ജീവനെടുക്കും.

വാസ്തവം പറഞ്ഞാൽ എന്തൊരു അപൂർവ്വ സൗഭാഗ്യമാണിത്. എന്റെ നേരെ മുന്നിൽ, ഒരിലയുടെ പോലും മറയില്ലാതെ അതിസുന്ദരനും ആഢ്യനുമായ ഒരു കടുവ നിൽക്കുന്നു. സൂര്യപ്രകാശം അവന്റെ ശരീരത്തിന്റെ നിറപ്പകിട്ടും മിനുമിനുപ്പും വർദ്ധിപ്പിച്ചിരിക്കുന്നു. അവനെ ഒന്നു തഴുകാൻ, ചേർത്തു നിർത്തി വാത്സല്യം പകരാനാണ് വാസ്തവത്തിൽ എനിക്കിപ്പോൾ തോന്നുന്നത്. ഇത്രയും സുന്ദരമായ ഒരു പ്രകൃതിസൃഷ്ടിയെ ക്രൂരമായി കൊല്ലുക എന്നത് ഏറെ സങ്കടമുളവാക്കുന്ന കാര്യമാണ്. പല അവസരത്തിലും ഇതുപോലെയുള്ള കാട്ടുമൃഗങ്ങളുടെ സൗന്ദര്യം ഏറെനേരം, ചിലപ്പോൾ ദിവസങ്ങൾ തന്നെ, ഒളിഞ്ഞിരുന്നു ആസ്വദിച്ചിട്ടുള്ള ഞാൻ അതിന്റെ നേർക്കു തോക്കുയർത്താതെ എന്റെ തൊപ്പി വീശിക്കാട്ടി അവയെ സസുഖം യാത്രയയച്ചിട്ടുണ്ട്. പക്ഷേ ഇങ്ങനെയൊക്കെ വികാരം കൊണ്ടിരിക്കാൻ പറ്റിയ സമയമല്ലിത്. തെല്ലിട തെറ്റിയാൽ എന്റെ കാര്യം സ്വാഹാ എന്നാകും. തല്ക്കാലം എനിക്കെന്റെ ജീവനാണല്ലോ വലുത്. എങ്കിലും അവനെന്നെ ഉപദ്രവിക്കാതെ പോകുന്നെങ്കിൽ വിട്ടയച്ചു കൂടേ എന്ന് ഒരു നിമിഷം ഞാൻ ചിന്തിച്ചു. പാടില്ല എന്ന് എന്റെ അന്തഃകരണം മന്ത്രിച്ചു.

കാരണം എനിക്ക് മാഗിയെക്കുറിച്ച് ഓർക്കണമല്ലോ. പല തവണ ഇവന് അവളുടെ ജീവൻ അപഹരിക്കാൻ അവസരമുണ്ടായതാണ്. ഭാഗ്യം കൊണ്ട് അവൾ രക്ഷപ്പെട്ടു എന്നു മാത്രം. അതുപോലെ വേറെയും പല വിലപ്പെട്ട ജീവനുകളുണ്ട്. ഷേർസിങ്ങിനെപ്പോലെ കാട്ടിൽ കാലിമേയ്ക്കാൻ പോകുന്ന ഗ്രാമീണരായ കുട്ടികളും കാട്ടിൽ വിറകു തേടിയെത്തുന്ന സ്ത്രീകളും കുട്ടികളും ഒക്കെ ഈ കടുവയെ വല്ലാതെ ഭയപ്പെടുന്നുണ്ട്. ഇവൻ ഇതുവരെ ആരെയും ഉപദ്രവിച്ചിട്ടില്ല എന്നതു പരമാർത്ഥമാണെങ്കിലും നാളെ അതു ചെയ്യുകയില്ല എന്ന് അവൻ ആരോടും ഒരു കോൺട്രാക്റ്റും ഒപ്പിട്ടിട്ടൊന്നുമില്ലല്ലോ. ഈയിടെയായി പലപ്പോഴും അവന്റെ രീതികൾ സംഭീതി ഉളവാക്കുന്ന തരത്തിലാണുതാനും. ഏതു സമയത്തും അവൻ ഒരാക്രമണകാരിയാകാം. അത്രയൊക്കെ ഭാഗ്യപരീക്ഷണത്തിനു നിൽക്കുന്നത് ബുദ്ധിയല്ല. ഇതുപോലെ ഒരു സുവർണാവസരം ഇനി കിട്ടണമെന്നുമില്ല. ഞാൻ ഒരു തനി വേട്ടക്കാരനായി മാറി എന്റെ കർമ്മം ചെയ്യാൻ ഉറച്ചു.

കടുവ ആ നില്പിൽ തന്റെ ഇടതും വലതും ഒന്നുഴിഞ്ഞു നോക്കി. തോൾപ്പുറമേ കൂടി ബഹാദൂർ ഇരിക്കുന്ന ഭാഗത്തേക്കും ഒരു നോട്ടമയച്ചു. പിന്നെ, യാതൊരു തിരക്കുമില്ലാതെ സാവധാനം മലയിടുക്കിനു നേരെ നടന്നു. എന്റെ ഉന്നം കൃത്യമാണെന്നു ബോധ്യമായപ്പോൾ ഞാൻ ട്രിഗർ വലിച്ചു. വെടി പൊട്ടിയത് അവൻ അറിഞ്ഞോ എന്നുപോലും പറയാനാവില്ല. അത്രയേറെ നിശ്ശബ്ദനായി അവൻ പിന്നാക്കം മറിഞ്ഞു വീണു. അങ്ങനെ ആ സുന്ദരന്റെ സുന്ദരമായ കഥയും അവസാനിച്ചു.

∎

ജിം കോർബെറ്റ്

വൈസ്രോയിയുടെ മൃഗയാവിനോദം

അവിസ്മരണീയമായ ഒരു മൃഗയാവിനോദത്തിന്റെ അവസാന ദിവസമായിരുന്നു അന്ന്. എനിക്കു മാത്രമല്ല അന്നത്തെ ഭരണാധികാരികൾക്കു മൊത്തം അവിസ്മരണീയമായി കലാശിച്ചു ആ ദിനം. എന്താ കാരണമെന്നല്ലേ, പറയാം. ഹിമാലയസാനുക്കളിലെ കാലാധുംഗിക്കാടുകളിൽ ഒരു ഇന്ത്യൻ വൈസ്രോയി, ഇന്ത്യയുടെ ചരിത്രത്തിൽ ആദ്യമായി ഒരു നായാട്ടിൽ പങ്കെടുത്തു എന്നതായിരുന്നു ആ ദിവസത്തിന്റെ പ്രാധാന്യം. വൈസ്രോയി എന്നാൽ മറ്റുള്ളവരിൽ നിന്നെല്ലാം വ്യത്യസ്തനെന്നാണർത്ഥം. അദ്ദേഹത്തിന്റെ ദിനചര്യകളും യാത്രകളും ചടങ്ങുകളുമെല്ലാം പിഴവുവരാത്ത രീതിയിൽ വളരെ കൃത്യമായി മുൻകൂട്ടി നിശ്ചയിക്കപ്പെടുന്നു. അതെല്ലാം മുൻഗാമികൾ തുടർന്നു പോന്ന പാരമ്പര്യരീതിയിൽ തന്നെ ആയിരിക്കുമെന്നതിനും സംശയമില്ല. ഒന്നിനും ഒരിക്കലും ഒരു പൊളിച്ചെഴുത്ത് അനുവദനീയമല്ല. എല്ലാം പരമ്പരാഗത ആചാരമായി കരുതുന്നു. അതാണതിന്റെ രാജകീയമായ രീതിയും പിൻതുടർച്ചയും.

എന്നാൽ ലോർഡ് ലിൻലിത്ത് ഗോ ഇന്ത്യയിലെ വൈസ്രോയി ആയി വന്നതോടെയാണ് ഇതിൽ ചിലതെല്ലാം തിരുത്തപ്പെടുന്നത്. പ്രഭു വന്ന് ചാർജ്ജെടുത്ത ഉടനെ പ്രകടമായി കണ്ട ചില മാറ്റങ്ങൾ യാഥാസ്ഥിതികരായ പലരുടെയും മനസ്സിൽ അമ്പരപ്പുണ്ടാക്കി എന്നതു വാസ്തവം തന്നെ. അദ്ദേഹം തന്റെ മുൻഗാമികളിൽ നിന്ന് വ്യത്യസ്തനായിരുന്നത് പ്രധാനമായും ജീവിതം ഒരാഘോഷമാക്കുന്ന കാര്യത്തിൽ തന്നെയായിരിക്കണം. അല്ലെങ്കിൽപ്പിന്നെ ഇങ്ങനെയൊരു നായാട്ടിന് ഒരു വൈസ്രോയി ഒരുങ്ങുമോ!

ഞാനാണെങ്കിലോ, വെറുമൊരു സാധാരണക്കാരൻ. ഭരണയന്ത്രം തിരിയുന്ന മാർഗ്ഗമൊന്നും പിടിയില്ലാത്ത, സർവ്വതന്ത്ര സ്വതന്ത്രനായി കഴിഞ്ഞുകൂടുന്ന ഒരു പൗരൻ. പതിവുപോലെ കാലാധുംഗിയിലെ എന്റെ ക്യാമ്പിൽ നിന്നും അല്പം മീൻ പിടിക്കാമെന്നു പരിപാടിയിട്ടു പുറത്തേക്കിറങ്ങുമ്പോഴാണ് രാംസിങ്ങ് ഓടിക്കിതച്ചു വരുന്നത്. മൂപ്പരെന്റെ സഹായിയാണ്. ഏതാണ്ട് രണ്ടു മൈൽ അകലെയുള്ള പോസ്റ്റോഫീസിൽ പോയി എനിക്കുള്ള കത്തുകളും മറ്റും വാങ്ങിക്കൊണ്ടു വരികയെന്നതാണ് രാംസിങ്ങിന്റെ ഒരു പ്രധാന ജോലി.

ഇപ്പോഴിതാ കയ്യിൽ ഉയർത്തിപ്പിടിച്ച ഒരു ടെലിഗ്രാമുണ്ട്. വളരെ അത്യാവശ്യമായി എന്നെ ഏല്പിക്കണമെന്ന് പോസ്റ്റ്മാസ്റ്റർ പ്രത്യേകം പറഞ്ഞേല്പിച്ചതാണ് പോലും. നൈനിത്താളിൽ നിന്നും റീഡയറക്ട് ചെയ്തതായിരുന്നു ആ കമ്പി സന്ദേശം. വൈസ്രോയിയുടെ മിലിട്ടറി സെക്രട്ടറി ഹഗ്ഗ് സ്റ്റേബിൾ ആണ് സന്ദേശം അയച്ചിരിക്കുന്നത്. ഞാനത് വായിച്ചു. വൈസ്രോയി ദക്ഷിണേന്ത്യൻ പര്യടനം റദ്ദാക്കിയിരിക്കുന്നു. സിംലയിലേക്കു പോകും മുമ്പ് ഒരു പത്തു ദിവസം രസകരമായി അദ്ദേഹത്തിനു ചിലവഴിക്കാൻ പറ്റിയ ഒരു സ്ഥലം നിർദ്ദേശിക്കാമോ? ഈ ദിവസങ്ങളിൽ അല്പം മൃഗയാ വിനോദത്തിൽ ഏർപ്പെടാനും അദ്ദേഹത്തിനു താല്പര്യമുണ്ട്. എത്രയും വേഗം മറുപടി അയയ്ക്കണം എന്നും ഒടുവിൽ അപേക്ഷിച്ചിട്ടുണ്ട്.

ഞാൻ മാഗിയെ ടെലിഗ്രാം വായിച്ചു കേൾപ്പിച്ചു. കേട്ടുനിന്നിരുന്ന രാംസിങ്ങിന് ഇംഗ്ലീഷറിയില്ല. എന്നിട്ടും അയാൾ വേണ്ടതൊക്കെ മനസ്സിലാക്കി. ഞാൻ മറുപടി തയ്യാറാക്കുമ്പോഴേക്കും ഊണു കഴിച്ചു വരാനായി അയാൾ ഓടി. ഏതാണ്ട് പതിനാലു മൈൽ അകലെയാണ് ഹൽദ്വാനി ടെലിഗ്രാഫ് ഓഫീസ്. അവിടെ വരെ യാത്ര ചെയ്യാൻ താനുടനെ ഒരുങ്ങേണ്ടതുണ്ടെന്ന് രാംസിങ്ങ് മനസ്സിലാക്കിയെന്നർത്ഥം.

വളരെ വിശദമായൊരു മറുപടിക്കു പകരം പിറ്റേന്ന് 11 മണിക്ക് എന്നെ ഹൽദ്വാനി പോസ്റ്റ് ഓഫീസിലെ ഫോണിൽ വിളിക്കുക, വിശദമായി അപ്പോൾ സംസാരിക്കാം എന്നു മാത്രം കുറിച്ച് രാംസിങ്ങിന്റെ കൈവശം കൊടുത്തയച്ചു. ഞാനെന്റെ ചൂണ്ടയുമെടുത്ത് അത്താഴത്തിനുള്ള മീൻ സംഘടിപ്പിക്കാനായി ഇറങ്ങി. ഏത് വലിയ കാര്യത്തെ കുറിച്ചും ആലോചിക്കാൻ പറ്റിയ സമയമാണ് ചൂണ്ടയിടലിനിടയിൽ കിട്ടുന്നത്. അതുകൊണ്ട് വൈസ്രോയിക്കാര്യമൊക്കെ ചൂണ്ടയ്ക്കൊപ്പമാകാമെന്ന് ഞാനുറപ്പിച്ചു. കോട്ടാ റോഡിലൂടെ രണ്ടു മൈൽ നടന്ന് ഞാൻ നദിക്കരയിലെത്തി. നദിയിലൊരു പ്രത്യേക ഭാഗത്തുള്ള കയത്തിൽ ഞാനൊരു മാസീർ മത്സ്യത്തെ നോട്ടമിട്ടു വച്ചിട്ടുണ്ട്. ഒരു മൂന്നു റാത്തലെങ്കിലും വരും പഹയന്. കുറേ കാലമായി അവനെന്നെ പറ്റിച്ചു കളിക്കുന്നു. നദിക്കരയിലെ നനഞ്ഞ മണ്ണിൽ ഒരു കടുവയുടെ പാദങ്ങൾ പതിഞ്ഞ അടയാളം ഞാൻ ശ്രദ്ധിച്ചു. നദിയുടെ ആ ഭാഗത്ത് നല്ല ഒഴുക്കുണ്ട്. ആ ഒഴുക്കിനും മീതെ തല ഉയർത്തി നിൽക്കുന്ന മൂന്നു പാറകളുണ്ട്. സദാ വെള്ളമൊഴുകുന്നതുകൊണ്ട് തെന്നിത്തെറിച്ചാണവ നിൽക്കുന്നത്. അവ ഒരേ നിരയിൽ ഉയർന്നു നിൽക്കുന്നതു കൊണ്ട് നദിയിലിറങ്ങാതെ, വളരെ ശ്രദ്ധിച്ച്, വേണമെങ്കിൽ ആ പാറകളിൽ ചവിട്ടി അക്കരെ കടക്കാം. പക്ഷേ തെന്നി വീഴാനുള്ള സാധ്യത ധാരാളം. പുലികളും മറ്റും സമർത്ഥമായി ഈ പാറകളിൽ കൂടി മറുകരയെത്താറുണ്ട്.

ഒരിക്കൽ ഒരു കടുവ ഈ സാഹസത്തിനു മുതിർന്നത് ഞാൻ നേരിൽ കണ്ടിട്ടുണ്ട്. ഏതാണ്ട് ഒരു മൈൽ അപ്പുറത്തു നിന്നുതന്നെ ഞാൻ കടുവയെ

പിന്തുടരുന്നുണ്ടായിരുന്നു. രണ്ടു തവണ അവനെ വെടിവയ്ക്കാനുള്ള അവസരം എനിക്കു ലഭിച്ചതാണ്. എങ്കിലും എന്തുകൊണ്ടോ ഞാനതു ചെയ്തില്ല. അവൻ നേരെ നദിക്കരയിലേക്കു നടക്കുന്നതു കണ്ടപ്പോൾ ഞാൻ തീരുമാനിച്ചു, അവൻ നദി നീന്തിക്കടക്കുമ്പോഴാവണം എന്റെ നിറയൊഴിക്കൽ. പക്ഷേ കക്ഷി വെള്ളത്തിലിറങ്ങുന്നതിനു പകരം പാറകളിൽ കൂടി അക്കരെ കടക്കാനാണ് പ്ലാനെന്നു മനസ്സിലായപ്പോൾ ഞാൻ നദിയുടെ ഉയർന്ന തിട്ടയിൽ കമിഴ്ന്നു കിടന്നു. കഷ്ടി ഇരുപതടി അകലത്തിലാണവൻ ഇപ്പോഴുള്ളത്. പുലികളല്ലാതെ പിന്നെ വല്ല ഒളിമ്പ്യൻമാർക്കും മാത്രമേ ആ പാറകളിലൂടെ ചാടി നദി കടക്കാൻ കഴിയൂ. എന്നാൽ നമ്മുടെ കടുവ ഒരു ഒളിമ്പ്യന്റെ ഭാവത്തിൽ ഒറ്റച്ചാട്ടത്തിന് ആദ്യത്തെ പാറയ്ക്കു മുകളിലെത്തി. പക്ഷേ രണ്ടാമത്തെ പാറയിലേക്കുള്ള ചാട്ടത്തിൽ കാൽ വഴുതി അവൻ ഒഴുക്കുള്ള വെള്ളത്തിലേക്കു തെറിച്ചു വീണു. ആ വീഴ്ചക്കിടയിൽ എന്താണ് അവൻ പറഞ്ഞതെന്നു ഞാൻ കേട്ടില്ല. പക്ഷേ എനിക്കത് ഏറെക്കുറെ ഊഹിക്കാം. കാരണം ഞാനൊരിക്കൽ ഇതുപോലൊരു ശ്രമം നടത്തി വെള്ളത്തിൽ വീണതാണല്ലോ!

ഏതായാലും അവൻ നീന്തിക്കയറി പുഴവക്കത്തുള്ള ഉണങ്ങിയ മണലിൽ കിടന്നുരുണ്ട് ദേഹത്തെ വെള്ളമൊക്കെ കളഞ്ഞ് ഉഷാറായി ഒന്നു കുടഞ്ഞു തെറിപ്പിച്ചിട്ടു കുണുങ്ങി കുണുങ്ങി നടന്നുപോയി. അതൊക്കെ ഇപ്പോൾ ഈ കാല്പാടുകൾ കണ്ടപ്പോൾ ഞാൻ വീണ്ടും ഓർത്തു. എന്റെ പതിവു സ്ഥലത്തു ചെന്നിരുന്ന് ചൂണ്ട വെള്ളത്തിലേക്കിട്ട് അതിന്റെ കമ്പിൽ ഒരു പാറക്കല്ലും എടുത്തുവച്ച് കൈകൾ സ്വതന്ത്രമാക്കി ഞാനൊരു സിഗററ്റു വലിക്കാൻ തുടങ്ങി. ടെലിഗ്രാമിനെക്കുറിച്ചും വൈസ്രോയിക്കുറിച്ചും ചിന്തിക്കാൻ എനിക്ക് അവസരം തരാതെ അവനെത്തി. എന്റെ പ്രിയ സുഹൃത്ത് ഇത്തവണ ശരിക്കും ചൂണ്ട വിഴുങ്ങുക തന്നെ ചെയ്തു. കുറെ നേരത്തെ യത്നത്തിനു ശേഷം ഞാനവനെ വലിച്ചു കരയ്ക്കിട്ടു. മൂന്നു റാത്തൽ എന്നുള്ള എന്റെ മുൻധാരണ ലേശം തെറ്റി. രണ്ടര റാത്തലേ വരൂ. ഏതായാലും ഞങ്ങളുടെ അത്താഴം കുശാൽ. എന്നല്ല, കുറച്ച് മാഗിയുടെ പ്രിയപ്പെട്ട പയ്യനും കൊടുക്കാൻ കഴിയും. ഗ്രാമത്തിൽ നിന്നുള്ള അവൻ ഒരു മീൻ കൊതിയനാണ് എന്നു മാഗി പറയാറുണ്ട്.

വീട്ടിലേക്കു മടങ്ങും വഴി ഞാനൊരു തീരുമാനം എടുത്തു. നാളെ ഹഗ്സ്റ്റേബിൾ വിളിക്കുമ്പോൾ വൈസ്രോയിയുടെ സുഖവാസത്തിന് ഏറ്റവും പറ്റിയ സ്ഥലം കാലാധുംഗി തന്നെയെന്നു പറയാം. വീട്ടിലെത്തിയതും മാഗി എനിക്കൊരു കപ്പു ചായയുമായി എത്തി. അതുകുടിച്ചു കൊണ്ട് ഞാനവളോട് വൈസ്രോയിയെ ഇങ്ങോട്ടു ക്ഷണിക്കാൻ തീരുമാനിച്ച വിവരം പറഞ്ഞു. അവൾക്കു സന്തോഷമായി. ഈ സമയം ബഹാദൂർ ഓടി വന്നു. എന്തൊക്കെ പറഞ്ഞാലും അവനൊരു ഗുണമുണ്ട്. നിർബന്ധമാണെങ്കിൽ ഇത്തരം അവശ്യ

സന്ദർഭങ്ങളിൽ സംസാരിക്കാതെയുമിരിക്കും. ഞാനവനോടു വൈസ്രോയി യുടെ പരിപാടിയെ കുറിച്ചു പറഞ്ഞപ്പോൾ അവന്റെ മിഴികൾ അക്ഷരാർത്ഥ ത്തിൽ നൃത്തം ചെയ്യാൻ തുടങ്ങി. ഇതെന്താ ചെറിയ കാര്യം വല്ലതുമാണോ. ഈ കൊച്ചു കാലാധുംഗിയിലേക്ക് ഒരു വൈസ്രോയി എഴുന്നള്ളുകയെ ന്നതിൽപരം സന്തോഷകരമായി മറ്റെന്തുണ്ട്. പണ്ടെന്നെങ്കിലും കേട്ടിട്ടുള്ള കാര്യമാണോ ഇത്!

ബഹാദൂർ പൊടുന്നനെ വാചാലനായി. വലിയ ബന്തവസ്ത് ഒക്കെ വേണം. ദൈവാധീനത്തിനു കൊയ്ത്തും മറ്റും കഴിഞ്ഞ സമയമായതു കൊണ്ട് എന്തു പണിക്കും ആവശ്യത്തിന് ആളെ കിട്ടും. വാർത്ത പെട്ടെന്നു പ്രചരിച്ചു. ഗ്രാമീണ രാകെ ആഹ്ലാദഭരിതരായി. വൈസ്രോയിയുടെ വരവ് ഒരു ഉത്സവാഘോഷ മാക്കണമെന്നുതന്നെ അവർ തീരുമാനിച്ചു. വൈസ്രോയിയിൽ നിന്ന് ഒന്നും പ്രതീക്ഷിച്ചിട്ടല്ല ആ നിഷ്കളങ്കർ അത്രയേറെ ഉത്സാഹഭരിതരായത്. തങ്ങൾക്കു ലഭിക്കുന്ന വലിയൊരനുഗ്രഹമായി ആ വരവിനെ അവർ കണ്ടു. ഇതിൽപരം ഒരംഗീകാരം കാലാധുംഗിക്കു കിട്ടാനുണ്ടോ!

പിറ്റേന്ന് നേരം പുലരും മുമ്പു തന്നെ ഞാൻ പുറപ്പെട്ടു. നല്ല ഇരുട്ടായി രുന്നു വഴിയിൽ. ഹഗ്ഗ് സ്റ്റേബിളുമായി സംസാരിക്കും മുൻപ് ഫത്തേപ്പൂരി ലുള്ള ജിയോഫ് ഹോപ്കിൻസുമായി എനിക്കു സംസാരിക്കേണ്ടിയിരുന്നു. അതിനായാണ് അത്രയും നേരത്തെ യാത്ര തിരിച്ചത്. ആദ്യത്തെ ഏഴു മൈൽ വനത്തിലൂടെയുള്ള ഇടുങ്ങിയ വഴിയാണ്. കാലാധുംഗി ബസാർ കടന്നപ്പോ ഴേക്കും വഴിയിൽ വെളിച്ചം വീണുതുടങ്ങി. ആ അരണ്ട വെളിച്ചത്തിലും എനിക്കു മുൻപേ എന്റെ ദിശയിൽത്തന്നെ സഞ്ചരിച്ചു കൊണ്ടിരിക്കുന്ന ഒരു പുലിയുടെ കാല്പാടുകൾ ഞാൻ വ്യക്തമായി കണ്ടു. ഒരു വളവ് തിരിഞ്ഞ പ്പോൾ പത്തിരുനൂറു വാര മുന്നിലായി ഞാൻ അവനെ കണ്ടു. എന്റെ സാന്നിദ്ധ്യം അവനും മനസ്സിലാക്കിയെന്ന് തലമെല്ലെ ചരിച്ച് തോൾപ്പുറമേ കൂടിയുള്ള അവന്റെ നോട്ടം കൊണ്ട് അറിയാൻ കഴിഞ്ഞു. ഞാനല്പം വേഗം നടന്നു. ഞങ്ങൾക്കിടയിലെ ദൂരം അൻപതുവാരയായി കുറഞ്ഞതും അവൻ പെട്ടെന്ന് നിരത്തിൽ നിന്നും ഇറങ്ങി പുൽപ്പരപ്പിലേക്കു മാറി. അവനെ ചരിഞ്ഞു നോക്കി ക്കൊണ്ട് ഞാൻ മുന്നോട്ടു കയറി നടന്നു. നൂറുവാര മുന്നോട്ടു നടന്ന് തിരിഞ്ഞു നോക്കിയപ്പോൾ അവൻ വീണ്ടും റോഡിലൂടെ നടന്നു വരുന്നതു കണ്ടു. വഴിക്കു പിന്നെയും ചെന്നായ് തുടങ്ങിയ ചില മൃഗങ്ങളെയൊക്കെ കണ്ടു. ആരും എന്നോടൊരു ശല്യത്തിനും വന്നില്ല.

ഞാൻ ബംഗ്ലാവിലേക്കു കയറിചെല്ലുമ്പോൾ ജിയോഫ് ഹോപ്കിൻസും ഭാര്യ സില്ലയും പ്രഭാത ഭക്ഷണത്തിനിരിക്കുകയായിരുന്നു. അവരെന്നെ സന്തോഷപൂർവ്വം സ്വീകരിച്ചു. ഞാൻ ഹൽദ്വാനിയിലേക്കു പോകുന്നതിന്റെ കാരണം ജിയോഫിനോടു പറഞ്ഞു. അയാളാണ് അവിടുത്തെ സ്പെഷ്യൽ ഫോറസ്റ്റ് ഓഫീസർ. കക്ഷിയുടെ അനുവാദമില്ലാതെ, സഹായസഹകരണ ങ്ങളില്ലാതെ എനിക്ക് നിശ്ചിതമായൊരു പദ്ധതിയുണ്ടാക്കി സ്റ്റേബിളിനോടു

സംസാരിക്കാൻ സാധ്യമല്ല. ജിയോഫിന്റെ അധികാര പരിധിക്കുള്ളിൽ വരുന്ന വനങ്ങളിൽ രണ്ട് ബ്ലോക്കുകളെങ്കിലും എനിക്കനുവദിച്ചു കിട്ടണം. ഭാഗ്യത്തിന് ഞാനാവശ്യപ്പെട്ടവ രണ്ടും ലഭ്യമായിരുന്നു അപ്പോൾ. അവ എനിക്കായി റിസർവ്വു ചെയ്യാമെന്ന് ജിയോഫ് വാക്കും തന്നു. അതിനും പുറമേ സ്വന്തം നിലയ്ക്ക് റിസർവ് ചെയ്തിരുന്ന ദച്ചൗരി ബ്ലോക്കും അദ്ദേഹം എനിക്കനുവദിച്ചു തന്നു. ആ ആവേശത്തിൽ ഹൽദ്വാനിയിക്കു നടന്ന ഞാൻ ദൂരമറിഞ്ഞതേയില്ല.

കൃത്യം പതിനൊന്നു മണിക്കു തന്നെ ഹഗ്ഗ് സ്റ്റേബിൾ എന്നെ വിളിച്ചു. ഒരു മണിക്കൂർ സമയം ഞങ്ങൾ സംസാരിക്കുകയും ചെയ്തു. പ്രകൃതി രമണീയമായ കാലാധുംഗിയിലേക്കുള്ള എന്റെ ക്ഷണം ഹഗ്ഗ് സ്വീകരിച്ചു. വൈസ്രോയിയോടൊപ്പം അദ്ദേഹത്തിന്റെ പത്നി ലേഡി ലിൻലിത്ത് ഗോ, അവരുടെ മൂന്ന് പെൺമക്കൾ - ആൻ, ജൊവാൻ, ദൊറീൻ (ബൺടി എന്നും അവളെ വിളിക്കും) - എന്നിവരും പിന്നെ അദ്ദേഹത്തിന്റെ പേഴ്സണൽ സ്റ്റാഫും ഉണ്ടാകും. വൈസ്രോയി ഇരിക്കുന്നിടമെല്ലാം അദ്ദേഹത്തിന്റെ ഓഫീസായിരിക്കും. ദൈനംദിന ഔദ്യോഗിക കാര്യങ്ങളൊക്കെ മുറയ്ക്കു നടക്കും. നടക്കണം. അതിനാണ് പെഴ്സണൽ സ്റ്റാഫും ഒപ്പം കൂടുന്നത്. പിറ്റേ ദിവസം തന്നെ വൈസ്രോയിയുടെ ആഭ്യന്തര സെക്രട്ടറി മൗസ് മാക്സ്വെൽ, പോലീസ് ഡിപ്പാർട്ട്മെന്റ് തലവൻ, സി.ഐ.ഡി. ചീഫ്, സിവിൽ ഭരണത്തലവൻ വനം വകുപ്പിന്റെ തലവൻ തുടങ്ങി മറ്റനേകം വകുപ്പു തലവൻമാരോടൊപ്പം കാലാധുംഗിയിൽ എത്തിച്ചേർന്നു. വാസ്തവം പറയട്ടെ, ഞാനാ സന്നാഹം കണ്ട് അമ്പരന്നുപോയി. പക്ഷേ അതിനെക്കാളൊക്കെ ഞെട്ടിക്കുന്ന വാർത്ത പിന്നീട് വന്നു: വൈസ്രോയിയുടെ സുരക്ഷയ്ക്കായി ഒരു കമ്പനി പട്ടാളം വേറെ വരുന്നുണ്ടത്രേ!

വൈസ്രോയി വരുമ്പോൾ വലിയ ബന്തവസ്ത് വേണമെന്ന് ബഹാദൂർ പറഞ്ഞത് അക്ഷരാർത്ഥത്തിൽ ശരിയായി. പക്ഷേ അത് ഞങ്ങളിരുവരും സങ്കല്പിച്ചതിലും എത്രയോ വലുതായിരുന്നെന്നു മാത്രം! ഏതായാലും എല്ലാവരുടേയും സഹകരണവും അത്യദ്ധ്വാനവും കൊണ്ട് കാര്യങ്ങളെല്ലാം അണുവിട തെറ്റാതെ ഏർപ്പാടായി. വൈസ്രോയിയും അദ്ദേഹത്തിന്റെ എണ്ണമറ്റ അനുചര വൃന്ദവും കാലാധുംഗിയിലെത്തി. ഏറെ പ്രസന്നനും ഉത്സാഹവാനുമായിരുന്നു ലിൻലിത്ത് ഗോ പ്രഭു. സമയം ഒട്ടും പാഴാക്കാതെ ഞങ്ങൾ നാലു നായാട്ടു സംഘങ്ങൾക്കു രൂപം നൽകി. അവർ നടത്തിയ സാമ്പിൾ നായാട്ടിൽ നാലു കടുവകളെ വകവരുത്താനും സാധിച്ചു. ജീവിതത്തിൽ ഒരിക്കലും ഒരു കാടോ കടുവയേയോ കാണാത്തവർ ഇങ്ങനെയൊരു അനുഭവമുണ്ടാകുമ്പോൾ എത്രമാത്രം അതാസ്വദിക്കുമെന്നു പറയാനാവില്ല. അവസാന ദിവസം നദീ തീരത്ത് അഞ്ചു ഭാഗത്തായി അഞ്ചു മച്ചാനുകൾ (ഏറുമാടങ്ങൾ) നിർമ്മിച്ചു. ഈ മച്ചാനുകൾക്കു താഴെയുള്ള വിശാലമായ സ്ഥലത്താണ് കടുവാവേട്ട

നടക്കുക. ഓരോ മച്ചാനിലും ആരൊക്കെയാണ് ഇരിക്കേണ്ടതെന്നും ഞാൻ നിശ്ചയിച്ചിരുന്നു. അവസാനത്തെ നായാട്ടിനു നിശ്ചയിച്ച ദിവസം ഞാനും വൈസ്രോയിയുടെ എ.ഡി.സിയായ പീറ്റർ ബോർവിക്കും ബഹാദൂറും കൂടി ഓരോ മച്ചാനിലും തോക്കുകൾ സജ്ജീകരിച്ചു. ഒരുക്കങ്ങളെല്ലാം പൂർത്തിയായി.

നായാട്ട് ആരംഭിക്കുകയാണ്. ഒന്നാമത്തെ മച്ചാനിൽ വൈസ്രോയിയുടെ മകൾ കുമാരി ആൻ സ്ഥാനം പിടിച്ചു. രണ്ടാമത്തേതിൽ വൈസ്രോയിയും ഭാര്യയും. മൂന്നാമത്തെ മച്ചാനിൽ ബൺടിയെ കയറ്റി ഇരുത്തി; ഒപ്പം തന്നെ പീറ്ററിനും അതിൽ ഇരിപ്പിടം നൽകി. ഞാൻ അടയാളം കൊടുത്ത സ്ഥലത്ത് എത്തും മുമ്പ് കടുവയെ വെടിവയ്ക്കരുതെന്നും, വെടിവയ്ക്കുമ്പോൾ അത് കൃത്യമായും കടുവയുടെ തൊണ്ടയിൽ തറയ്ക്കണമെന്നും ബൺടിയോട് ഞാൻ പ്രത്യേകം പറഞ്ഞു. കർശനമായും ഈ രണ്ടു നിർദ്ദേശങ്ങളും പാലിച്ചു കൊള്ളാമെന്ന് അവൾ എനിക്കു വാക്കു തന്നു. ബൺടിയുടെ പക്കൽ ഒരു 450/400 ഡി.ബി. റൈഫിളാണുള്ളത്. അതേ ഇനത്തിൽപ്പെട്ട ഒരു തോക്ക് ഞാൻ പീറ്ററിനും നൽകി. പിന്നീട് ഞാൻ ഗെയിംട്രാക്കിലേക്കു കടന്ന് ഇരുപതടിയെത്തിയപ്പോൾ അവിടെയൊരു കമ്പ് ട്രാക്കിനു കുറുകെ ഇട്ടിട്ട് ബൺടിയെ നോക്കി. അടയാളം മനസ്സിലായെന്ന് അവൾ തലകുലുക്കി കാണിച്ചു.

നാലാം മച്ചാനിലേക്ക് ഞാനും ലേഡി ജൊവാനും നടന്നു. മൂന്നാം നമ്പർ മച്ചാനിൽ നിന്നും ഇരുപതടി അകലത്തിലാണ് ആ മച്ചാൻ കെട്ടിയിരുന്നത്. അതുകൊണ്ട് അന്യോന്യം കാണാൻ തടസ്സമൊന്നുമുണ്ടായിരുന്നില്ല. ഞാൻ ജൊവാനെ മച്ചാനിൽ കയറ്റിയിരുത്തിയിട്ട് അവളോട് പറഞ്ഞു: “കടുവ മൂന്നാം നമ്പർ മച്ചാനെ സമീപിക്കുമ്പോൾ അവനെ വീഴ്ത്താൻ പീറ്ററിനോ ബൺട്രിക്കോ സാധിച്ചില്ലെങ്കിൽ ജൊവാൻ അവനെ വക വരുത്തണം.” “അതു ഞാനേറ്റു. നിങ്ങളൊട്ടും വിഷമിക്കണ്ട” എന്നവൾ എനിക്ക് ഉറപ്പു തന്നു. നദിക്കരയിലൂടെ വരുന്ന കടുവയെ ഒരു തടസ്സവുമില്ലാതെ കാണാൻ കഴിയുന്നത് ഈ രണ്ട് മച്ചാനിലും ഇരിക്കുന്നവർക്കാണ്. കാരണം വൃക്ഷങ്ങളുടെ മറവൊട്ടും തന്നെ ആ ഭാഗത്തില്ല. അഞ്ചാം നമ്പർ മച്ചാനിൽ ഏറ്റവും ഒടുവിലത്തെ ‘സ്റ്റോപ്പർ’ എന്ന നിലയിൽ ബഹാദൂറിനെയും കയറ്റിയിട്ട് ഞാൻ ബോവർ നദിക്കരയിലേക്കു നടന്നു.

ഞാൻ മാസീർ മത്സ്യത്തെ പിടിച്ച ഭാഗത്ത് പതിനാറ് ആനകൾ നായാട്ട് ഘോഷത്തിനായി ഒരുങ്ങി നിന്നിരുന്നു. മോഹൻ എന്ന വൃദ്ധന്റെ നേതൃത്വത്തിലാണവ നിൽക്കുന്നത്. ചിരപരിചയം കൊണ്ട് കടുവകളുടെ എല്ലാ സവിശേഷതകളും നന്നായറിയുന്ന വ്യക്തിയാണയാൾ. ഞാൻ എന്റെ തൊപ്പി ഉയർത്തി വീശിക്കാണിച്ച ഉടനെ അയാൾ ആനകളെ നദീതിരത്തേക്കു മാർച്ച് ചെയ്യിച്ചു. കാൽമൈൽ ദൂരം നടന്ന് ആനകളെത്തിയപ്പോഴേക്കും ഞാനൊരു സിഗററ്റ് വലിക്കുകയും ഒരുപാട് സാധ്യതകളെക്കുറിച്ചും ആപത്തുകളെ

ക്കുറിച്ചും ചിന്തിക്കുകയും ചെയ്തു. ചിന്തിക്കും തോറും ഞാൻ കൂടുതൽ അസ്വസ്ഥനാകുകയും ചെയ്തു.

കാലാധുംഗിയിലെത്തും മുൻപ് അദ്ദേഹവും സംഘാംഗങ്ങളും പാലിക്കേണ്ട നിയമാവലി മുൻകൂട്ടി എഴുതി അയയ്ക്കണമെന്ന് വൈസ്രോയി എന്നോടാവശ്യപ്പെട്ടിരുന്നു. നാട്ടിലെ നിയമമല്ലല്ലോ കാട്ടിലെ നിയമം. ഞാന പ്രകാരം ഒരു കർശനമായ നിയമാവലി ഉണ്ടാക്കി അയച്ചിരുന്നു. മുന്നൂറിൽപ്പരം അംഗങ്ങളുണ്ടായിരുന്ന വൈസ്രോയിയുടെ സംഘത്തിലെ ഓരോരുത്തരും അക്ഷരം പ്രതി അതെല്ലാം അനുസരിച്ചതു കൊണ്ട് ആ നിമിഷം വരെ ഒരപകടവും ആർക്കും ഉണ്ടായില്ലെന്നത് എനിക്കു വളരെ സംതൃപ്തി നൽകി. അവരെല്ലാവരും മൃഗയാ വിനോദത്തിന്റെ ആനന്ദം ആവോളം ആസ്വദിച്ചു കഴിഞ്ഞു. എന്നാൽ ഇന്ന്, ഈ അവസാന ദിവസം എന്റേതായ പിടിപ്പു കേടുകൊണ്ട് ഒരപകടം സംഭവിച്ചാൽ അത് എന്നിൽ സർവ്വ വിശ്വാസവും അർപ്പിച്ചു വന്ന വൈസ്രോയിയോടും സംഘത്തോടും ഞാൻ ചെയ്യുന്ന കടുത്ത അപരാധമായിരിക്കും; സംശയമില്ല.

എന്തുകൊണ്ട് ഞാനിങ്ങനെ ഒരബദ്ധം കാട്ടി എന്നതാണ് എന്നെ അസ്വസ്ഥനാക്കുന്നത്. ഒട്ടും ആലോചനയില്ലാതെ, ഒരു പെൺകുട്ടിയെ തറയിൽ നിന്ന് കഷ്ടി ആറടി മാത്രം ഉയരത്തിൽ നിർമ്മിച്ച മച്ചാനിൽ ഇരുത്താൻ പാടില്ലായിരുന്നു. ബൺടിക്ക് സഹായത്തിനു പീറ്ററുണ്ടെന്നുള്ളത് വലിയൊരു ആശ്വാസമൊന്നുമല്ല. കാരണം ബൺടി കടുവയ്ക്ക് നേരെ നിറയൊഴിക്കുകയും അതു ലക്ഷ്യം തെറ്റുകയും ചെയ്താൽ കോപാവേശത്തോടെ മച്ചാനിലേക്കു പാഞ്ഞുകയറുന്ന കടുവ അവളേയും പീറ്ററിനേയും ഒന്നിച്ച് ശവമാക്കും എന്നതിൽ തർക്കമില്ല. അവരെ ഞാൻ ഈ കാര്യങ്ങളൊക്കെ പറഞ്ഞ് ആ മച്ചാനിൽ കയററുതെന്ന് നേരത്തെ വിലക്കിയിരുന്നു എന്നത് വാസ്തവമാണെങ്കിലും അതെനിക്ക് ആശ്വാസം പകരുന്നില്ല. ചെറുപ്പത്തിന്റെ അപ്രതിഹതമായ ആവേശത്തിൽ "അതൊന്നും സാരമില്ല, കടുവയെ ഞങ്ങൾ വക വരുത്തും" എന്നൊക്കെ രണ്ടാളും പറഞ്ഞതു മുഖവിലയ്ക്കെടുത്തു എന്നതാണ് എന്റെ തെറ്റ്.

ഇത്തരം ചിന്തകളിൽ ഞാനുഴറവേ മോഹൻ ആനകളുമായി അടുത്തെത്തി. പരിചയ സമ്പന്നനായ മോഹനോട് ഞാൻ എന്റെ അസ്വാസ്ഥ്യത്തിന്റെ കാരണം വെളിപ്പെടുത്തി. കാര്യം അത്ര പന്തിയായില്ലല്ലോ സാർ എന്ന മട്ടിൽ ഒരു ദീർഘനിശ്വാസം വിട്ട ശേഷം അയാൾ പറഞ്ഞു: "വിഷമിക്കാനൊന്നുമില്ല, സർ, എല്ലാം ഭംഗിയാകും" അതൊരാശ്വാസ വാക്കുമാത്രമാണെന്ന് ഞാൻ കരുതിയില്ല. കാരണം മോഹനാണല്ലോ പറഞ്ഞത്.

ആനക്കാരെയെല്ലാം അടുത്ത് വിളിച്ച് അവർ ചെയ്യേണ്ട കാര്യങ്ങൾ ഞാൻ വിശദമായി പറഞ്ഞു മനസ്സിലാക്കി. "എല്ലാവരും ശ്രദ്ധിക്കുക, കടുവയെ ഭയപ്പെടുത്തുകയോ വിറളി പിടിപ്പിക്കുകയോ ചെയ്യാതെ വേണം നമുക്കവനെ

ഇങ്ങോട്ടു വരുത്താൻ. നിങ്ങളെല്ലാവരും നദിക്കരയിൽ നിരന്ന് നിൽക്കണം. ഞാൻ എന്റെ തൊപ്പി ഉയർത്തി വീശിക്കാണിക്കുമ്പോൾ എല്ലാവരും ചേർന്നു കൈകൊട്ടാൻ തുടങ്ങണം. വീണ്ടും ഞാൻ തൊപ്പി വീശും വരെ നിങ്ങളതു തുടരണം. ഞാൻ തൊപ്പി തലയിൽ വയ്ക്കുന്നത് കണ്ടാൽ നിങ്ങൾ കൈ കൊട്ടൽ നിർത്തണം. ഇത് ഇടവിട്ടിടവിട്ട് പല തവണ വേണ്ടി വരും. ഇതു കണ്ട് കടുവ പുറത്തുവരുന്നില്ലെങ്കിൽ മുന്നോട്ടു നീങ്ങാൻ ഞാൻ നിങ്ങൾക്ക് അടയാളം കാണിക്കും. അപ്പോൾ നിങ്ങൾ ആനകളെ മുന്നോട്ട് അടുപ്പി ക്കണം. എന്തായാലും നാം കൈകൊട്ടുന്ന ശബ്ദം കേട്ട് കടുവ ഉറക്കം ഉണരും; അതുറപ്പാണ്."

അവരതു തലകുലുക്കി സമ്മതിച്ചു. ഏതാണ്ട് അഞ്ഞൂറ് വാര നീളവും അത്രതന്നെ വീതിയുമുള്ള ഒരു സ്ഥലമാണ് ഞങ്ങൾ നായാട്ടിനായി തെര ഞ്ഞെടുത്തിട്ടുള്ളത്. ഞാൻ ആനക്കാർക്ക് തൊപ്പി വിശി സിഗ്നൽ കൊടുത്തു. ഉടനെ അവരെല്ലാം ചേർന്നു കൈകൊട്ടാൻ തുടങ്ങി. ആനക്കാർ ഒന്നിച്ചൊരു കൂവൽ നടത്തിയ ശേഷം കൈകൊട്ടാൻ തുടങ്ങി. മൂന്നു നാല് മിനിറ്റുനേരം അവരത് തുടർന്നു. ഞാൻ തൊപ്പി തലയിൽ വച്ചപ്പോൾ അവർ കയ്യടി നിർത്തി. ഞാൻ ചെവിയോർത്തു. കടുവയുടെ പുറപ്പാടിന്റെ ലക്ഷണം വല്ലതു മുണ്ടോ? മ്ലാവ്, മാൻ, കുരങ്ങുകൾ തുടങ്ങിയ മൃഗങ്ങളും കുരുവികൾ തുടങ്ങി അനേകം പക്ഷികളുമുണ്ടവിടെ. അവരിൽ നിന്നെന്തെങ്കിലും മുന്നറിയിപ്പ് ഉണ്ടാവേണ്ടതാണിപ്പോൾ. പക്ഷേ ഒന്നും കേട്ടില്ല. കനത്ത നിശ്ശബ്ദതമാത്രം. അഞ്ചു മിനിറ്റു കഴിഞ്ഞ് ഞാൻ വീണ്ടും തൊപ്പി ഉയർത്തി വീശി. ആന ക്കാർ കൈയടി തുടങ്ങി. ഏതാണ്ട് രണ്ടു മിനിറ്റ് അതു തുടർന്നപ്പോൾ ഒരു വെടി മുഴങ്ങി. ഉടനെ ഞാൻ എണ്ണാൻ തുടങ്ങി. ഒന്ന്, രണ്ട്, മൂന്ന്, നാല്, അഞ്ച്.... അതാ അടുപ്പിച്ച് രണ്ട് വെടിയൊച്ചകൾക്കൂടി കേൾക്കുന്നു. ഇതിൽ നിന്ന് ഞാനൊരു കാര്യം ഊഹിച്ചു. ആദ്യത്തെ വെടി ബൺടിയുടേതായിരിക്കും. ഞാൻ ഭയന്നതുപോലെ അത് കൃത്യമായി ലക്ഷ്യം കണ്ടിരിക്കില്ല. ജൊവാനോ പീറ്ററോ ആയിരിക്കണം രണ്ടു തവണ വീണ്ടും നിറയൊഴിച്ചത്. ഞാനി പ്രകാരം വിചാരിക്കുന്നതിനിടയിൽ വീണ്ടും ഒരു വെടി ശബ്ദം കൂടി കേട്ടു.

സത്യം പറഞ്ഞാൽ ഞാനാകെ ആശയക്കുഴപ്പത്തിലായി. വല്ലാതെ ഭയ പ്പെടുകയും ചെയ്തു. ആ കുട്ടികൾക്കോ വൈസ്രോയിക്കോ ഒന്നും ഒരാപത്തും സംഭവിച്ചിരിക്കില്ലെന്ന് എന്നെത്തന്നെ വിശ്വസിപ്പിക്കാൻ ശ്രമിച്ചു കൊണ്ട് ഞാൻ അജ്മത്ത് എന്ന ആനക്കാരനോട് എന്നെ എത്രയും വേഗം അങ്ങോട്ട് എത്തിക്കണമെന്ന് ആവശ്യപ്പെട്ടു. അജ്മത്തും അവന്റെ ആനയും ഒരു പോലെ ധീരന്മാരാണ്. കടുവയൊന്നും അവർക്കൊരു പ്രശ്നമല്ല. ഞാൻ ആനപ്പുറത്തു കയറി. ദുർഗ്ഗമമായ വഴിയിലൂടെ ആന ആവുന്നത്ര വേഗം നടന്നു. കുറേദൂരം ചെന്നപ്പോൾ രണ്ടാൾ പൊക്കത്തിൽ പുല്ലുവളർന്നു നിൽക്കുന്ന ഒരു ഭാഗത്ത് ആന നടത്തം നിർത്തി. മുന്നോട്ടു പോകാൻ എന്തോ

കാരണത്താൽ അവൻ മടിക്കുന്നു എന്നെനിക്കു മനസ്സിലായി. അതുകണ്ട് അജ്മത്ത് പറഞ്ഞു “സാബ്, കടുവയുടെ മണം വന്നതു കൊണ്ടാണ് അവൻ നടപ്പ് നിർത്തിയത്. ആയുധമില്ലാത്ത ചുറ്റുപാടിൽ അങ്ങ് വളരെ സൂക്ഷിച്ചി രിക്കണം”.

ഇനിയൊരു നൂറടി കൂടിയേ പോകാനുള്ളൂ. പക്ഷേ ഒരു പ്രതികരണവും ലഭിക്കുന്നില്ല. എല്ലാവർക്കും ഓരോ വിസിൽ കൊടുത്തിരുന്നു. ഏതെങ്കിലും സഹായം വേണ്ടി വന്നാൽ അത് ഊതി ശബ്ദമുണ്ടാക്കണമെന്നു നിർദ്ദേശം നൽകിയതാണ്. ഒരു വിസിൽ നാദം പോലും കേട്ടില്ല എന്നത് എന്നെ കൂടുതൽ അസ്വസ്ഥനാക്കി. ഒരുപക്ഷേ അങ്കലാപ്പിനിടയിൽ വിസിൽ താഴെ വീണിരിക്കാം. അല്ലെങ്കിൽ അക്കാര്യമേ മറന്നിരിക്കാം. അപ്പോഴേക്കും എനിക്കു വൃക്ഷശിഖരങ്ങൾക്കിടയിലൂടെ ജൊവാനെ കാണാൻ സാധിച്ചു. സന്തോഷം കൊണ്ട് ആർത്ത് വിളിക്കാൻ തോന്നിപ്പോയി. കാരണം ജൊവാൻ ഒട്ടും ഭയവും സംഭ്രമവും ഒന്നുമില്ലാതെ തോക്ക് മടിയിൽ കിടത്തിയിട്ടു കൊണ്ട് ‘സാ’ മട്ടിൽ ഇരിക്കുകയാണ്. എന്നെ കണ്ടതും അവൾ രണ്ടും കയ്യും വിടർത്തി “ഓ ഇത്രയും വലിപ്പമുള്ള കടുവ അതാ ബൺടിയുടെ മച്ചാനു താഴെ കിടക്കുന്നു” എന്ന് ആംഗ്യം കൊണ്ടും നോട്ടം കൊണ്ടും എനിക്കു സന്ദേശം തന്നു.

കഥയുടെ ബാക്കി പറയാൻ, ഈ പതിനഞ്ചു വർഷങ്ങൾക്കു ശേഷവും, ഒരു നടുക്കത്തോടെ മാത്രമേ എനിക്കു കഴിയൂ. ഞങ്ങളുടെ കൈകൊട്ടൽ ആരംഭിച്ചതും എല്ലാ മച്ചാനിലും ഇരുന്നവർ തോക്കുകൾ ഉന്നം പിടിക്കാൻ പാകത്തിൽ വച്ചു കൊണ്ട് ശ്രദ്ധാപൂർവ്വം ഇരുന്നു. ഈ സമയം മൂന്നാം നമ്പർ മച്ചാന് അറുപതടി മുന്നിലായി കടുവ പ്രത്യക്ഷപ്പെട്ടു. എന്നിട്ടവൻ സാവധാനം മുന്നോട്ടു നീങ്ങി. നദീതീരത്തോടടുത്തപ്പോഴാണ് ഞങ്ങൾ രണ്ടാംവട്ടം കൈകൊട്ടിയത്. ഒരു നിമിഷം അത് ശ്രദ്ധിച്ചിട്ട് അവൻ പിന്നെയും നടന്നു. ഞാൻ നേരത്തെ ഒരടയാളമായി കമ്പ് ഇട്ടിരുന്ന സ്ഥലത്ത് അവൻ എത്തി യതും ബൺടി നിറയൊഴിച്ചു പക്ഷേ അവൾക്ക് ലക്ഷ്യം പിഴച്ചു. തൊണ്ട യ്ക്ക് പകരം കടുവയുടെ നെഞ്ചിലാണ് വെടിയേറ്റത്. നിമിഷാർദ്ധത്തിൽ, മറ്റൊരു വെടിവെയ്ക്കാൻ ബൺടിക്കോ, പീറ്ററിനോ കഴിയും മുൻപ് കടുവ അലറിക്കൊണ്ട് മച്ചാനിലേക്ക് ചാടി. ബൺടിക്ക് തോക്കുയർത്താനുള്ള സമയം പോലും ലഭിക്കും മുമ്പായിരുന്നു ആ തീപ്പൊരിച്ചാട്ടം. എന്നാൽ കൃത്യം ആ സമയത്ത് ജൊവാൻ ലക്ഷ്യം തെറ്റാതെ നിറയൊഴിച്ചു. അതു കൊണ്ടതും കടുവ താഴെ വീണു. എങ്കിലും ഇനിയും അവൻ എഴു ന്നേൽക്കുകയില്ലെന്ന് ഉറപ്പുവരുത്താനായി അവൾ ഒരിക്കൽ കൂടി നിറയൊ ഴിച്ചു. എന്നിട്ടും, പക്ഷേ, കടുവ എഴുന്നേറ്റ് കാട്ടിലേക്കു രക്ഷപ്പെടാൻ ഒരു ശ്രമം നടത്തി. അപ്പോൾ ബൺടി ഒരിക്കൽ കൂടി വെടിയുതിർത്തു. അതായി രുന്നു ഞാൻ കേട്ട നാലാമത്തെ വെടി! അങ്ങനെ എന്റെ ഭയാശങ്കകൾ

ഒഴിവാക്കി മിടുക്കികൾ ധീരതയുടെ പര്യായമായ ആ നായാട്ട് അവിസ്മരണീയമാക്കി.

ബഹുമാനപ്പെട്ട വൈസ്രോയിയുടെ ആദ്യത്തെ നായാട്ട് അങ്ങനെ അപശ്രുതിയൊന്നും കൂടാതെ കലാശിച്ചു. എന്നെ വളരെ പ്രശംസിച്ചും നന്ദി വാക്കുകൾ പറഞ്ഞും സന്തോഷിപ്പിച്ചിട്ട് അദ്ദേഹം മടങ്ങിപ്പോയി. പിന്നീട് പല തവണ തന്റെ ഇഷ്ടവിനോദമായ നായാട്ടിന് അദ്ദേഹം കാലാംധുംഗിയിൽ വന്നിട്ടുണ്ട്. പക്ഷേ അപ്പോഴൊന്നും എനിക്ക് അസ്വസ്ഥതയുടെ ദിനങ്ങളുണ്ടായില്ല. കാരണം, പിന്നീടൊരിക്കലും അത്തരം ചുമതലകൾ ഞാൻ ഏറ്റെടുത്തിട്ടില്ല!

■

ജിം കോർബെറ്റ്

ഒരു രാജകീയനായാട്ട്

ഭാരതത്തിലെ മഹാരാജാക്കന്മാരുടെ ഇഷ്ടവിനോദമാണ് നായാട്ട്. മൃഗയാവിനോദം എന്നാണതിനു പറയാറുള്ളത്. ശരിക്കും ഒരു വിനോദ പരിപാടി തന്നെ. സിന്ധ് മഹാരാജാവും അത്യധികം ഇഷ്ടപ്പെട്ടിരുന്നു വേട്ടയാടൽ. വാസ്തവത്തിൽ അദ്ദേഹത്തിന്റെ നിര്യാണം മൂലം ഭാരതത്തിനു നഷ്ടപ്പെട്ടത് വലിയൊരു കായിക വിനോദ പ്രേമിയെയാണെന്നു പറയാം. പ്രജാ വത്സലനായിരുന്ന ആ മഹാരാജാവും ഒന്നിച്ച് ചില രസകരങ്ങളായ വനാനുഭവങ്ങൾ എനിക്കുണ്ടായിട്ടുണ്ട്. അദ്ദേഹത്തെ പരിചയപ്പെടാനും വളരെക്കാലം അടുത്തിടപഴകാനും കഴിഞ്ഞത് ഒരു മഹാഭാഗ്യമായി ഞാൻ കരുതുന്നു.

മഹാരാജാവിന്റെ പ്രധാന ഹോബികൾ നായാട്ടു നായ്ക്കളെ വളർത്തലും പരിശീലിപ്പിക്കലും കടുവയെ വേട്ടയാടലുമായിരുന്നു. ഇവയ്ക്കു തുല്യമായി മറ്റൊന്നും അദ്ദേഹത്തെ ആകർഷിക്കുകയോ രസിപ്പിക്കുകയോ ഉണ്ടായി ട്ടില്ല. ഞാനാദ്യമായി അദ്ദേഹത്തെ പരിചയപ്പെടുമ്പോൾ നാനൂറു നായ്ക്ക ളാണ് അദ്ദേഹത്തിന്റെ പരിശീലന കേന്ദ്രത്തിൽ ഉണ്ടായിരുന്നത്. അവയെ വളരെ ചെറുപ്പം മുതൽ തന്നെ നല്ല പരിശീലനം നൽകി വളർത്തിയാണ് വേട്ടനായ്ക്കളാക്കി മാറ്റുന്നത്. നായ്ക്കളോടുള്ള അദ്ദേഹത്തിന്റെ സ്നേഹ വാത്സല്യങ്ങളും ദയാപൂർവ്വമായ പെരുമാറ്റവും കാണേണ്ടതു തന്നെയാണ്. എന്റെ അനുഭവത്തിൽ ഒരൊറ്റ തവണയേ മഹാരാജാവ് ഒരു നായയെ ശാസി ക്കുന്നത് ഞാൻ കണ്ടിട്ടുള്ളൂ. ആ രാത്രി അത്താഴത്തിനിരിക്കുമ്പോൾ നായ്ക്ക ളെല്ലാം നന്നായി പെരുമാറുന്നില്ലേ എന്നു മഹാറാണി ചോദിച്ചു. അതിനു മറുപടിയായി മഹാരാജാവ് പറഞ്ഞു:

"സാൻഡി മാത്രം കുറച്ച് അനുസരണക്കേട് കാട്ടി അതിന് ഞാനവന് നല്ല അടി കൊടുക്കുകയും ചെയ്തു."

സംഭവം ഇങ്ങനെയാണ്. ഞാനും മഹാരാജാവും കൂടി അന്നുരാവിലെ പക്ഷികളെ വേട്ടായടുകയായിരുന്നു. ഞങ്ങൾക്ക് സുഗമമായി നടക്കാനായി മുന്നിലുള്ള പുല്ലു നിറഞ്ഞ പ്രദേശം ആനകളെ കൊണ്ട് മെതിപ്പിച്ചു നടപ്പാത യുണ്ടാക്കിയിരുന്നു. അതിന്റെ അവസാനം അൻപതു വാര വിസ്തീർണ്ണത്തിൽ

ഒരു ചെറിയ മൈതാനമായിരുന്നു. അവിടെ ഞാനും മഹാരാജാവും ഏതാനും വാര അകലമിട്ടു നിൽക്കുന്നു. മഹാരാജാവിന്റെ ഇടതുവശത്തായി മൂന്നു ലാബ്രഡോർ നായ്ക്കൾ നിരന്നിരിക്കുന്നുണ്ട്, സ്വർണ്ണനിറമാർന്ന സാൻഡിയും പിന്നെ നല്ല കറുമ്പന്മാരായ രണ്ടു നായ്ക്കളും. മഹാരാജാവ് ഒരു പക്ഷിയെ ലാക്കാക്കി നിറയൊഴിച്ചു. അതു ദൂരെ പുല്ലിനിടയിൽ പിടഞ്ഞു വീണു. കറുമ്പൻ മാരിൽ ആദ്യത്തവനോട് രാജാവ് കല്പിച്ചതനുസരിച്ച് അവൻ ഓടിച്ചെന്ന് അതിനെ കടിച്ചുതൂക്കി കൊണ്ടുവന്നു. അടുത്ത ഇരയെ വീഴ്ത്തിയത് ഞാനായിരുന്നു. ഉടനെ രണ്ടാമത്തെ കറുമ്പൻ അതുപോയി എടുത്തു കൊണ്ടുവന്നു. അപ്പോഴാണ് ഒരു മുയൽ ആ വഴി ഓടി വന്നത്. ഞാൻ അതിനെ ലക്ഷ്യമാക്കി വെടിവെച്ചു. വെടി കൊണ്ടിട്ടും മുയൽ പത്തു മുപ്പതു വാര മുന്നോട്ടോടി. അതു കണ്ട് സാൻഡി അതിനെ പിടിക്കാനായി പിന്നാലെ ഓടി. മഹാരാജാവ് അത് ഉദ്ദേശിച്ചിരുന്നില്ല. അദ്ദേഹം "സാൻഡീ, സാൻഡീ" എന്നുറക്കെ വിളിച്ചെങ്കിലും അവനതു ശ്രദ്ധിച്ചില്ല. അവനതിനു ന്യായമായ അവകാശമുണ്ടെന്നാവും സാൻഡി കരുതിയത്. ആദ്യം വീണ രണ്ട് പക്ഷികളെയും കറുമ്പന്മാർ മുറയനുസരിച്ച് എടുത്തു കൊണ്ടുവന്നു. ഇതു മൂന്നാമത്തേതാണ്. ന്യായമായും അവന്റെ മുറയല്ലേ അത്. അവൻ മുയലിനെ തൂക്കിയെടുത്ത് എന്റെ മുന്നിൽ കൊണ്ടുവന്നിട്ടു. പിന്നീട് ശാന്തനായി അവൻ പഴയ സ്ഥാനത്തു ചെന്നിരുന്നു.

പക്ഷേ മഹാരാജാവ് അവനോട് ആ മുയലിനെ എടുത്ത് അതെവിടെയാണോ കിടന്നത് അവിടെ കൊണ്ടുപോയി ഇടാനാണ് ആജ്ഞാപിച്ചത്. സാൻഡി ഉടനെ എന്റെ മുന്നിൽ നിന്നും അതിനെ തൂക്കിയെടുത്ത് ഇടംവലം ആട്ടിക്കൊണ്ടു നടന്ന് പഴയ സ്ഥാനത്തു കൊണ്ടുചെന്നിട്ടു. അപ്പോൾ അടുത്ത ആജ്ഞ വന്നു. അതിനെ അവിടെയിട്ട് വെറും കയ്യോടെ സാൻഡി മടങ്ങാനായിരുന്നു നിർദ്ദേശം. ഒരു കുറ്റവാളിയുടെ ഭാവത്തിൽ വാല് താഴ്ത്തി, ചെവികളും താഴ്ത്തി അവൻ മെല്ലെ നടന്നു രാജാവിന്റെ മുന്നിലെത്തി നില്പായി. അപ്പോൾ കറമ്പന്മാരിൽ ഒരുവനോട് മുയലിനെ പോയി എടുത്തു കൊണ്ടുവരാൻ രാജാവ് കല്പിച്ചു. ആ നായ അപ്രകാരം ചെയ്ത് കഴിഞ്ഞപ്പോൾ മഹാരാജാവ് തന്റെ തോക്ക് ഭൃത്യനെ ഏല്പിച്ചിട്ട് വടി വാങ്ങി സാൻഡിയുടെ കഴുത്തിലെ ബെൽറ്റിൽ പിടിച്ചുകൊണ്ട് അവനെ ഒരുപാട് അടിച്ചു. പക്ഷേ സാൻഡി ഉള്ളിൽ ചിരിക്കുകയായിരുന്നു; ഞാനും. കാരണം, രാജാവ് അടിച്ചത് സാൻഡിയെയായിരുന്നില്ല. അവന്റെ ഇരുവശവും തറയിലാണ് ഓരോ അടിയും പതിച്ചത്. അത്രമേൽ അദ്ദേഹം അവനെ സ്നേഹിച്ചിരുന്നു. എന്നാൽ കാട്ടിയത് അനുസരണക്കേടാണെന്ന് അവനെ ബോധ്യപ്പെടുത്താനായിരുന്നു ആ പ്രകടനം. സാൻഡിക്കതു മനസ്സിലായിക്കാണും.

ഈ സംഭവമാണ് അദ്ദേഹം അത്താഴ സമയത്ത് മഹാറാണിയോടു വർണിച്ചത്. അപ്പോൾ ഞാനൊരു കടലാസെടുത്ത് അതിൽ ഇങ്ങിനെ എഴുതിയിട്ട് രാജാവിനു കൈമാറി.

“മഹാരാജൻ, സാൻഡി ലേശം അനുസരണക്കേടു കാട്ടിയെങ്കിലും ഇന്ന് ഇന്ത്യയിലുള്ളതിൽ ഏറ്റവും സമർത്ഥനായ നായ അവനാണ്. അടുത്ത വർഷത്തെ നായാട്ടു നായ്ക്കളുടെ പൊതുമത്സരത്തിൽ അവനായിരിക്കും ചാമ്പ്യൻ എന്നു ഞാൻ പ്രതീക്ഷിക്കുന്നു!”

പിന്നീട് കുറേ കാലങ്ങൾക്കു ശേഷം സാൻഡി ഞാൻ പ്രവചിച്ചതു പോലെ ചാമ്പ്യൻപട്ടം കരസ്ഥമാക്കിയ വിവരം മഹാരാജാവ് എന്നെ കമ്പി യടിച്ച് അറിയിക്കുകയുണ്ടായി.

ഒരു ദിവസം അതിരാവിലെ നടക്കാനിറങ്ങിയ ഞാൻ ഏകദേശം പത്തു മൈൽ നടന്ന് മഹാരാജാവ് സകുടുംബം ക്യാമ്പു ചെയ്യുന്ന മോഹൻ എന്ന സ്ഥലത്തെത്തി. ഞാൻ ചെല്ലുമ്പോൾ രാജാവും പരിവാരങ്ങളും പ്രഭാത ഭക്ഷണം കഴിക്കാനിരിക്കുകയായിരുന്നു. എന്നെക്കണ്ട് ചിരിച്ചു കൊണ്ട് മഹാ രാജാവ് പറഞ്ഞു

“താങ്കൾ കൃത്യസമയത്തു തന്നെ വന്നു..........”

‘ബ്രേക്ഫാസ്റ്റിന് കൃത്യമായി വന്നു ചേർന്നല്ലോ, ഭാഗ്യവാൻ’ എന്ന അർത്ഥത്തിലായിരുന്നില്ല ആ പ്രയോഗം എന്നു എനിക്ക് ഉടനെ മനസ്സിലായി. അദ്ദേഹം എന്നെ അടുത്തിരുത്തിയിട്ടു പറഞ്ഞു.

“നമ്മെ മൂന്നുവർഷമായി കബളിപ്പിച്ചു കൊണ്ടിരിക്കുന്ന ആ കടുവയെ നമ്മളിന്നു വേട്ടയാടാൻ തീരുമാനിച്ചിരിക്കുകയാണ്. കൃത്യമായി താങ്കളും എത്തിയത് സന്തോഷമായി.”

പലപ്പോഴായി നടന്ന സംഭാഷണങ്ങളിൽ നിന്നും ഞാനീ കടുവയെ കുറിച്ച് ധാരാളം കേട്ടിട്ടുണ്ട്. അവനെ വകവരുത്തണമെന്നത് മഹാരാജാവിന്റെ ദൃഢ നിശ്ചയങ്ങളിലൊന്നാണെന്നും എനിക്കറിയാം.

വേട്ടക്കായി ഒരുക്കിയ മൂന്നു മച്ചാനുകളിൽ ഒന്നെനിക്കായി നീക്കി വയ്ക്കു കയും ഒരു തോക്ക് എനിക്കു കടം തരികയുമൊക്കെ ചെയ്തപ്പോൾ ഞാൻ മഹാരാജാവിനോടു പറഞ്ഞു: “ഞാനും താങ്കളോടൊപ്പം വരാം. പക്ഷേ ഒരു കാഴ്ചക്കാരനായി മാത്രം. അതല്ലേ താങ്കളും ഉദ്ദേശിക്കുന്നുള്ളൂ?” എന്റെ ചോദ്യം ശരിവച്ചുകൊണ്ട് അദ്ദേഹം ഒന്നു പുഞ്ചിരിച്ചു. കാരണം ആ കടുവ തന്റെ കൈകൾകൊണ്ടുതന്നെ വേണം വധിക്കപ്പെടാൻ എന്ന കാര്യത്തിൽ മഹാരാജാവിനു വാശിയുണ്ടായിരുന്നു.

പ്രഭാതഭക്ഷണം കഴിച്ച് രാവിലെ പത്തുമണിയോടെ ആ നായാട്ടു യാത്ര രാജകീയമായ ആർഭാടങ്ങളോടെ തന്നെ ആരംഭിച്ചു. കടുവാവധത്തിനു പുറ പ്പെട്ട ആ നായാട്ടു സംഘത്തിൽ മഹാരാജാവിനൊപ്പം മഹാറാണിയും രണ്ടു പെൺമക്കളും അവരുടെ സുഹൃത്തായ ഒരു പെൺകുട്ടിയും പിന്നെ ഞാനു മാണുണ്ടായിരുന്നത്. നായാട്ടിനായി നിശ്ചയിച്ച സ്ഥലംവരെ ഞങ്ങളെല്ലാ വരും ഒരു കാറിലാണ് യാത്ര ചെയ്തത്. ഇങ്ങനെയൊരു രാജകീയമായ

കടുവാവേട്ട എന്റെ അനുഭവത്തിൽ ആദ്യമായിരുന്നു. എനിക്കത് ഏറെ കൗതുകകരമായി തോന്നുകയും ചെയ്തു.

ഞങ്ങൾ സ്ഥലത്തെത്തിച്ചേർന്നു. ഇനിയങ്ങോട്ടുള്ള യാത്ര കാൽനടയായി മാത്രമേ കഴിയൂ. കുന്നുകളുടെ താഴ്‌വരയിലേക്കു കുത്തനെയുള്ള ഒരു ചെരിവ്. അതിലൂടെ ഒരു കാട്ടരുവി ഒഴുകുന്നുണ്ട്. ഇരുഭാഗത്തും മുന്നൂറടിയിലധികം ഉയരമുള്ള കുന്നുകളാണ്. അവയുടെ താഴ്‌വാരത്ത് ഞങ്ങളെത്തിനിൽക്കുന്ന റോഡ് അവസാനിക്കുന്നു. കഷ്ടി അമ്പതു വാര വീതിയേ അവിടെയുള്ളൂ. അവിടെ നിന്നങ്ങോട്ട് വീതി കൂടി പത്തുനാനൂറുവാര വരെ വിസ്തൃതിയാർജിച്ച് വീണ്ടും ചുരുങ്ങി അൻപതുവാരയിലേക്കു തുടങ്ങുന്ന ആ താഴ്‌വാരത്തിനപ്പുറം ഏക്കർകണക്കിനു പുൽപ്പരപ്പാണുള്ളത്. തലേന്നു മഹാരാജാവ് നിർദ്ദേശിച്ച പ്രകാരം കെട്ടിയിട്ട കന്നിന്റെ മൃതദേഹവുമായി കടുവ താവളം തേടിയിട്ടുള്ളത് ആ പുൽപ്പരപ്പിലാണെന്നാണ് ഊഹിക്കപ്പെടുന്നത്. താഴ്‌വരയുടെ മുകളറ്റത്ത് വലതുഭാഗത്തുള്ള ഒരു വൃക്ഷത്തിലാണ് ഒരു മച്ചാൻ നിർമ്മിച്ചിട്ടുള്ളത്. അവിടെയിരുന്നുകൊണ്ട് കുന്നിന്റെ ഇരുഭാഗവും ഒപ്പം പുൽമേടുമെല്ലാം കാണാൻ സാധിക്കും. അതിനുമപ്പുറത്ത് അരുവിക്കരയിൽ രണ്ടു വൃക്ഷങ്ങളിലായി രണ്ടു മച്ചാനും കൂടി നിർമ്മിച്ചിരുന്നു. ഇവ തമ്മിൽ കഷ്ടിച്ച് മുപ്പതുവാര അകലമേയുള്ളൂ.

നായാട്ടു സംഘത്തിന്റെ തലവനും കാര്യക്കാരനുമായ ആൾ നിർദ്ദേശിച്ചതനുസരിച്ച് മഹാരാജാവും അദ്ദേഹത്തിന്റെ തോക്കേന്തിയ ഭൃത്യനും കൂടി മുകൾഭാഗത്തുള്ള മച്ചാനിലേക്കു പോയി. ഞാനും നാലു സ്ത്രീകളും കാട്ടുചോല നീന്തിക്കടന്ന് അവിടെയുള്ള രണ്ടു മച്ചാനുകളിൽ കയറി ഇരുന്നു. സംഘത്തലവൻ പിന്നീട് നിരത്തിലേക്കു മടങ്ങിപ്പോയി.

ഞാനും രണ്ടു രാജകുമാരികളും ഇരിപ്പുറപ്പിച്ച മച്ചാൻ വാസ്തവത്തിൽ രാജകീയമായി നിർമ്മിച്ചതു തന്നെയായിരുന്നു. ഉറപ്പുള്ള തടിയിൽ നിർമ്മിച്ച് തറയിൽ വിലകൂടിയ കാർപ്പറ്റു വിരിച്ച മച്ചാനിലെ ഇരിപ്പിടങ്ങൾ സിൽക്ക് കുഷ്യനുകൾ കൊണ്ടു മോടി പിടിപ്പിച്ചിരുന്നു. മരച്ചില്ലകളിൽ ചാരിയിരുന്നും, വളരെ പെട്ടെന്ന് തട്ടിക്കൂട്ടിയ ദുർബ്ബലങ്ങളായ മച്ചാനുകളിലിരുന്നും വേട്ടയാടിയിട്ടുള്ള എന്നെ സംബന്ധിച്ചിടത്തോളം ഇതെല്ലാം ഭാവനാതീതമായിപ്പോയെന്നു പറയാതെവയ്യ. ആ രാജകീയ സൗകര്യങ്ങൾ ആസ്വദിച്ച് കുഷ്യനിൽ ചാരിയിരുന്ന ഞാൻ വാസ്തവത്തിൽ ഉറക്കം തൂങ്ങാൻ തുടങ്ങിയിരുന്നു. നല്ലൊരുറക്കത്തിലേക്കു വഴുതിയിറങ്ങാൻ തുടങ്ങുമ്പോഴാണ് ഉച്ചത്തിലുള്ള നായാട്ടു ഘോഷങ്ങൾ ആരംഭിച്ചത്. തികച്ചും രാജകീയമായിരുന്നു അതും.

പത്ത് ആനപ്പുറത്ത് സെക്രട്ടറിമാരും എഡിസിമാരും പിന്നെ മഹാരാജാവിന്റെ അടുത്ത ബന്ധുക്കളും മറ്റും എഴുന്നള്ളുന്നു. കാഹളം മുഴക്കിക്കൊണ്ടും ചെണ്ടകൊട്ടിക്കൊണ്ടും ആർപ്പു വിളിച്ചു കൊണ്ടും ആഹ്ലാദക്കൂത്തുകൾ കാട്ടി

ക്കൊണ്ടും ഏതാണ്ട് പത്തിരുനൂറു പേർ വേറെയും. ശരിക്കും കാടിളക്കുക എന്നു കേട്ടിട്ടേയുള്ളൂ. ഇതാ ഇപ്പോൾ കണ്ടു. വാസ്തവത്തിൽ ആ നായാട്ടു സംരംഭം അപ്പാടെ എനിക്ക് ഒരത്ഭുതകരമായ അനുഭവമായിരുന്നു എന്നു പറയാതെ വയ്യ.

ഈ നായാട്ടു ഘോഷങ്ങളുടെ പ്രയോജനമെന്തെന്നാൽ ബഹളവും മേളവും മറ്റും കേട്ട് കടുവ ഒളിച്ചിരിക്കുന്നിടത്തു നിന്ന് വിരണ്ട് പുറത്തു ചാടുമെന്നും അപ്പോൾ അതിനെ വെടിവച്ചു വീഴ്ത്താമെന്നുള്ളതാണ്. ഇടയ്ക്കൊന്നു പറയാൻ വിട്ടു. മഹാരാജാവിനു കാത് അല്പം പിന്നോട്ടാണ്. പക്ഷേ അതു പ്രശ്നമല്ല. കാരണം അദ്ദേഹത്തിനോടൊപ്പമുള്ള സഹായി വളരെ സമർത്ഥനാണ്. അയാൾ വളരെ ശ്രദ്ധാപൂർവ്വം കൃത്യമായി ലക്ഷ്യം കണക്കാക്കി ഇരിക്കുന്നത് ഞാൻ കണ്ടു. പെട്ടെന്ന് ഒരു മ്ലാവ് ഓടി വന്ന് ഞങ്ങളിരിക്കുന്ന മച്ചാനു താഴെയുള്ള അരുവി കടന്ന് ഓടിപ്പോയി.

നായാട്ടു സംഘം കൂടുതൽ ഉത്സാഹഭരിതരായിത്തീർന്നു. അവർ അത്യുച്ചത്തിൽ കൂവിയാർക്കുകയും കൈകൊട്ടി ശബ്ദമുണ്ടാക്കുകയും ചെയ്തുകൊണ്ടിരുന്നു. ഏതു നിമിഷവും പുറത്തു ചാടാനിടയുള്ള കടുവയെ പ്രതീക്ഷിച്ച് ഇരിക്കുകയാണ് മഹാരാജാവ്. എന്നാൽ കടുവ പ്രത്യക്ഷപ്പെടുന്നതിന്റെ ഒരു ലക്ഷണവും കണ്ടില്ല. പക്ഷികളോ മൃഗങ്ങളോ ഒന്നും ഒരു ശബ്ദവും പുറപ്പെടുവിച്ചില്ല. എന്റെയൊപ്പം മച്ചാനിലുള്ള രണ്ടു കുമാരിമാരും ഏറെ ആകാംക്ഷാഭരിതരായി, തങ്ങളുടെ അച്ഛൻ കടുവയെ വെടിവച്ചു വീഴ്ത്തുന്ന കാഴ്ച നേരിൽ കാണാൻ അക്ഷമയോടെ ഇരിപ്പാണ്. മഹാരാജാവും അക്ഷമനാണ്. പക്ഷേ കടുവ മാത്രം വരുന്നില്ല. മണിക്കൂറുകൾ കഴിഞ്ഞ് മൂന്നു മച്ചാനിലേക്കും ഏണികൾ വച്ച് അതിലുള്ളവരെ താഴെയിറക്കി. മഹാരാജാവിന്റെയും അനുയായികളുടെയും നിരാശ അവർണനീയം തന്നെയായിരുന്നു. മൂന്നു കൊല്ലമായി തന്നെയിട്ടു കളിപ്പിക്കുന്ന കടുവ ഇക്കുറി പെട്ടതു തന്നെയെന്ന് മഹാരാജാവ് ഉറപ്പാക്കിയതായിരുന്നു. അദ്ദേഹം മാത്രമല്ല സംഘാംഗങ്ങൾക്കു മുഴുവനും നിറഞ്ഞ ശുഭപ്രതീക്ഷയുണ്ടായിരുന്നു. തലേന്നു കെട്ടിയിട്ട കന്നിനെയും വലിച്ചുകൊണ്ടുപോന്ന കടുവ അതിനെ ഉപേക്ഷിച്ചിട്ടു പോകാൻ ഒരു കാരണവും അവർ കണ്ടില്ല. എവിടെയാണ് കണക്കുകൂട്ടലുകൾ പിഴച്ചതെന്ന് അവർക്കാർക്കും മനസ്സിലായില്ല. പക്ഷേ എവിടെയോ എന്തോ പിഴച്ചു എന്നതുറപ്പാണ്.

എനിക്കു ചില സംശയങ്ങൾ തോന്നി. പക്ഷേ ഞാനൊന്നും പറഞ്ഞില്ല. കാരണം ഞാനീ നായാട്ടു സംഘത്തിൽ വെറുമൊരു കാഴ്ചക്കാരനായി മാത്രം വന്നതാണല്ലോ. ഏതായാലും ഒരു പിക്നിക്കിനു വന്നു മടങ്ങും പോലെ എല്ലാവരും മടങ്ങി ക്യാമ്പിലെത്തി. എല്ലാവരും വിശ്രമിക്കാനൊരുങ്ങുന്നതു കണ്ട് ഞാൻ ചൂണ്ടയുമെടുത്തു മീൻപിടിക്കാനിറങ്ങി. ഏപ്രിൽ മാസമായതു കൊണ്ട് നല്ല കൊത്തു കിട്ടുമെന്നു ഞാൻ പ്രതീക്ഷിച്ചു.

അത്താഴസമയത്തും അതിനുശേഷവും, അലസിപ്പോയ അന്നത്തെ നായാട്ടിനെക്കുറിച്ചും ഇതേ കടുവയെ ലക്ഷ്യമാക്കി ഇതിനുമുൻപു നടത്തിയ എല്ലാ സംരംഭങ്ങളും പൊളിഞ്ഞതിനെക്കുറിച്ചുമൊക്കെയായിരുന്നു സ്വാഭാവികമായും രാജാവിന്റെയും കുടുംബാംഗങ്ങളുടെയും ചർച്ച. ആദ്യതവണ തന്നെ അവൻ പെട്ടു എന്നു കരുതിയതാണ്. കടുവ മച്ചാനു താഴെ നല്ല സൗകര്യപ്രദമായ സ്ഥലത്തു പ്രത്യക്ഷപ്പെട്ടുവെങ്കിലും മഹാരാജാവിന്റെ ഉന്നം അല്പം പിഴച്ചു. കടുവയുടെ ഭാഗ്യം, അവൻ രക്ഷപ്പെട്ടു. പിന്നീടിങ്ങോട്ടു കഴിഞ്ഞ മൂന്നു വർഷത്തിനിടയിൽ അവൻ താഴ്‌വരയിലുണ്ടെന്ന കൃത്യമായ ധാരണയോടെ നടത്തിയ പല നായാട്ടു സംരംഭങ്ങളും പാളിപ്പോയി. അവനെ കാണാൻ പോലും കഴിഞ്ഞില്ല. കൂടുതൽ ബുദ്ധിപൂർവ്വമായ ഭാവിനീക്കങ്ങളെ ക്കുറിച്ചു സിൽബന്ധികൾ വട്ടമിട്ടിരുന്നു ആലോചിക്കുന്നതു കണ്ട് ഞാനും തനിച്ചിരുന്നു ചിലതൊക്കെ ചിന്തിച്ചു. മഹാരാജാവിന് ഇത്രയധികം കമ്പ മുള്ള സ്ഥിതിക്ക് ആ കടുവയെ വേട്ടയാടാൻ അദ്ദേഹത്തെ സഹായിക്കേണ്ടത് എന്റെ കടമയാണെന്ന് എനിക്കു തോന്നി. ഇന്നത്തെ പരാജയത്തിനു പല കാരണങ്ങളും കണ്ടെത്താമെങ്കിലും അതൊന്നും പ്രസക്തമല്ലാതാക്കി ക്കൊണ്ട് കടുവ ഞങ്ങളെത്തും മുൻപേ സ്ഥലം വിട്ടിരുന്നു എന്നു ഞാൻ വിശ്വസിച്ചു. ഞങ്ങൾ കാറിൽ ചെന്നിറങ്ങുമ്പോൾത്തന്നെ ഒരു കുരങ്ങന്റെ അടയാളക്കരച്ചിൽ ഞാൻ ശ്രദ്ധിച്ചിരുന്നു. ഞങ്ങൾ കാണാത്ത ഏതോ വഴി യിലൂടെ കടുവ നിഷ്ക്രമിക്കുന്നത് അവൻ കണ്ടിരിക്കുമെന്നും ഞാനൂഹിച്ചു. അതുകൊണ്ടുതന്നെ, മച്ചാനുകളുടെ മുന്നിലൂടെയല്ലാതെ കടുവയ്ക്കു രക്ഷ പ്പെടാൻ മറ്റേതെങ്കിലും മാർഗമുണ്ടോ എന്നു ഞാൻ പരിശോധിച്ചു. മച്ചാന്റെ പിന്നിലെ കുന്നിൻ ചെരുവിൽ നിന്നും നീണ്ടുകിടക്കുന്ന താഴ്‌വരയുടെ മുകൾഭാഗത്തു നിന്നാണ് ഞാൻ ആ കുരങ്ങന്റെ ശബ്ദം കേട്ടത്. ആ ഭാഗത്ത് ചെറിയ കാട്ടുപാത വല്ലതും കടുവയുടെ ഇര കിടന്ന ഭാഗത്തേക്കുണ്ടെങ്കിൽ അതിലൂടെയാവും എല്ലാത്തവണയും നായാട്ടു ബഹളം കേട്ട് അവൻ രക്ഷ പ്പെട്ടിരിക്കുക എന്നും ഞാനൂഹിച്ചു.

ഞാൻ സംശയിക്കുന്നത് ശരിയെങ്കിൽ കുരങ്ങൻ ശബ്ദമുണ്ടാക്കിയ ഭാഗ ത്തുള്ള പർവ്വതശിഖരത്തിൽ മഹാരാജാവ് കാത്തിരുന്നാൽ നായാട്ടു സംഘം ബഹളമുണ്ടാക്കുമ്പോൾ അവൻ പതിവനുസരിച്ച് ആ വഴി രക്ഷപ്പെടാൻ ശ്രമിക്കുകയും രാജാവിനു അവനെ കൊല്ലാൻ കഴിയുകയും ചെയ്യും. ഞാനീ ആശയം അവതരിപ്പിച്ചു. പക്ഷേ, പരാജയപ്പെട്ട ഒരു നീക്കത്തിനുശേഷം തൊട്ടടുത്ത ദിവസം വീണ്ടും കടുവയെ തേടുന്നതിൽ അർത്ഥമില്ലെന്ന് എല്ലാ വരും പറഞ്ഞു. അവൻ വലിച്ചു കൊണ്ടുപോയി അവിടെ ഇട്ടിട്ടുള്ള കന്നാ ണെങ്കിൽ ചീഞ്ഞുനാറാനും തുടങ്ങിയിരിക്കും. ആ മാംസം തിന്നാൻ അവൻ വരാനിടയില്ലെന്നും അവർ പറഞ്ഞു.

ഞാനൊരു കടലാസ്സിൽ രാജാവിനൊരു കുറിപ്പെഴുതിക്കൊടുത്തു. “നാളെ പുലർച്ചക്ക് അഞ്ചു മണിക്ക് താങ്കൾ വരാൻ തയ്യാറാണെങ്കിൽ ഒരു ഒറ്റയാൾ നായാട്ട് നടത്താൻ ഞാൻ തയ്യാറാണ്.” മഹാരാജാവ് അതു വായിച്ച ശേഷം തന്റെ സെക്രട്ടറിക്കു നൽകി. അയാളതു വായിച്ചിട്ട് അടുത്തയാളിനു കൈമാറി. അങ്ങനെ ആ കുറിപ്പ് അവിടെയുള്ള എല്ലാവരും വായിച്ചു. സ്വാഭാവികമായും, ഞാൻ പ്രതീക്ഷിച്ചതുപോലെ അവരെല്ലാം ആ നിർദ്ദേശത്തെ എതിർത്തു. മഹാരാജാവ് എന്റെയൊപ്പം ജീവൻ പന്താടിക്കൊണ്ടുള്ള ഒരു കളിക്കിറങ്ങുന്നത് എങ്ങനെ അദ്ദേഹത്തിന്റെ ബന്ധുക്കളും സേവകരും അനുവദിക്കും! എനിക്കതിൽ ഒട്ടും അത്ഭുതം തോന്നിയില്ല. എന്നാലെന്നെ അത്ഭുതപ്പെടുത്തിക്കൊണ്ട്, മഹാരാജാവ് എന്റെ നിർദ്ദേശം സ്വീകരിക്കുന്നതായി പ്രഖ്യാപിച്ചു. തന്റെയൊപ്പം രണ്ടു തോക്കുധാരികൾ മാത്രം വന്നാൽ മതിയെന്നും അദ്ദേഹം പറഞ്ഞു.

പിറ്റേന്ന് കൃത്യസമയത്തു തന്നെ ഞങ്ങൾ പുറപ്പെട്ടു. ഏകദേശം മൂന്നു മൈലോളം കാറിൽ പോയി. അവിടെ കാത്തുനിന്ന ആനയുടെ പുറത്ത് രാജാവും രണ്ടു വെടിക്കാരും കയറി. ഞാൻ തനിയെ കാൽനടയായി അവരെ അനുഗമിച്ചു. അനുഗമിക്കുകയല്ല നേതൃത്വം കൊടുക്കുകയാണ് ഞാൻ ചെയ്തത്. ആനയുടെ മുന്നിൽ അതിനു വഴികാട്ടിക്കൊണ്ട്, യാതൊരു മുൻപരിചയവുമില്ലാത്ത ആ കാട്ടുപാതയിലൂടെ ഞാൻ വളരെ ദൂരം നടന്നു. സൂര്യനുദിച്ചതോടെ ഞങ്ങൾ ആ പർവ്വത ശിഖരത്തിനടുത്തെത്തി. ഞാൻ പ്രതീക്ഷിച്ചതു പോലെ, അവിടെ മൃഗങ്ങളും മറ്റും സാധാരണ ഉപയോഗിക്കുന്ന ഒരു വഴിച്ചാൽ കണ്ടെത്തി. അതിനടുത്തുള്ള ഒരു വൃക്ഷക്കൊമ്പിൽ മച്ചാൻ കെട്ടി മഹാരാജാവിനേയും ഒരു വെടിക്കാരനേയും അതിൽ ഇരുത്തി. ആനയെ തിരികെ അയച്ചു. പർവ്വതശിഖരത്തിനല്പം അകലെയുള്ള ഒരു വൃക്ഷത്തിൽ മറ്റേ വെടിക്കാരനെ കയറ്റിയിരുത്തിയിട്ട് ഞാനെന്റെ ഒറ്റയാൾ നായാട്ടാരംഭിച്ചു.

താഴ്വരയിലേക്കുള്ള പാത വളരെ അപകടകരമാംവിധം കുത്തനെ കിടക്കുകയാണ്. പരുക്കൻ ഉരുളൻകല്ലുകൾ നിറഞ്ഞ ആ പാതയിലൂടെ ഒരു റൈഫിളും താങ്ങിക്കൊണ്ടുള്ള ഇറക്കം കുറച്ചേറെ ബുദ്ധിമുട്ടുള്ളതായിരുന്നു. നിശ്ശബ്ദമായ കാലടികളോടെ ഞാൻ താഴ്വരയിലെ പുൽപ്പരപ്പിൽ പ്രവേശിച്ചു. കടുവയുണ്ടെന്നു ഞാൻ സംശയിക്കുന്ന സ്ഥലത്തിന് ഇരുനൂറു വാര അടുത്തു വരെ ഞാനെത്തി. കന്നിനെ കടുവ വലിച്ചു കൊണ്ടുപോയ ഭാഗത്ത് ഒരു മരം വീണുകിടന്നിരുന്നു. ഞാനാമരത്തിൽ ചാരി ഒരി സിഗററ്റും വലിച്ചിരുന്നു. ഞാൻ ചെവിയോർത്തു. കാടെന്തെങ്കിലും എന്നോടു പറയുന്നുണ്ടോ? എങ്ങും കനത്ത നിശ്ശബ്ദത മാത്രം. അങ്ങനെ ഇരുന്നു നോക്കിയപ്പോൾ എനിക്കൊരു കാര്യം മനസ്സിലായി. അഞ്ചു മിനിറ്റു മുമ്പ് കടുവ അവന്റെ ഇരയെ തിന്നുകയായിരുന്നു.

അവൻ ഇവിടെയെവിടെയോ ഉണ്ട്. ഞാനാ മരത്തിന്മേൽ കയറിനിന്നുകൊണ്ട് ഉറക്കെ ശബ്ദമുണ്ടണ്ടാക്കി. കടുവ വരുന്നുണ്ടെന്നു മഹാരാജാവിന്റെ ഒപ്പ മുള്ള വെടിക്കാരനെ അറിയിക്കാനാണ് ഞാൻ ശബ്ദമുണ്ടാക്കിയത്. ഒന്നോ രണ്ടോ മിനിറ്റിനകം ഞാനൊരു വെടിയൊച്ച കേട്ടു. ഞാൻ വേഗം നടന്നു മഹാരാജാവിന്റെ അടുത്തെത്തി. താൻ വെടിവച്ചു വീഴ്ത്തിയ കടുവയെ നോക്കി സംതൃപ്തനായി നിൽക്കുന്ന രാജാവിനെയാണ് ഞാൻ കണ്ടത്!

മഹാരാജാവിന്റെ കൊട്ടാരത്തിൽ ഇന്നും ഒരു കടുവാത്തോൽ പ്രദർശി പ്പിച്ചിരിക്കുന്നത് കാണാം. അതിൽ ഒരു ലേബലും. ലേബൽ ഇങ്ങനെയാണ് "ജിമ്മിന്റെ കടുവ." മഹാരാജാവിന്റെ നായാട്ടു പുസ്തകത്തിൽ ആ കടുവയെ വേട്ടയാടിയ തീയതി, മാർഗ്ഗം തുടങ്ങിയവയൊക്കെ വിശദമായി എഴുതിയിട്ടു മുണ്ട്.

ജിം കോർബെറ്റ്

റോബിന്റെ കഥ

ഒരു തൂപ്പുകാരനാണ് എനിക്കു റോബിനെ കൊണ്ടുവന്നു സമ്മാനിച്ചത്. ഒരു നായ്ക്കുട്ടി വേണമെന്നു ഞാൻ ആഗ്രഹിക്കുകയോ ആരോടെങ്കിലും ആവശ്യപ്പടുകയോ ഉണ്ടായിട്ടില്ല. എന്നിട്ടും അങ്ങനെ സംഭവിച്ചു. അവന്റെ വംശപാരമ്പര്യത്തെ കുറിച്ചൊന്നും എനിക്കറിയില്ല. അവന്റച്ഛൻ നായാട്ടുകാർക്കൊപ്പം തുണയായി പോകുമായിരുന്നെന്നുമാത്രം കേട്ടിട്ടുണ്ട്. ഒരു നിയോഗം പോലെ അവൻ എന്റെയടുത്ത് വന്നു ചേരുകയായിരുന്നു.

ഒരു ദിവസം ഒരുവൻ ഒരു കുട്ടയും തലയിലേറ്റി വന്നു. കുട്ട താഴെ വച്ചിട്ട് അതിൽ നിന്നും ഏഴു നായ്ക്കുട്ടികളെ എടുത്തു പുറത്തു വച്ചു. അതിൽ ഏറ്റവും ചെറിയ ഒരുത്തൻ ഓടിവന്ന് എന്റെ ചുറ്റും പ്രദക്ഷിണം വച്ചിട്ട് കാൽപ്പാദങ്ങൾക്കിടയിൽ ചുരുണ്ടു കിടന്നു. കടുത്ത തണുപ്പുള്ള പ്രഭാതമായിരുന്നു അത്. പാവം വിറയ്ക്കുന്നതു കണ്ട് ഞാനവനെ മെല്ലെയെടുത്ത് എന്റെ കോട്ടിന്റെ പോക്കറ്റിലിട്ടു. അതിനുള്ളിലെ സുഖപ്രദമായ ചൂടേറ്റപ്പോൾ അവൻ നന്ദി നിറഞ്ഞ ഒരു നോട്ടം നോക്കി. വല്ലാത്തൊരു ദുർഗന്ധമുണ്ടായിരുന്നു അവനെങ്കിലും ഞാനത് അറിഞ്ഞതായി നടിച്ചില്ല. മൂന്നു മാസം പ്രായമുണ്ടായിരുന്ന ആ നായ്ക്കുട്ടിയെ പതിനഞ്ചു രൂപ വിലകൊടുത്ത് ഞാൻ വാങ്ങി.

ഇന്നവന് പതിമൂന്നു വയസ്സായി. ഇന്ത്യയിലുള്ള സ്വർണ്ണം മുഴുവൻ വിലയായി തരാമെന്നു പറഞ്ഞാലും നിങ്ങൾക്കവനെ കിട്ടുകയില്ല. അത്രയ്ക്കു പ്രിയങ്കരനാണ് അവനിന്ന് എനിക്ക്. അന്നു ഞാൻ നാറുന്ന ആ നായ്ക്കുട്ടിയെ വീട്ടിൽ കൊണ്ടുവന്നു ഭക്ഷണം കൊടുത്തു. പിന്നെ, അവനെ കുളിപ്പിച്ചു മിടുക്കനാക്കി. റോബിൻ എന്നു പേരിട്ടു. ആ പേരിടാൻ ഒരു കാരണമുണ്ട്. ഞാനൊരു കുട്ടിയായിരുന്ന കാലത്ത് ഞങ്ങൾക്കൊരു നായ ഉണ്ടായിരുന്നു. റോബിൻ എന്നായിരുന്നു അവന്റേയും പേര്. എന്നേയും എന്റെ കൊച്ചു പെങ്ങളേയും ഒരു കരടിയുടെ ആക്രമണത്തിൽ നിന്നു സമർത്ഥമായി രക്ഷിച്ച റോബിൻ ഞങ്ങളുടെയൊക്കെ ഏറ്റവും വലിയ സ്നേഹാദരങ്ങൾ പിടിച്ചു പറ്റിയ നായയായിരുന്നു. അവന്റെ സ്മരണ നിലനിർത്താനാണ് ഞാനീ പുതിയ അതിഥിക്ക് അതേ പേരു നൽകിയത്.

നല്ല ഭക്ഷണവും പരിചരണവും കിട്ടിയപ്പോൾ, വരണ്ട ഭൂമിയിൽ മഴ വീഴുമ്പോഴെന്നവണ്ണം അവൻ ഉഷാറായി വന്നു. നന്നെ ചെറുപ്പത്തിൽ തന്നെ

നായ്ക്കുട്ടിയെ പരിശീലിപ്പിക്കണമെന്നാണ് പറയാറുള്ളത്. അതുകൊണ്ട് ഞാൻ റോബിനെ അത്യാവശ്യം കാര്യങ്ങളൊക്കെ പഠിപ്പിക്കാൻ തുടങ്ങി. വെടിയൊച്ച പരിചിതമാക്കുകയെന്നത് അത്യാവശ്യമായിരുന്നു. ഞാനവ നെയും കൂട്ടി കാട്ടിലൂടെ നടക്കും. ഇടയ്ക്കു വല്ല പക്ഷിയെയും കാണുമ്പോൾ വെടിവയ്ക്കും. അതു കണ്ടും കേട്ടും അവന് പരിചിതമായി.

ഞങ്ങളുടെ പറമ്പിന്റെ താഴെ മുൾച്ചെടികൾ വളർന്നു നിൽക്കുന്ന പൊന്ത കളിൽ ഒന്നിൽ ഒരു കാട്ടുകോഴിയെ കണ്ട് ഞാൻ നിറയൊഴിച്ചു. വെടിയേറ്റ കോഴി അതിനുള്ളിൽ നിന്നും ഉയർന്നു പറക്കാൻ തുടങ്ങി. റോബിൻ എന്റെ തൊട്ടു പിന്നിലുണ്ടായിരുന്നു. കോഴി ചെന്നു വീണത് ഒരു മുൾക്കാട്ടിലായി രുന്നു. റോബിൻ അതു കണ്ട് അങ്ങോട്ടു കുതിച്ചു. കോഴി മുൾക്കാട്ടിനപ്പുറ ത്തേക്കു വരുമെന്നു കരുതി ഞാൻ അങ്ങോട്ടോടിച്ചെന്നു. വെടിയേറ്റ കോഴി മുൾക്കാട്ടിനു പുറത്തുചാടി അപ്പുറമുള്ള വലിയ കാട്ടിലേക്കു രക്ഷപ്പെടാൻ അനുവദിക്കരുതെന്നു കരുതിയാണ് ഞാനങ്ങനെ ചെയ്തത്.

പ്രഭാതസൂര്യന്റെ തങ്കരശ്മികളേറ്റപ്പോൾ ആ വനമേഖലയുടെ സൗന്ദര്യം അവർണനീയമായി തോന്നി. ഒരു മൂവി ക്യാമറയുണ്ടായിരുന്നെങ്കിൽ അത പ്പാടെ പകർത്താമായിരുന്നെന്ന് ഞാൻ വിചാരിച്ചു. ഇതിനകം, മുറിവേറ്റ കാട്ടുകോഴി മുൾക്കാട്ടിൽ നിന്നും പുറത്തു വന്നു. വയസ്സായ ഒരു പിടക്കോഴി യാണത്. അത് ഓടി രക്ഷപ്പെടാതിരിക്കാൻ വാലിൽ കടിച്ചു പിടിച്ചുകൊണ്ട് കൊച്ചു റോബിനും പിന്നാലെയുണ്ട്. പക്ഷേ അവനേയും വലിച്ചു കൊണ്ട് മുന്നോട്ടോടാൻ തക്കവണ്ണം ശക്തിമതിയായിരുന്നു ആ കാട്ടു പിടക്കോഴി. ഞാനത്രയ്ക്ക് ആലോചിക്കാതെ, ഓടിച്ചെന്ന് കോഴിയുടെ കഴുത്തിനു പിടിച്ചു തൂക്കിയെടുത്തു. അപ്പോൾ കോഴിയുടെ പിൻകാലുകളാലുള്ള ശക്തമായ തൊഴിയേറ്റ് റോബിൻ തെറിച്ചു വീണുപോയി. എങ്കിലും പെട്ടെന്നവൻ ചാടി യെണീറ്റു. ചത്ത കോഴിയെ ഞാൻ താഴെയിട്ടപ്പോൾ റോബിൻ അതിനുചുറ്റും ആഹ്ലാദത്തോടെ നൃത്തം ചെയ്യാൻ തുടങ്ങി. വീട്ടിലേക്കു മടങ്ങുമ്പോൾ ഞാനോ അവനോ ശരിയായ നായാട്ടുകാരൻ എന്ന് എനിക്കു പോലും സംശയം തോന്നി. വേട്ടക്കിണങ്ങിയ സമയം പിന്നിട്ടിരുന്നതിനാൽ കാര്യമായി ഒന്നും അടുത്ത ആഴ്ചകളിൽ നടന്നില്ലെങ്കിലും റോബിൻ ചില കാട്ടുപക്ഷി കളേയും തിത്തിരി പക്ഷികളേയുമൊക്കെ വേട്ടയാടിപ്പിടിക്കാൻ എന്നെ സഹായിച്ചു.

വേനൽക്കാലം പൂർണമായും മലയിൽ കഴിച്ചു കൂട്ടിയ ശേഷം നവംബ റോടെ ഞങ്ങൾ താഴ്വാരത്തിലേക്കു യാത്ര തിരിച്ചു. പതിനഞ്ചു മൈലോളം പിന്നിട്ടശേഷം ഒരു വളവു തിരിഞ്ഞപ്പോൾ ഒരു കൂട്ടം ഹനുമാൻ കുരങ്ങുകൾ കുന്നിൻ മുകളിൽ ഇരിക്കുന്നതു കണ്ടു. അതിലൊരു വികൃതി മുന്നോട്ടു ചാടി റോബിന്റെ മൂക്കിനു മുന്നിലൂടെ ഓടിപ്പോയി. റോബിന് അതൊട്ടും പിടിച്ചില്ല. എന്റെ ചൂളം വിളികളെപ്പോലും അവഗണിച്ചു കൊണ്ട് അവൻ ആ കുരങ്ങന്റെ

പിന്നാലെ ഓടി. കീഴ്ക്കാംതൂക്കായ ഒരു ചെരിവിലേക്ക് ഓടിയിറങ്ങിയ റോബിന്റെ മുന്നിലുണ്ടായിരുന്ന കുരങ്ങൻ പേടിച്ച് ഒരു മരത്തിൽ ചാടിക്കയറി. റോബിൻ അവിടെയുള്ള ചില കുറ്റിക്കാടുകളിൽ പരിശോധിച്ച് നടക്കുന്നതു കണ്ടു. പെട്ടെന്ന് അവൻ ഒരു കുറ്റിക്കാട്ടിൽ നിന്നും പുറത്തേക്കു ചാടുന്നതും അവന്റെ തൊട്ടു പിന്നിൽ അസാമാന്യ വലിപ്പമുള്ള ഒരു പുള്ളിപ്പുലി ചാടി വരുന്നതും ഞാൻ കണ്ടു.

ശരിക്കും ഭയന്നുപോയ റോബിൻ ചെവികൾ താഴ്ത്തി വാൽ പിൻകാലുകൾക്കിടയിലേക്കു തിരുകിക്കൊണ്ടാണ് ഓടുന്നത്. പുള്ളിപ്പുലി ഓരോ ചാട്ടത്തിലും അവനെ കൂടുതൽ സമീപിച്ചു കൊണ്ടിരുന്നു. കഷ്ടകാലത്തിന്, എന്റെ കയ്യിൽ തോക്കോ മറ്റായുധങ്ങളോ ഒന്നും ഉണ്ടായിരുന്നില്ല. ആവുന്നത്ര ഉച്ചത്തിൽ ശബ്ദമുണ്ടാക്കി പുലിയെ ഭയപ്പെടുത്താൻ ഞാൻ ശ്രമിച്ചു. എന്റെ സ്നേഹിതനായ എമ്മിന്റെ സാധനങ്ങളും ചുമന്ന് എന്നോടൊപ്പം വന്നിരുന്ന പണിക്കാരും ഒച്ചയിട്ടു. ആ ഭാഗത്തുണ്ടായിരുന്ന നൂറിലധികം ഹനുമാൻ കുരങ്ങുകളും ഉറക്കെ ചിലയ്ക്കാൻ തുടങ്ങിയപ്പോൾ അതിഭയങ്കരമായ ശബ്ദകോലാഹലം തന്നെയായി. ഈ സമയം റോബിന്റെ തൊട്ടടുത്തെത്തിയിരുന്നു പുലി. പക്ഷേ എന്തുകൊണ്ടോ റോബിനെ ആക്രമിക്കുന്നതിനു പകരം പുലി പെട്ടെന്നു തിരിഞ്ഞ് മറ്റൊരു വഴിക്കു പോകുകയാണു ചെയ്തത്. റോബിൻ ഒരു കുന്നിനെ വലംവച്ച് ഓടി ഞങ്ങളുടെ അടുത്തു വരികയും ചെയ്തു. നന്നായി പേടിച്ചെങ്കിലും അവൻ രണ്ടു പാഠങ്ങൾ നന്നായി പഠിച്ചു. ഒന്ന്- ഹനുമാൻ കുരങ്ങുകളുടെ പിന്നാലെ ഓടുന്നത് അപകടമാണ്. രണ്ട്- ഹനുമാൻ കുരങ്ങുകളുടെ അപകട സൂചകമായ കരച്ചിൽ കേട്ടാൽ പുള്ളിപ്പുലി വരുന്നുണ്ടെന്നറിഞ്ഞു കൊള്ളണം. ഈ രണ്ടു പാഠങ്ങളും പിന്നീട് എന്നും റോബിൻ ശരിക്കോർമ്മിച്ചിരുന്നു.

റോബിന്റെ ചെറുപ്പകാലത്ത്, എന്റെ കയ്യിൽ വന്നു ചേരുന്നതിനു മുമ്പ്, വേണ്ടത്ര ആരോഗ്യ പരിരക്ഷ കിട്ടാതിരുന്നതിനാലാവാം അവന്റെ ഹൃദയത്തെ അതു ദോഷമായി ബാധിച്ചിട്ടുണ്ട്. എങ്കിലും റോബിൻ പരിശീലനം മുടക്കിയില്ല. യജമാനൻ ഒപ്പം കൊണ്ടുപോകാതിരിക്കുന്നത് ഒരു വേട്ടനായയെ സംബന്ധിച്ചിടത്തോളം ധർമ്മസങ്കടമാണ്. റോബിന് പക്ഷി വേട്ട വിലക്കപ്പെട്ടിരുന്നു. എന്നാൽ മൃഗങ്ങളെ വേട്ടയാടാൻ പോകുമ്പോൾ ഞാനവനെ ഒപ്പം കൂട്ടാൻ മറക്കാറില്ല. ഈ പുതിയ മേഖല അവനേറെ ഇഷ്ടമായിരുന്നു. ഞാൻ റൈഫിളെടുക്കുന്നത് കണ്ടാലുടനെ അവനെന്റെ മുന്നിൽ ഇറങ്ങും.

നന്നെ പുലർച്ചയ്ക്കു തന്നെ കാട്ടിലെത്തി പുള്ളിപ്പുലിയുടേയോ കടുവയുടേയോ കാല്പാടുകൾ നോക്കി അതിനെ അനുഗമിക്കുക എന്നതായിരുന്നു ഞങ്ങളുടെ പതിവ്. കാല്പാടുകൾ വ്യക്തമാണെങ്കിൽ അതുനോക്കി ഞാൻ മുന്നിൽ നടക്കും; റോബിൻ പിന്നിലും. കാല്പാട് കാട്ടിലേക്കു കടന്നാൽ പിന്നെ ഗന്ധം പിടിച്ച് എന്നെ നയിക്കുന്നതു റോബിനായിരിക്കും. ഇങ്ങനെ ബഹുദൂരം പിന്നിട്ട് പോലും ഞങ്ങൾ മൃഗങ്ങളെ കണ്ടെത്തിയിട്ടുണ്ട്.

നായാട്ടിനെക്കുറിച്ചു പറയുമ്പോൾ, കാൽനടയായി ഒരു മൃഗത്തെ പിൻതുടർന്നു കണ്ടെത്തി നേരിട്ടു വെടിവയ്ക്കുന്നതാണ് ഏറ്റവും നല്ല രീതി. കാരണം മച്ചാനിലിരുന്നോ, ആനപ്പുറത്തിരുന്നോ വെടിവയ്ക്കുമ്പോൾ താഴെ നിൽക്കുന്നത്ര വ്യക്തമായി ഉന്നംകിട്ടുകയില്ല. ആദ്യത്തെ വെടിക്കു തന്നെ ചത്തില്ലെങ്കിൽ ആ മൃഗം ഉണ്ടാക്കുന്ന കുഴപ്പങ്ങൾ ചില്ലറയായിരിക്കില്ല. വളരെ ശ്രദ്ധാപൂർവ്വം, വ്യക്തമായ ലക്ഷ്യബോധത്തോടെ ഞാൻ വച്ച ചില വെടികളും പാളിപ്പോയ അനുഭവങ്ങൾ എനിക്കുണ്ട്. ഞാനും റോബിനും ഒന്നിച്ച് എണ്ണമറ്റ തവണ വേട്ടക്കു പോയിട്ടുണ്ട്. ഒരൊറ്റത്തവണ മാത്രമേ അപകടകരമായ അവസ്ഥയിൽ എന്നെ വിട്ട് അവൻ ഓടിപ്പോയിട്ടുള്ളൂ. അല്പനേരത്തെ വേർപാടിനു ശേഷം വീണ്ടും കണ്ടപ്പോൾ ഞങ്ങൾ രണ്ടു പേരും അത് ഗൗരവമാക്കാതെ മൗനം പാലിച്ചതേയുള്ളു. ഞാനവനെ കുറ്റപ്പെടുത്തിയില്ല. 'കഴിഞ്ഞത് കഴിഞ്ഞു. അങ്ങനെയൊക്കെ സംഭവിച്ചു പോയി. നമുക്കിനി അതൊക്കെ മറക്കാം' എന്നൊരു നിലപാടായിരുന്നു ഞങ്ങൾ സ്വീകരിച്ചത്.

ഇന്നാണെങ്കിലോ എന്നു ചോദിച്ചാൽ പറയാൻ പറ്റില്ല. കാരണം ഞങ്ങൾ രണ്ടു പേർക്കും പ്രായം ഒരുപാടായി. അന്നത്തേക്കാൾ പക്വതയും പാകതയുമൊക്കെ വന്നിട്ടുണ്ട്. മനുഷ്യന് എഴുപത് വയസ്സെന്നൊക്കെ പറയും പോലെയാണിപ്പോൾ അവന്റെ പ്രായം. ഞാനീ കുറിപ്പെഴുതുമ്പോൾ റോബിൻ എന്റെ കാൽചുവട്ടിൽ അവന്റെ മരണക്കിടക്കയിൽ കിടക്കുകയാണ്. എങ്കിലും അവന്റെ കഥ നിങ്ങളോടു പറയാൻ അവൻ എനിക്ക് അനുവാദം തന്നിരിക്കുന്നു. ചാരനിറമാർന്ന കണ്ണുകൾ കൊണ്ടുള്ള ആ നോട്ടവും കുറുകിയ വാലാട്ടുന്നതും അനുവാദത്തിന്റെ സൂചന തന്നെയാണ്.

ഇനിയാ വേട്ടയെക്കുറിച്ചു പറയാം. തിങ്ങിവളർന്നു നിന്നിരുന്ന കുറ്റിക്കാട്ടിൽ നിന്നും പൊടുന്നനെ പുറത്തേക്കു ചാടിയപ്പോൾ മാത്രമാണ് ഞങ്ങൾ ആ പുള്ളിപ്പുലിയെ കണ്ടത്. അസാമാന്യ വലിപ്പമുള്ള ഒരു ആൺപുലിയായിരുന്നു അത്. ഇരുണ്ട് തിളങ്ങുന്ന വെൽവെറ്റ് കോട്ടിന്റെ മുകളിൽ നന്നായി പൂക്കൾ തുന്നിപ്പിടിപ്പിച്ചതു പോലെയാണ് അവന്റെ പുള്ളികൾ കാണപ്പെട്ടത്. ഉന്നം തെറ്റാതെ വെടിവയ്ക്കാൻ പറ്റുന്ന ഒരു തോക്കായിരുന്നു എന്റെ പക്കലുണ്ടായിരുന്നത്. ഒട്ടും തിരക്കു കൂട്ടാതെ പുലിയുടെ പതിനഞ്ചു വാര അകലെ നിന്നു കൊണ്ട് ഞാൻ ഉന്നം പിടിച്ച് അവന്റെ വലത്തെ തോളിൽ ഒരുണ്ട തറപ്പിച്ചു. അവന്റെ ചങ്കിൽ ആയിരുന്നു അതു തറയ്ക്കേണ്ടിയിരുന്നത്. എങ്ങനെ ഉന്നം മാറിയെന്ന് എനിക്കും അറിയില്ല. അവൻ മേലോട്ടൊന്നു കുതിച്ച് ഒരു കരണം മറിഞ്ഞിട്ട് അല്പം മുൻപ് ഇറങ്ങിവന്ന അതേ കുറ്റിക്കാട്ടിലേക്ക് ഊളിയിട്ടു പൊയ്ക്കളഞ്ഞു. കുറ്റിച്ചെടികളുടെ ഇളക്കം കൊണ്ട് അൻപതുവാര ദൂരം വരെ അവൻ ഓടുന്നത് പുറത്തു നിന്ന ഞങ്ങൾക്കു മനസ്സിലാകുന്നുണ്ടായിരുന്നു. പൊടുന്നനെ ശബ്ദവും ചലനവുമെല്ലാം നിലച്ചു. അതെന്തുകൊണ്ടെന്ന് ഞങ്ങൾക്കു മനസ്സിലായില്ല. ഒന്നുകിൽ അൻപതുവാര

ദൂരം ഓടി അവൻ മറിഞ്ഞു വീണ് ചത്തിരിക്കാം. അല്ലെങ്കിൽ അൻപതുവാര കഴിഞ്ഞ് അവൻ കാട്ടിൽ നിന്നും പുറത്ത് വെളിപ്രദേശത്തു എത്തിയിരിക്കാം.

പുള്ളിപ്പുലിയെ കാണും മുൻപ് ഞങ്ങൾ കാൽനടയായി ഒരുപാട് സഞ്ചരിച്ചിരുന്നു. നേരവും സന്ധ്യയാകാറായി. വീട്ടിലേക്കു മടങ്ങാൻ നാലുമൈൽ ഇനിയും നടക്കണം. ഈ ഭാഗത്തൊന്നും മനുഷ്യസഞ്ചാരം തീരെയില്ല. അതു കൊണ്ട് പുള്ളിപ്പുലിക്കെന്തു സംഭവിച്ചു എന്ന് അറിയാൻ നിൽക്കാതെ മടങ്ങുകയേ മാർഗ്ഗമുണ്ടായിരുന്നുള്ളു.

പിറ്റേന്നു നേരം പുലരാൻ തുടങ്ങുമ്പോൾത്തന്നെ ഞാനും റോബിനും തലേന്ന് പുലിയെ വെടിവെച്ച സ്ഥലത്ത് എത്തി. വഴികാട്ടിയായി മുന്നിൽ നടന്നിരുന്ന റോബിൻ പുലി നിന്നിരുന്ന സ്ഥലത്ത് ഗന്ധം പിടിച്ചു പരിശോധിച്ചു. എന്നിട്ട് തല ഉയർത്തി വായുവിൽ ആ ഗന്ധം സ്വീകരിച്ചു കൊണ്ട് കുറ്റിക്കാട്ടിലേക്കു നടന്നു. വെടികൊണ്ട പുലിയുടെ ദേഹത്തു നിന്ന് തെറിച്ച രക്തത്തുള്ളികൾ അവിടവിടെ വീണുകിടക്കുന്നുണ്ടായിരുന്നു. നേരം കുറച്ചുകൂടി വെളുക്കട്ടെ എന്നു കരുതി ഒരു വൃക്ഷച്ചുവട്ടിൽ ഞാനിരുന്നു. റോബിനും എന്റെ കാൽക്കലിരുന്നു. ഞാനൊരു സിഗററ്റു വലിച്ചു തീർന്നതും ഒരു പുള്ളിമാനിന്റെ കരച്ചിൽ കേട്ടു. ഞങ്ങളുടെ മുന്നിൽ ഇടതു ഭാഗത്ത് പത്തറുപതു വാര അകലെയായി വേറെയും രണ്ടു മാനുകളുടെ ശബ്ദം കേൾക്കാൻ കഴിഞ്ഞു. റോബിൻ തല തിരിച്ച് എന്നെ നോക്കി. വീണ്ടും മാനിന്റെ ശബ്ദം കേട്ട ഭാഗത്തേക്ക് അവൻ നോക്കി. ആ പ്രദേശത്തെവിടെയൊ ഒരു പുള്ളപ്പുലിയുണ്ടെന്നാണ് മാനിന്റെ കരച്ചിൽ വ്യക്തമാക്കുന്നതെന്ന് ഇത്രയും കാലത്തെ പരിചയത്തിൽ നിന്ന് റോബിൻ മനസ്സിലാക്കിയിരുന്നു.

മാനിന്റെ ശബ്ദത്തിൽ നിന്നും ഒന്നു മനസ്സിലായി. അവയ്ക്കു ശരിക്കു കാണാവുന്ന രീതിയിലാണ് പുലി നിൽക്കുന്നത്. ഇനി ശ്രദ്ധിച്ചിരുന്നാൽ ഒരു കാര്യം കൂടി വ്യക്തമാകും. അതായത്, പുലിക്കു ജീവനുണ്ടോ ഇല്ലയോ എന്ന്. അഞ്ചു മിനിറ്റു നേരം അവ മാറിമാറി അലാറം മുഴക്കിക്കൊണ്ടിരുന്നു. പെട്ടെന്ന് മൂന്നു മാനുകൾ വളരെ ഉച്ചത്തിൽ ശബ്ദമുണ്ടാക്കാൻ തുടങ്ങി. അല്പം കഴിഞ്ഞപ്പോൾ ശബ്ദം താഴ്ത്തി കരയാൻ തുടങ്ങി. ഇതിൽ നിന്നും എനിക്കു മനസ്സിലായ കാര്യം ഇതാണ്: പുള്ളിപ്പുലിക്കു ജീവനുണ്ട്. അത് അനങ്ങുകയോ എഴുന്നേൽക്കാൻ ശ്രമിക്കുകയോ ചെയ്തപ്പോഴാണവ ഉറക്കെ കരഞ്ഞത്. പിന്നീടത് വീണ്ടും നിശ്ചലനായിക്കാണും. അപ്പോഴാണ് പതുക്കെ കരഞ്ഞത്. മാൻകൂട്ടത്തിന്റെ പിറകേ കൂടി അവനെ കണ്ടുപിടിക്കുകയാണ് ഇനി ചെയ്യേണ്ടത്. അൻപതു വാരയോളം കാറ്റിന്റെ ഗതിക്കനുസൃതമായി നടന്ന് ഞങ്ങൾ കുറ്റിക്കാടിനെ സമീപിച്ചു. ഒട്ടും ശബ്ദം ഉണ്ടാക്കാതെ മാനുകൾ നിൽക്കുന്നിടത്തു ചെല്ലണം. അക്കാര്യത്തിലൊക്കെ റോബിനു നല്ല പരിചയമാണ്. ഞാനും റോബിനും കരിയില അനങ്ങുന്ന ശബ്ദം പോലും

കേൾപ്പിക്കാതെ മാനുകളുടെ തൊട്ടടുത്തുവരെയെത്തി. ഒരു വെളിംപ്രദേശത്താണവ നിന്നിരുന്നതെങ്കിലും തൊട്ടടുത്ത് എത്തുംവരെ ഞങ്ങൾക്കവയെ കാണാൻ കഴിഞ്ഞിരുന്നില്ല.

ഈ സമയംവരേയ്ക്കും ഞങ്ങൾക്കു വളരെ സഹായകമായാണ് മാനുകൾ നിന്നത്. പുള്ളിപ്പുലി വെളിംപ്രദേശത്ത് ഇപ്പോഴും ജീവനോടെ കിടക്കുന്നുണ്ടെന്ന് അവ ഞങ്ങൾക്കു പറഞ്ഞുതന്നു. അതു കിടക്കുന്ന സ്ഥലവും ഞങ്ങൾക്കു കാട്ടിത്തന്നു. എന്നാൽ ആ മാനുകളിൽ ഒന്നെങ്കിലും ഞങ്ങളെ കണ്ടാൽ എല്ലാം അവതാളമാകും. ഞങ്ങളെ കണ്ട വിവരം അതു മറ്റുള്ളവർക്കു നൽകും. പിന്നെയതൊരു പരമ്പരപ്പാട്ടാകും. അതോടെ ഇതുവരെ ചെയ്ത സഹായമെല്ലാം വെള്ളത്തിലുമാകും. എന്തുചെയ്യണമെന്ന് ആലോചിച്ചു നിൽക്കേ ഒരു മാൻ തിരിഞ്ഞ് എന്നെ സൂക്ഷിച്ചു നോക്കി. 'ദാ-ഒരു മനുഷ്യൻ, രക്ഷപ്പെട്ടോ' എന്നു സന്ദേശം കൊടുത്തിട്ട് അത് ഓടിപ്പോയി. ഞാൻ നിന്ന സ്ഥലത്തു നിന്നും വെളിംപ്രദേശത്തേക്ക് അഞ്ചു വാര ദൂരമേയുള്ളൂ. അതിവേഗത്തിൽ ആ ദൂരം പിന്നിട്ട് ഞാൻ എത്തിയെങ്കിലും പ്രയോജനമുണ്ടായില്ല. കാരണം പുലിക്ക് എന്നെക്കാൾ വേഗത യുണ്ടായിരുന്നു. അവൻ നിമിഷാർദ്ധത്തിൽ എങ്ങോട്ടോ ഓടി മറഞ്ഞു. ഇനിയിപ്പോൾ അവനെ കണ്ടുപിടിക്കാൻ റോബിൻ തന്നെ എന്നെ സഹായിക്കണം.

കുറച്ചു നേരം ഞാനവിടെത്തന്നെ നിന്നു. പുലി എവിടെയെങ്കിലും ചെന്നു കിടക്കട്ടെ. ആ ദിശയിൽ നിന്നു കാറ്റടിക്കുമ്പോൾ റോബിനു മണം കിട്ടും. അങ്ങനെ തിരച്ചിൽ വീണ്ടും ആരംഭിക്കാം. പിന്നെ ഞാനും റോബിനും പടിഞ്ഞാറ്റ് നടന്നു. ഏകദേശം പത്തെഴുപതു വാര നടന്നു കാണും. മുന്നിൽ നടന്നിരുന്ന റോബിൻ പെട്ടെന്നു നിന്നു. എന്നിട്ട്, കാറ്റിനഭിമുഖമായി നിന്നു മണം പിടിക്കാൻ തുടങ്ങി. വീണുകിടക്കുന്ന ഒരു വൃക്ഷത്തെ നോക്കിക്കൊണ്ടാണ് റോബിൻ നിൽക്കുന്നത്. ഞങ്ങളിൽ നിന്നും നാല്പതു വാര അകലെയാണ് ആ മരം കിടക്കുന്നത്. കഴിഞ്ഞ വർഷം വീണ തടിയാണത്. ഇരുവശവും കുറ്റിക്കാടുകൾ വളർന്നു നിൽക്കുന്നുണ്ട്. പുൽപ്പടർപ്പുകളും കാണുന്നുണ്ട്. സാധാരണ ഗതിയാലാണെങ്കിൽ ഞാനും റോബിനും ഞങ്ങളുടെ ലക്ഷ്യത്തിലേക്കു കുതിക്കുമായിരുന്നു. എന്നാൽ ഇവിടെ സ്ഥിതി അങ്ങനെയല്ല; മുറിവേറ്റ പുലി ഭയങ്കരനാണ്. അതിനു പിന്നെ ഭയമോ സങ്കോചമോ ഒന്നുമില്ല. കഴിഞ്ഞ പതിനഞ്ചുമണിക്കൂറായി തോളിലേറ്റ വെടിയുടെ വേദന അനുഭവിച്ചുകൊണ്ടു കഴിയുന്ന അവന്റെ പ്രതികരണം ഭയങ്കരമായിരിക്കും.

തലേന്നുപയോഗിച്ച 'പോയന്റ് 275' റൈഫിൾ തന്നെയാണ് ഇപ്പോഴും ഞാൻ കൊണ്ടുവന്നിട്ടുള്ളത്. കൊണ്ടുനടക്കാൻ സൗകര്യപ്രദമാണെങ്കിലും മുറിവേറ്റ പുള്ളിപ്പുലിയെ നേരിടാൻ അതുപോരെന്നുള്ളതാണ് വാസ്തവം. അതുകൊണ്ട്, നേരിട്ടു പ്രത്യക്ഷപ്പെടാതെ വീണുകിടക്കുന്ന മരത്തിൽ നിന്നും പതിനഞ്ചുവാര അകലം ക്രമീകരിച്ചു കൊണ്ട് റോബിൻ മുന്നിലും ഞാൻ

പിന്നിലുമായി അടിവച്ചടിവച്ചു ഞങ്ങൾ നടന്നു. കുറച്ചു നടന്നിട്ട് റോബിൻ നിന്നു. അവൻ നോക്കുന്ന ഭാഗത്തേക്കു ഞാനും നോക്കി. റോബിൻ കണ്ടത് താഴോട്ടും മേലോട്ടും ആടുന്ന പുള്ളിപ്പുലിയുടെ വാലായിരുന്നു. ശത്രുക്കളെ ആക്രമിക്കാനായി മുന്നോട്ടു ചാടാൻ തുടങ്ങുമ്പോഴാണ് ഇപ്രകാരം പുലി വാലാട്ടുന്നത്. ഞാൻ വലതു വശത്തേക്കു തിരിഞ്ഞു വെടിപൊട്ടിക്കാൻ വേണ്ടി റൈഫിൾ തോളിൽ വച്ചപ്പോഴേക്കും പുലി ഞങ്ങളുടെ നേർക്കു ചാടി. അവനെ കൊല്ലുന്നതിനേക്കാൾ പ്രധാനം ഇപ്പോൾ ഞങ്ങൾ ചാകാതിരിക്കുക എന്നതായിരുന്നു. അതുകൊണ്ട്, ഉന്നമൊന്നുമില്ലാതെ തന്നെ ഞാനൊരു വെടി പൊട്ടിച്ചു. അതവന്റെ വയറ്റിൽ ചെന്നു തറച്ചു. മുറിവിനെക്കാളും അവനെ ഭയപ്പെടുത്തിയത് വെടിയൊച്ചയായിരുന്നു. എന്റെ തോളിനു മുകളിലൂടെ അവൻ മറുപുറത്തേക്കു ചാടി വീണു. ഒരു വെടി കൂടി വയ്ക്കാൻ കഴിയും മുൻപ് പിന്നിലുണ്ടായിരുന്ന കുറ്റിക്കാടുകളിലേക്ക് അവൻ ഓടി മറഞ്ഞു.

പുള്ളിപ്പുലി ഓടിപ്പോയ ഭാഗം ഞാനും റോബിനും കൂടി പരിശോധിച്ചു. ധാരാളം രക്തം അവിടെ വീണുകിടക്കുന്നുണ്ടായിരുന്നു. അതു ഞാൻ തലേന്ന് ഏല്പിച്ച മുറിവിൽ നിന്നാണോ ഇപ്പോൾ ഏല്പിച്ചതിൽ നിന്നാണോ എന്നൊന്നും തിരിച്ചറിയാൻ മാർഗ്ഗമില്ലായിരുന്നു. റോബിൻ മണം പിടിച്ച് പിന്നേയും മുന്നോട്ടു നീങ്ങി. ചെടികൾ ഏറെ തിങ്ങി വളർന്ന ഒരു കുറ്റിക്കാട്ടിൽ കൂടി ഞങ്ങൾ നടന്നു. ഏകദേശം ഇരുനൂറു വാര നടന്നപ്പോൾ തൊട്ടുമുന്നിലായി പുലി കിടക്കുന്നതു കണ്ടു. വെടിവയ്ക്കാനായി ഞാൻ തോക്കെടുക്കും മുൻപേ അവൻ എഴുന്നേറ്റ് ഓടിക്കളഞ്ഞു. ശാഖകൾ വളർന്നു നിലംപറ്റിക്കിടക്കുന്ന ഒരു തരം പ്രത്യേക ചെടികളായിരുന്നു അവിടെ മുഴുവൻ. അതുകൊണ്ട് അതിന്റെ മറവുപറ്റി പുലിക്കു ഞങ്ങളെ ആക്രമിക്കാൻ കഴിയും എന്ന ഒരപകടവും ഉണ്ടായിരുന്നു. ഈ ചുറ്റുപാടിൽ ഇനി ഭാഗ്യം പരീക്ഷിക്കേണ്ട എന്നു തീരുമാനിച്ച് അന്നത്തെ പ്രഭാത പരിപാടി അവസാനിപ്പിച്ചു ഞങ്ങൾ വീട്ടിലേക്കു മടങ്ങി.

പിറ്റേന്നു പ്രഭാതത്തിൽ ഞങ്ങൾ വീണ്ടും ആ സ്ഥലത്ത് എത്തിച്ചേർന്നു. കാട്ടിലേക്കു പോരാൻ എന്നെക്കാൾ വ്യഗ്രത റോബിനായിരുന്നു. എന്തൊരുത്സാഹമായിരുന്നു അവന് എന്നു പറയാൻ പറ്റില്ല. ഓടാൻ പറ്റിയ വഴിയായിരുന്നെങ്കിൽ ഒറ്റ ഓട്ടത്തിന് അവൻ എന്നെയും കൊണ്ട് ഇവിടെ എത്തുമായിരുന്നു.

ഇന്നു ഞാൻ കരുതിയത് 450/400 റൈഫിൾ തന്നെയാണ്. അതുകൊണ്ടുതന്നെ എന്റെ ഉത്സാഹവും കൂടുതലായിരുന്നു. ആ കുറ്റിക്കാടിനോടടുത്തപ്പോൾ ഞാൻ റോബിന്റെ വേഗത അല്പം കുറച്ചു. ഇനിയങ്ങോട്ടു നീങ്ങുന്നത് വളരെ കരുതലോടെയാവണം. കാരണം, മുറിവേറ്റ ഒരു മൃഗം ഒരേ സ്ഥലത്തു തന്നെ ഒരുപാടു നേരം കിടക്കണമെന്നില്ല. എനിക്കു പരിചയമുള്ള ഒരു നായാട്ടുകാരന്റെ അനുഭവം അപ്പോൾ ഓർമ്മ വന്നു.

ഒരു വൈകുന്നേരം അയാൾ ഒരു കടുവയെ മുറിവേല്പിച്ചു. ഓടിയ കടുവയെ രക്തപ്പാടുകൾ നോക്കി പിൻതുടർന്നെങ്കിലും അന്ന് അതിനെ

അയാൾക്കു കാണാൻ കഴിഞ്ഞില്ല. പിറ്റേന്ന് കുറെ ആളുകളേയും കൂട്ടി അയാൾ കടുവയെ തേടിയിറങ്ങി. കൂടെയുള്ളവരിൽ ഒരാൾ തന്റെ റൈഫിൾ നിറച്ചിരുന്നില്ല. തലേന്ന് നിർത്തിയേടത്തു നിന്നും മുന്നോട്ടു പരിശോധിക്കാനായിരുന്നു അവരുടെ തീരുമാനം. എന്നാൽ തലേദിവസം യാത്ര അവസാനിപ്പിച്ച സ്ഥലത്തിന് എത്രയോ മുൻപ്വച്ചുതന്നെ കടുവയെ അവർ കണ്ടു. പക്ഷേ അപ്രതീക്ഷിതമായ കടുവയുടെ ആക്രമണത്തിൽ ആ നായാട്ടുകാരൻ കൊല്ലപ്പെടുകയും ഒപ്പമുണ്ടായിരുന്നവർ ഭയന്നോടുകയുമാണുണ്ടായത്.

അതുകൊണ്ട് ഞാനും സൂക്ഷിക്കേണ്ടിയിരിക്കുന്നു. ഞാനും റോബിനും മെല്ലെ നടന്നു. കാറ്റിൽ വരുന്ന ഗന്ധം പിടിച്ചുകൊണ്ടാണ് റോബിൻ നടക്കുന്നത്. പെട്ടെന്ന് അവൻ നിന്നു. ഒരു മിനിറ്റു നേരം കാറ്റിലെ മണം പിടിച്ചിട്ട് പുലി എവിടെയാണെന്നു മനസ്സിലായി എന്ന് ഒരു നോട്ടം കൊണ്ട് അവൻ എന്നെ അറിയിച്ചു. തലേന്നു ഞങ്ങളുടെ നേർക്കു ചാടിയ ശേഷം പുലി ഓടി മറഞ്ഞ, കാട്ടുചോളം വളർന്നു നിൽക്കുന്ന കുറ്റിക്കാട്ടിൽ കൂടി ആയിരുന്നു ഞങ്ങളവനെ പിൻതുടർന്നത്. ആ കുറ്റിക്കാടിന്റെ ഒരു വശത്ത് ഒരു വൃക്ഷം വേരറ്റു കിടക്കുന്നുണ്ടായിരുന്നു. തലേന്നത്തെപ്പോലെ ഇപ്പോഴും ആ തടിയെ നോക്കിക്കൊണ്ടാണ് റോബിൻ നിൽക്കുന്നത്. ഞങ്ങൾ നിന്നത് ഒരു വെളിംപ്രദേശത്തായിരുന്നു. അതിനപ്പുറത്ത് ബസോന്താച്ചെടികൾ അരയ്ക്കൊപ്പം വളർന്നു നിൽക്കുന്ന ഒരു കാടും. നേരെത്തന്നെ നടന്നോളാൻ ഞാൻ റോബിനു നിർദ്ദേശം കൊടുത്തു. കാട്ടു ചോളക്കാടും കടന്ന് ഞങ്ങൾ മുന്നോട്ടു നടന്നു. മഴവെള്ളം കുത്തിയൊലിച്ചുണ്ടായ ഒരു തോട്ടിൽ ഞങ്ങൾ എത്തിച്ചേർന്നു. അരുവിയിൽ നിന്നും കുറേ കല്ലുകൾ പെറുക്കി ഞാൻ കോട്ടിന്റെ കീശകളിൽ നിറച്ചു. അതുമായി പിന്നെയും നടന്ന് വീണുകിടക്കുന്ന മരത്തിന്റെ ഇപ്പുറത്തെത്തണം.

പെട്ടെന്നുപയോഗിക്കാൻ പാകത്തിൽ റൈഫിൾ ഉയർത്തിപ്പിടിച്ചു കൊണ്ട് ഞാൻ കല്ലുകളെടുത്ത് ഓരോന്നായി ആദ്യം മരത്തിലേക്കെറിഞ്ഞു. പിന്നെ മരത്തിനപ്പുറമുള്ള കുറ്റിക്കാടിനെ ലക്ഷ്യമാക്കിയും എറിഞ്ഞു. പുലി ചത്തിട്ടില്ലെങ്കിൽ കല്ലുകൾ വന്നു വീഴുമ്പോൾ ചാടി എഴുന്നേറ്റ് വരുമെന്നായിരുന്നു എന്റെ കണക്കുക്കൂട്ടൽ. കല്ലുകൾ തീർന്നപ്പോൾ ഞാൻ കൈകൊട്ടിയും ഉറക്കെ ചുമച്ചുമെല്ലാം ശബ്ദമുണ്ടാക്കി. ഇതുകൊണ്ടൊന്നും ഒരു പ്രയോജനവും ഉണ്ടായില്ല.

ഇനിയേതായാലും മരത്തിനടുത്തു ചെന്നു പരിശോധിക്കാമെന്നുറച്ചു. സാധാരണ നായാട്ടുകാർ പറയാറുള്ള ഒരു പഴയ വാക്യം ഞാനപ്പോൾ ഓർക്കാതിരുന്നില്ല: 'പുള്ളിപ്പുലിയുടെ തോലുരിച്ച് മാറ്റിക്കഴിഞ്ഞാൽ മാത്രമെ അതു ചത്തു എന്നുറപ്പിക്കാൻ പാടുള്ളൂ.' തടിയുടെ മൂന്നിൽ രണ്ടു ഭാഗം പ്രദക്ഷിണം ചെയ്തപ്പോഴേക്കും റോബിൻ നടത്തം നിർത്തി. അതുകണ്ട് ഞാൻ മുന്നോട്ടു നോക്കിയപ്പോൾ കോപം നിറഞ്ഞ ചില അമറലുകൾ കേട്ടു.

പെട്ടെന്ന് അവൻ ഞങ്ങൾക്കു നേരെ ചീറിയടുത്തു. പക്ഷേ എനിക്കു പുലിയെ കാണാൻ കഴിഞ്ഞില്ല. പകരം, ഒരു നിരയൊപ്പിച്ച് ചെടികൾ ഒടിഞ്ഞു വീഴുന്നതേ കണ്ടുള്ളൂ. പെട്ടെന്ന് ഞാൻ റൈഫിളുയർത്തി നിലയിലാക്കിയ പ്പോഴേക്കും ഞങ്ങളുടെ മുന്നിൽ ഏതാനും അടി അകലെ പുലി എത്തി ക്കഴിഞ്ഞിരുന്നു.

അവന്റെ ചാട്ടവും എന്റെ വെടിയും ഒരേ നിമിഷമായിരുന്നു. ഇടതുവശ ത്തേക്കൊഴിഞ്ഞുമാറി കഴിയുന്നത്ര മലർന്നു നിന്നുകൊണ്ട് റൈഫിൾ അര ക്കെട്ടിൽ കുത്തിനിർത്തി എന്റെ തൊട്ടടുത്തുകൂടി പാഞ്ഞുപോയ പുലിയെ ഞാൻ ഒരിക്കൽ കൂടി വെടിവച്ചു. റോബിനെ രക്ഷപ്പെടുത്താനാണ് ഞാൻ ഇടതുവശത്തേക്ക് ഒഴിഞ്ഞു നിന്നു വെടിവച്ചത്. പക്ഷേ പിന്നെ നോക്കു മ്പോൾ അവനെ കാണാനില്ല. ഞങ്ങളൊന്നിച്ച് അപകടം നിറഞ്ഞ പല വേട്ടകളും നടത്തിയിട്ടുണ്ട്. എന്നാൽ ഇങ്ങനെ ഒരാപൽസന്ധിയിൽ വേർപിരി യുക എന്നത് ഇതാദ്യമായിരുന്നു.

അവൻ ഒരുപക്ഷേ തനിച്ച് വീട്ടിലേക്കുള്ള വഴി തേടുകയായിരിക്കും ഇപ്പോൾ. ആ നാലു മൈൽ ദൂരം പിന്നിടുമ്പോൾ അവനു നേരിടാവുന്ന അപകട ങ്ങളെ കുറിച്ചോർത്ത് ഞാനസ്വസ്ഥനായി. അവനൊരു ഹൃദ്‌രോഗി കൂടിയാക യാൽ ഒറ്റയ്ക്കുള്ള ഒരു വനയാത്ര ഒട്ടും ആശാസ്യമല്ല. എന്റെ മനസ്സിലാകെ അശുഭ ചിന്തകൾ നിറഞ്ഞു. ഞാൻ മറ്റെല്ലാം മറന്ന് റോബിനെ തിരയാൻ തുടങ്ങി. ഒരു നൂറുവാര പിന്നിട്ടപ്പോൾ ആ വെളിംപ്രദേശത്ത് വീണു കിടന്നി രുന്ന തടിയുടെ പിന്നിൽ നിന്ന് ഒരു തല എത്തി നോക്കുന്നതു ഞാൻ കണ്ടു. ഞാൻ നോക്കുന്നത് കണ്ട് അവൻ തല വലിച്ചു കളഞ്ഞു. ചിരിച്ചു കൊണ്ട് ഞാൻ കൈകാട്ടി വിളിച്ചപ്പോൾ ഒരു കുറ്റവാളിയെപ്പോലെ മുഖം കുനിച്ച് ചെവികളും താഴ്ത്തി അവൻ നടന്നു വന്നു. റൈഫിൾ താഴെയിട്ട് ഞാനവനെ വാരിയെടുത്തു. അവൻ എന്റെ മുഖത്തു നക്കി. അവന്റെ തൊണ്ടയിൽ നിന്നും ചില സ്നേഹ ഞരക്കങ്ങൾ ഉതിർന്നു. എനിക്കപകടമൊന്നും സംഭവിച്ചില്ല എന്നതിലുള്ള അവന്റെ സന്തോഷവും ഒരു സന്നിഗ്‌ധഘട്ടത്തിൽ ഏതാനും മിനിറ്റു നേരത്തേക്കെങ്കിലും എന്നെ പിരിഞ്ഞതിന്റെ സങ്കടവും കുറ്റബോധ വുമെല്ലാം അവൻ ആ ഞരക്കങ്ങളിലൂടെ പ്രകടമാക്കി. പിന്നെ രണ്ടു പേരും, ചത്തു കിടക്കുന്ന പുലിയെ ഒന്നു കൂടി ചെന്നു നോക്കിയിട്ട്, വീട്ടിലേക്കു മടങ്ങി.

റോബിന്റെ അനുവാദത്തോടെ ഞാൻ നിങ്ങളോട് ആ കഥ പറഞ്ഞു കഴിഞ്ഞു. കഥ പറഞ്ഞുകൊണ്ടിരിക്കേതന്നെ എന്റെ പ്രിയപ്പെട്ട ചങ്ങാതി ഏറ്റവും അധികം പ്രകാശവും ആഹ്ലാദവും നടമാടുന്ന ആ 'നായാട്ടു സ്ഥല ത്തേക്ക്' പോയ്ക്കഴിഞ്ഞു. അവിടെ അവൻ എന്റെ വരവും പ്രതീക്ഷിച്ച് നിൽക്കുന്നത് എനിക്കു കാണാം.

കെന്നത്ത് ആൻഡേഴ്സൺ

ഒരു നരനായാട്ടിന്റെ അന്ത്യം

കാനനഭംഗി എപ്പോഴും മനുഷ്യഹൃദയങ്ങളെ ആഹ്ലാദത്തിലാഴ്ത്തുന്ന ഒരപൂർവ്വ പ്രകൃതിവരം തന്നെയാണ്. ഏതു ഭൂഖണ്ഡത്തിലായാലും കാട് കാടുതന്നെ. കളകളാരവം മുഴക്കി ഒഴുകുന്ന സ്ഫടിക ജലസ്രോതസ്സുകൾ. സദാ വെഞ്ചാമരം വീശി നില്ക്കുന്ന വൃക്ഷങ്ങൾ. വിവിധ വർണ്ണങ്ങളും സുഗന്ധപൂരവുമായി വിടർന്നു നിൽക്കുന്ന പുഷ്പ ജാലങ്ങൾ. അതിനിടയിൽ പറന്നു വിലസുന്ന പൂമ്പാറ്റകൾ. സന്ധ്യയാകുമ്പോഴേക്കും ശാലീനതയുടെ മുഖം മാറ്റി ക്രൗര്യഭാവമാർജ്ജിക്കുന്ന ഇരുളിന്റെ മറവിൽ നിന്ന് സിംഹം, കടുവ, ആന തുടങ്ങിയ വന്യമൃഗങ്ങളുടെ പേടിപ്പിക്കുന്ന ഗർജ്ജനങ്ങൾ. അതൊന്നും ശ്രദ്ധിക്കാതെ ഒരേ ഈണത്തിൽ നിറുത്താതെ പാടുന്ന ചീവീടുകൾ. നേരം പുലർന്നു വരുന്നതോടെ ഒരു മഹാസംഗീത സദസ്സായി മാറുന്ന വനത്തിൽ നിന്നും അനേകം പക്ഷികൾക്കൊപ്പം കുയിലും കുരുവിയും മത്സരിച്ചു പാടുന്നുണ്ടാകും. മയിലുകൾ പീലിവിടർത്തി നൃത്തമാടുന്നുണ്ടാകും. മാനുകൾ ശത്രുഭയം കൂടാതെ ഇളംപുല്ലു തിന്നാൻ കൂട്ടമായി പുൽപ്പരപ്പിലേക്കു നീങ്ങുന്നു. പ്രകൃതി സ്നേഹിയായ ഒരു മനുഷ്യൻ ഈ കാഴ്ചകൾ കാണുമ്പോൾ സാക്ഷാൽ ജഗന്നിയന്താവിനെ സ്തുതിച്ചു പോകും. പ്രകൃതിയുടെ സർവ സൗന്ദര്യവും ചാലിച്ച് എഴുതിയ മനോഹര ചിത്രമാണ് കാട് എന്ന കാര്യത്തിൽ ഒരു സംശയവുമില്ല.

കർണ്ണാടകയിലെ ഷിമോഗ ജില്ലയിലുള്ള ബലന്തൂർ ഗ്രാമത്തിന് അതിരിട്ടുകൊണ്ട് അത്തരത്തിലൊരു സുന്ദരമായ വനമുണ്ട്. ഈ ഗ്രാമത്തിന്റെ മറ്റൊരതിർത്തി ഗ്രാമമാണ് തഗർത്തി. ഈ രണ്ടു ഗ്രാമങ്ങളിലേയും ജനങ്ങളുടെ മുഖ്യതൊഴിൽ കന്നുകാലി വളർത്തലാണ്. അത്യാവശ്യം, അല്പസ്വല്പം കൃഷിയും. അതിർത്തി വനത്തിലാകട്ടെ മാനുകൾ ധാരാളമുണ്ട്. അതുകൊണ്ടുതന്നെ അവയുടെ സ്വാദിഷ്ടമായ ഇറച്ചി മോഹിച്ചു കഴിയുന്ന കടുവകളും പുലികളും കഴുതപ്പുലികളുമൊക്കെ ആ കാട്ടിൽ സുലഭം. ഈ വെല്ലുവിളികളെ ശ്രദ്ധയിൽ വച്ചുകൊണ്ടുതന്നെ ഗ്രാമീണർ ആ വനത്തിലെ തെളിഞ്ഞ പുൽപ്പരപ്പുകളിലേക്കു തങ്ങളുടെ കാലികളെ മേയ്ക്കാൻ പോകുക പതിവായിരുന്നു. വന്യമൃഗങ്ങൾ അവരേയോ കന്നുകാലികളേയോ ആക്രമിക്കാറുമില്ല. അങ്ങനെ പരസ്പരധാരണയിൽ ശാന്തമായി ജീവിതം തുടരുന്ന കാലം.

പൊടുന്നനെ ആ താളം തെറ്റിച്ചുകൊണ്ട് ഒരു കടുവ പ്രത്യക്ഷപ്പെട്ടു. ഓരോ കാലിക്കൂട്ടവും മേഞ്ഞ് മടങ്ങുമ്പോൾ അവൻ മറഞ്ഞിരുന്ന് ഏറ്റവും പിന്നിൽ പോകുന്ന ഒന്നിന്റെ കഴുത്തിൽ പിടിമുറുക്കും. ആ സാധു മൃഗത്തിന്റെ ഒരു ഞരക്കം പോലും പുറത്തു കേൾപ്പിക്കാതെ വളരെ തന്ത്രപരമായി കടുവ കാര്യം സാധിച്ചു പോന്നു. ഓരോ കർഷകനും വീട്ടിലെത്തി നോക്കുമ്പോഴാണ് തന്റെ ഒരു പശു അല്ലെങ്കിൽ ആട് കുറവുണ്ടെന്ന് മനസ്സിലാവുക. തുടർച്ചയായി ഈ കുറവ് ആവർത്തിച്ചു കണ്ടപ്പോൾ യാദൃച്ഛികമായി കൂട്ടം തെറ്റിപ്പോയതൊന്നുമല്ലെന്നും ഏതോ വന്യമൃഗം പിടിച്ചുകൊണ്ടു പോകുന്നതാണെന്നും അവർക്കുറപ്പായി. അക്രമി മിക്കവാറും ഒരു കടുവ തന്നെയായിരിക്കുമെന്നും അവർ ഊഹിച്ചു. ഇവനെ ഇങ്ങനെ വിട്ടാൽ ഒടുവിൽ തങ്ങളുടെ കാലിക്കൂട്ടം മുഴുവൻ അവന്റെ പള്ളയിലാകും. എങ്ങനെയും അവനെ പിടികൂടണം. നേരിട്ടെതിർക്കാൻ വേണ്ട ധൈര്യമോ ആയുധങ്ങളോ അവരുടെ പക്കൽ ഉണ്ടായിരുന്നില്ല. അതുകൊണ്ട് കെണി വച്ച് പിടിക്കുക എന്ന ആശയത്തോട് അവർ യോജിച്ചു.

അടുത്ത ദിവസം കാടും ഗ്രാമവും തിരിയുന്നിടത്ത് അവർ നല്ല ആഴമുള്ള, അല്പം വിസ്തൃതമായ, ഒരു കുഴി കുഴിച്ചു. അതിന്റെ മീതെ കനം കുറഞ്ഞ കാട്ടുകമ്പുകൾ നിരത്തി. അതിനുമുകളിൽ ഉണക്കിലകൾ വിരിച്ച ശേഷം മണ്ണു കൊണ്ടു മൂടി. അവിടെ ഒരു കുഴിയുണ്ടെന്നു സംശയം പോലും തോന്നാത്ത വിധം ആ കെണി പൂർത്തിയാക്കിയിട്ട് അതിന്റെ ഇപ്പുറത്ത് ഒരാടിനെ കെട്ടിയിട്ടു. ആടിന്റെ അടുത്തേക്കു മൂടിയ കുഴിയുടെ മുകളിലൂടെ മാത്രമെ കടുവയ്ക്കു വരാൻ കഴിയൂ എന്നുറപ്പാക്കിക്കൊണ്ട് ബാക്കി ഭാഗമെല്ലാം മുള്ളുകളും മറ്റും കൊണ്ടു മറച്ചു.

ഗ്രാമീണർ പ്രതീക്ഷിച്ചതു പോലെ തന്നെ കടുവ ആടിനെ പിടിക്കാൻ വരികയും ചതിക്കുഴിയിൽ വീഴുകയും ചെയ്തു. വിവരമറിഞ്ഞ് ഗ്രാമീണർ ഓടിയെത്തി കുഴിയുടെ ചുറ്റും ആഹ്ലാദനൃത്തം ചെയ്തു. പിന്നെയാണാലോചിച്ചത് ഇതിനെ എങ്ങനെ കൊല്ലും? ആർക്കും തോക്കില്ല. വലിയ നീളമുള്ള കമ്പികൾ കൊണ്ടുവന്നു കുത്തിക്കൊല്ലാൻ നടത്തിയ ശ്രമം വിജയിച്ചില്ല. കടുവയ്ക്കതൊന്നും ഏശിയില്ലെന്നു മാത്രമല്ല അവനു വല്ലാതെ ദേഷ്യം പിടിക്കുകയും ചെയ്തു. പ്രതികാരേച്ഛുവായ അവന്റെ മുരുളൽ കേട്ട് അവർ ഭയന്നുപോയി. സാധാരണ ഗതിയിൽ ഒരു കടുവയ്ക്കും ആഴമേറിയ ആ കുഴിയിൽ നിന്നും പുറത്തേക്കു ചാടി രക്ഷപ്പെടാനാവില്ല. എന്നാലിവൻ അല്പം അസാധാരണൻ തന്നെയായിരുന്നു. സർവശക്തിയുമെടുത്ത് ശരീരം ഒരു സ്പ്രിംഗ് പോലെയാക്കി പിൻകാലുകളിൽ കുതിച്ച് ഒറ്റ ചാട്ടത്തിന് അവൻ കുഴിക്കു വെളിയിൽ വന്നു. അമ്പരന്നുപോയ നാട്ടുകാർ നാലുപാടും പാഞ്ഞുകളഞ്ഞു. എന്നാൽ ഒരു ഭാഗ്യഹീനൻ ഭയം കൊണ്ട് മരവിച്ചു നിന്നുപോയി. അയാൾ തന്നെ എതിരിടാൻ നിൽക്കുകയാണെന്ന് കരുതിയാവും,

കടുവ അവന്റെ തലയ്ക്കു മുകളിലൂടെ ചാടിയാണ് രക്ഷപ്പെട്ടത്. പക്ഷേ മനസ്സറിയാതെ തന്നെ കടുവയുടെ പിൻകാലുകൾ അയാളുടെ തലയിൽ കൊള്ളുകയും ആഘാതത്തിന്റെ ശക്തിയിൽ അതിന്റെ കാൽനഖങ്ങളാൽ തലയോട്ടിയുടെ പുറംഭാഗത്തെ മാംസവും തൊലിയും ഓറഞ്ചു പൊളിക്കും പോലെ പൊളിഞ്ഞു തൂങ്ങുകയും ചെയ്തു. ആ പാവം മനുഷ്യൻ വേദന സഹിച്ച് മൂന്നാം ദിവസം മരിച്ചു.

ഈ സംഭവത്തോടെ കടുവയ്ക്ക് ഒരു കാര്യം മനസ്സിലായി, മനുഷ്യനെ അത്ര ഭയപ്പെടേണ്ട കാര്യമൊന്നുമില്ല. അവന്റെ ശക്തി ഇത്രയേ ഉള്ളൂ. ഭീരുക്കളുമാണ്. കടുവയെ കണ്ടാൽ നെട്ടോട്ടം ഓടും. ഈ പാഠങ്ങൾ ഉൾക്കൊണ്ടതോടെ ഇടയന്മാരുടെ മുന്നിൽ നിന്ന് കാലികളെ പിടിച്ചു കൊണ്ടു പോകാനും അവൻ ധൈര്യം കാട്ടിത്തുടങ്ങി. അങ്ങനെയൊരിക്കൽ കാലിക്കൂട്ടത്തിലേക്കു ധൈര്യസമേതം കടന്നു കയറിയ കടുവയെ അല്പം ധൈര്യശാലിയായ ഇടയൻ തന്റെ കയ്യിലുണ്ടായിരുന്ന വടിയുമായി നേരിട്ടു. ഇവനിത്രയേ ചെയ്യാനാവൂ എന്നുറപ്പുള്ള കടുവ അവനെ ആക്രമിച്ച് ശരീരമാകെ മാന്തിക്കീറി. ഭയന്നു ബോധം കെട്ടുപോയ അവനെ അവിടെയിട്ട് ഏറ്റവും കൊഴുത്ത ഒരു പശുവിനെയും കടിച്ചു തൂക്കിക്കൊണ്ട് കടുവ കാട്ടിലേക്കു പോയി. കുറേക്കഴിഞ്ഞ് ബോധം വീണുകിട്ടിയ ഇടയൻ അവശേഷിച്ച പശുക്കളേയും തെളിച്ച് ചോരയൊലിപ്പിച്ചും ഞരങ്ങിയും മോങ്ങിയും ഒരു വിധത്തിൽ ഗ്രാമത്തിൽ മടങ്ങിയെത്തി. ഭാഗ്യവശാൽ മാരകമായ മുറിവുകളൊന്നും ഇല്ലാതിരുന്നതുകൊണ്ട് അവൻ മരിച്ചില്ല.

പക്ഷേ ആ സംഭവത്തോടെ ഗ്രാമീണരാകെ ഭയന്നു പോയി. പിന്നീടവർ പശുക്കളെയും കൊണ്ട് കാട്ടിലേക്കു പോയില്ല. തങ്ങളുടെ കൃഷിയിടങ്ങൾക്കു സമീപമുള്ള പരിമിതമായ സ്ഥലത്ത് പശുക്കളെ മേച്ച് കഴിച്ചുകൂട്ടി. പക്ഷേ അത് കടുവയ്ക്കു തൃപ്തികരമായ തീരുമാനമായിരുന്നില്ല! അവനു സുലഭമായി കിട്ടിക്കൊണ്ടിരുന്ന ശാപ്പാടു മുടങ്ങിയതിൽ പ്രതിഷേധവുമായി കഴിഞ്ഞെങ്കിലും അവൻ ഗ്രാമത്തിലേക്ക് ഇറങ്ങി വരാൻ ശ്രമിച്ചില്ല. കുറേ നാളുകൾ അങ്ങനെ ശാന്തമായി പിന്നിട്ടപ്പോൾ ആളുകൾ ധരിച്ചത് കടുവ മറ്റെങ്ങോട്ടോ പോയിരിക്കുമെന്നാണ്. ഗ്രാമത്തിൽ പുല്ലു തീരെയില്ലാതായിരുന്നു. രണ്ടും കല്പിച്ച് അവർ വീണ്ടും പഴയ മേച്ചിൽപ്പുറങ്ങളിലേക്കു കാലികളേയും കൊണ്ട് പോകാൻ തുടങ്ങി. വലിയ പ്രശ്നങ്ങളൊന്നുമില്ലാതെ ദിവസങ്ങൾ ചിലതു പിന്നിട്ടു.

അങ്ങനെയിരിക്കെയാണ് ആദ്യത്തെ ഇടയവധം നടന്നത്. പ്രതി, നമ്മുടെ കഥാനായകൻ തന്നെ. ആരോഗ്യവാനായ ഒരു യുവാവാണ് അവന്റെ കൈക്കരുത്തറിഞ്ഞ് കാലനൂർക്കു പോയത്. ആ യുവാവിന്റെ പശുക്കളിൽ ഒരെണ്ണമൊഴികെയുള്ളവ സന്ധ്യയോടെ ഭയന്നു വിവശരായി മടങ്ങിയെത്തിയപ്പോഴാണ്

ഗ്രാമീണർ അപകടം മനസ്സിലാക്കുന്നത്. കടുവ അവനെ കൊന്ന ശേഷം ഒരു പശുവിനെയും കൊണ്ട് കടന്നതായിരിക്കും എന്നവർ ഊഹിച്ചു. പിറ്റേന്നു ചെന്നുനോക്കിയപ്പോൾ ഊഹം തെറ്റിയിട്ടില്ലെന്നും അവർക്കു ബോധ്യമായി. കഴുത്തൊടിഞ്ഞു ചത്തുകിടക്കുന്ന പശുവിനെയും അതിനടുത്തു തന്നെ ഇടയന്റെ മൃതദേഹവും അവർ കണ്ടു. അവരെ കൂടുതൽ ഞെട്ടിച്ച ഒരു വസ്തുത പശുവിന്റെ മാംസം അല്പം പോലും തിന്നിരുന്നില്ലെന്നതും, അതേ സമയം ആ യുവാവിന്റെ ശരീരത്തിലെ പകുതി മാംസവും അവൻ ഭക്ഷിക്കുകയും ചെയ്തിരുന്നു എന്നതുമാണ്. അതായത്, അവൻ മനുഷ്യമാംസത്തിന്റെ രുചി അറിഞ്ഞിരിക്കുന്നു. പശുവിറച്ചിയേക്കാൾ രുചികരമാണ് മനുഷ്യമാംസം എന്നാണവനു തോന്നുന്നതെങ്കിൽ ഇനിയങ്ങോട്ടു മനുഷ്യരെ തന്നെയാവും അവൻ ആക്രമിക്കുക. ഈ സത്യം മനസ്സിലാക്കിയ ഗ്രാമീണർ ആകെ ഭയവിവശരായിത്തീർന്നു. സന്ധ്യയാകും മുൻപേ എല്ലാവരും അവരവരുടെ വീടുകളിൽ കയറി വാതിലടച്ചിരിക്കും. രാത്രി ഒരു കാരണവശാലും ആരും പുറത്തിറങ്ങുകയില്ല. ഇങ്ങനെയായപ്പോൾ കടുവ അയൽ ഗ്രാമങ്ങളിലേക്കും മനുഷ്യവേട്ട വ്യാപിപ്പിച്ചു തുടങ്ങി.

ഏതാണ്ട് ഈ കാലത്താണ് എന്റെ സുഹൃത്തും തഗർത്തിയിലെ മെഡിക്കൽ ഓഫീസറുമായ ഡോക്ടർ സ്റ്റാൻലി ഈ കടുവയുടെ പരാക്രമങ്ങളെ കുറിച്ച് എനിക്കെഴുതിയത്. ഞാനുടനെ എത്തണമെന്നും ഡോക്ടർ എഴുതിയിരുന്നു. പിന്നെ ഞാനും വൈകിച്ചില്ല. അടുത്ത ദിവസം തന്നെ ഞാൻ ആശുപത്രിയിലെത്തി ഡോക്ടറെ കണ്ടു. ഡോക്ടർ സ്റ്റാൻലി ഒരു നായാട്ടുകാരൻ കൂടിയാണ്. പക്ഷേ, അദ്ദേഹത്തിന്റെ തോക്കത്ര പോരാ. പോയന്റ് 12 ഇനത്തിൽപ്പെട്ട ആ തോക്കുകൊണ്ട് വല്ല മാനിനേയോ മ്ലാവിനെയോ വെടിവയ്ക്കാമെന്നല്ലാതെ അപകടകാരിയായ കടുവയോടൊന്നും അതു പറ്റില്ല. അതിന് എന്റെ പോയന്റ് 405 വിഞ്ചെസ്റ്റർ റൈഫിൾ തന്നെ വേണം. പക്ഷേ ഡോക്ടർ ഇതൊന്നും സമ്മതിച്ചു തരില്ല, കേട്ടോ.

പിറ്റേന്നു രാവിലെ ഒരു ചെറുപ്പക്കാരൻ ഡോക്ടറുടെ അടുത്ത് ഓടിവന്നു. അയാളുടെ സഹോദരനെ കടുവ കൊണ്ടുപോയിരിക്കുന്നു. ബലന്തൂരിനു സമീപം ഒരു കാട്ടുമുക്കിലാണ് അവരുടെ വീട്. തഗർത്തിയിൽ പോയി അത്യാവശ്യമുള്ള വീട്ടുസാധനങ്ങളും വാങ്ങി മടങ്ങിവരികയായിരുന്നു സഹോദരൻ. വീടിന് അടുത്തെത്തിയപ്പോഴാണ് കടുവ ചാടി വീണത്. അയാളുടെ നിലവിളി കേട്ട് ഈ സഹോദരനും അയാളുടെ ഭാര്യയും കൂടി ഓടിച്ചെന്നപ്പോൾ ഒന്നും കാണാനില്ല. ഇളകിയ മണ്ണിൽ കടുവയുടെ കാല്പാടുകൾ കണ്ടു. അവിടവിടെയായി ഇറ്റി വീണു കിടക്കുന്ന ചോരത്തുള്ളികളും. ഇനിയെന്തു വേണ്ടൂ എന്ന് അന്തംവിട്ടുനില്ക്കെ തൊട്ടടുത്തു നിന്ന് ഒരു നരഭോജിയുടെ ഗർജ്ജനം കേട്ട് ഇരുവരും ഓടി വീടിനുള്ളിൽ കയറി കതകടച്ചു. നേരം പുലർന്നയുടൻ ഓടിവന്നതാണ് ഡോക്ടറോട് വിവരം പറയാൻ.

ഒട്ടും വൈകാതെ ഞങ്ങൾ സർവസന്നാഹങ്ങളുമായി സംഭവസ്ഥലത്തെത്തി. കടുവ അവിടെത്തന്നെയുണ്ടായിരുന്നു. അവൻ ഞങ്ങളെ കാണുകയും ചെയ്തു. അതിന്റെ തെളിവായിരുന്നു അവന്റെ മുരൾച്ച. ഉടനെ ഞങ്ങൾ പുറത്തോടു പുറംചേർന്നു നിന്ന് ഉന്നം നോക്കി. ആ രീതിയിൽ ഞങ്ങൾ മെല്ലെ ശബ്ദം കേട്ട ഭാഗത്തേക്കു നീങ്ങി. സാധാരണ ഗ്രാമീണരിൽ നിന്നു വ്യത്യസ്തരാണ് ഞങ്ങളെന്നു കടുവ മനസ്സിലാക്കി. അവനും ഞങ്ങളെ നിരീക്ഷിച്ചു കൊണ്ട് കൂടുതൽ സൗകര്യപ്രദമായ ഒരാക്രമണത്തിന് ഒരുങ്ങുകയായിരുന്നു. പൊടുന്നനെ ഞങ്ങൾ തീരെ പ്രതീക്ഷിക്കാത്ത ഒരു ഭാഗത്ത് അവൻ പ്രത്യക്ഷപ്പെട്ടു. പക്ഷേ ഞങ്ങളുടെ നേർക്കു ചാടി വീഴുന്നതിനു പകരം വലിയൊരു പ്രതിഷേധ പ്രകടനത്തോടെ തിരിഞ്ഞ് ഓടുകയാണവൻ ചെയ്തത്. കടുവകൾ വളരെ തന്ത്രശാലികളാണ്. നായാട്ടുകാരാണെന്നു തിരിച്ചറിഞ്ഞാൽ ഏറ്റുമുട്ടാതെ ഒഴിഞ്ഞു മാറുകയാണ് പതിവ്. അങ്ങനെ പോയതായിരിക്കാം ഇവനും എന്ന ഞങ്ങളുടെ ധാരണ തെറ്റി. ഞങ്ങൾ ജഡം പരിശോധിച്ചു കൊണ്ടിരിക്കേ അവൻ വലിയൊരാക്രമണത്തിനു തയ്യാറായി തിരികെ വന്നു. ഗർജ്ജനം കേട്ടു നോക്കുമ്പോൾ സമീപമുള്ള കുറ്റിക്കാട് അനങ്ങുന്നതു കണ്ടു. ഏതു ഭാഗത്തു നിന്നാവും അവൻ ചാടി വീഴുക എന്നറിയാത്തതുകൊണ്ട് ഞങ്ങൾ പഴയപടി പുറത്തോടു പുറം ചാരിക്കൊണ്ട് എന്തും നേരിടാൻ തയ്യാറായി നിന്നു. പക്ഷേ കടുവ അതിബുദ്ധിമാനായിരുന്നു. അവൻ പുറത്തു വരാതെ ഞങ്ങളെ ഭയപ്പെടുത്തി വിരട്ടി ഓടിക്കാനുള്ള ശ്രമമാണ് നടത്തിയത്.

കടുവയെ ഒന്നു കബളിപ്പിക്കുക തന്നെയെന്ന് ഞാനും സ്റ്റാൻലിയും കൂടി തീരുമാനിച്ചു. ഒരാൾ മറഞ്ഞിരിക്കുക. മറ്റേയാൾ നടന്നു മാറുക. അപ്പോഴവൻ ഒറ്റയ്ക്ക് നീങ്ങുന്നയാളിന്റെ നേർക്കു വരും. അല്ലെങ്കിൽ അയാൾ കാണാമറയത്താകും വരെ കാത്തിരുന്നിട്ട്, രണ്ടാളുംപോയി എന്നു കരുതി ബാക്കിയുള്ള മൃതദേഹം ഭക്ഷിക്കാൻ വരും. ആ തക്കത്തിന് അവനെ വകവരുത്താം. ഞാൻ ഡോക്ടറോടു ശ്രദ്ധാപൂർവ്വം മടങ്ങിപ്പോകാൻ നിർദ്ദേശിച്ചിട്ട് ഒരു പൊന്തക്കാടിനു പിന്നിൽ ഒളിച്ചിരുന്നു.

പ്രതീക്ഷിച്ചതു പോലെ ഒറ്റയ്ക്കു നടന്നു പോകുന്ന സ്റ്റാൻലിയുടെ പിന്നാലെ കടുവ നിശ്ശബ്ദം നീങ്ങാൻ തുടങ്ങി. മനപ്പൂർവ്വം അവൻ നിശ്ശബ്ദത പാലിച്ചതുകൊണ്ട് എവിടെയാണവൻ എന്നു ഞങ്ങൾ രണ്ടാൾക്കും പിടികിട്ടിയില്ല. എന്നാൽ അവൻ ഡോക്ടറെ പിൻതുടരുന്നുണ്ടെന്ന് എനിക്കുറപ്പായിരുന്നു. ഡോക്ടർ അത് മനസ്സിലാക്കിയോ എന്നായിരുന്നു എന്റെ വേവലാതി. പെട്ടെന്ന് പിന്നിലൊരനക്കം കേട്ടിട്ടെന്നോണം സ്റ്റാൻലി തിരിഞ്ഞു നോക്കി. ഡോക്ടർ ശ്രദ്ധിക്കുന്നുണ്ടെന്നു മനസ്സിലായപ്പോൾ എനിക്കല്പം സമാധാനം തോന്നി. ഞാനും പിന്നാലെ നീങ്ങി. കടുവ ഡോക്ടറെ മാത്രമാണ് ശ്രദ്ധിക്കുന്നത്. പിന്നിൽ ഞാനുണ്ടെന്ന ധാരണ അവനു തീരെയില്ല.

ഡോക്ടർ കുറ്റിക്കാടുകൾ പിന്നിട്ട് നിരപ്പായ, തുറസ്സായ പാതയിലെത്തിയതും ഒരലർച്ചയോടെ അവൻ പിന്നിൽ നിന്നും ചാടി വീണതും ഒന്നിച്ചായിരുന്നു. സ്റ്റാൻലി പൊടുന്നനെ തിരിഞ്ഞ് അവന്റെ നേർക്കു നിറയൊഴിച്ചു. പക്ഷേ ഉന്നം തെറ്റിയ ഉണ്ട എന്റെ അരികിലൂടെ ചീറിപ്പാഞ്ഞു പോയി. വെടിയൊച്ച കേട്ടു ഭയന്ന കടുവ തിരിഞ്ഞു പായാൻ ഭാവിച്ചതും എന്നെ കണ്ടു. അവൻ എന്റെ നേർക്കു കുതിച്ചതും എന്റെ തോക്കു ഗർജ്ജിച്ചതും ഒന്നിച്ചായിരുന്നു. പക്ഷേ കഷ്ടമെന്നല്ലാതെന്തു പറയാൻ, എന്റെ ഉന്നവും തെറ്റി. അത് സ്റ്റാൻലി യുടെ ചെവിക്കടുത്തു കൂടിയാണ് മൂളിപ്പാഞ്ഞത്. ഏതായാലും രണ്ടു വീരശൂര പരാക്രമികളുടെ നടുവിൽ നിന്നും കടുവ കൂളായി രക്ഷപ്പെട്ടു എന്നു പറ ഞ്ഞാൽ മതിയല്ലോ. ആകെ ചമ്മി നിരാശരായി ഞങ്ങൾ മടങ്ങിപ്പോന്നു.

പക്ഷേ ഇതുവരെ കണ്ട രീതി വച്ചു നോക്കുമ്പോൾ ആ കടുവ ഇനിയും ബാക്കിയുള്ള ശവശരീരം തേടി വന്നേക്കുമെന്നും വീണ്ടും ഒരിക്കൽ കൂടി ഭാഗ്യം പരീക്ഷിക്കാമെന്നും ഞങ്ങൾ തീരുമാനിച്ചു. അപ്പോഴാണ് അത്യാസന്ന നിലയിലെത്തിയ ഒരു രോഗിയുടെ ആൾക്കാർ ഡോക്ടറുടെ സഹായം തേടി ഓടിയെത്തിയത്. ആ പരിതഃസ്ഥിതിയിൽ അവരോടൊപ്പം പോവുക എന്ന താണ് ഒരു ഡോക്ടറുടെ കടമ എന്നതിനാൽ അദ്ദേഹം ഉടനെ മടങ്ങിപ്പോയി. ഞാൻ തനിച്ച് കടുവയെ നേരിടാൻ തന്നെ തീരുമാനിച്ചു. എന്നാൽ മൃതദേഹ ത്തിനടുത്ത് ഒളിച്ചിരിക്കാൻ പറ്റിയ വൃക്ഷങ്ങളൊന്നു മുണ്ടായിരുന്നില്ല. എന്നെ കണ്ടാൽ കടുവ വരികയുമില്ല. അതുകൊണ്ട് മൃതദേഹം കിടക്കുന്നതിനടു ത്തായി ഒരു കുഴിയുണ്ടാക്കാൻ ഗ്രാമീണരോടു പറഞ്ഞു. എനിക്ക് കഷ്ടിച്ച് നീണ്ടുനിവർന്നു കിടക്കാൻ മാത്രം വലിപ്പത്തിലാണ് കുഴിയുണ്ടാക്കിയത്. സമയം സന്ധ്യയായി. ഞാൻ കുഴിയിലിറങ്ങി നീണ്ടു നിവർന്നു കിടന്നു. അരികിൽ സൗകര്യമായി എടുക്കാൻ കഴിയും വിധം റൈഫിളും വച്ചു. നേരം ഇരുട്ടി. കുഴിക്കു നേരെ മുകളിലുള്ള നീലാകാശത്തിന്റെ ഒരു കഷ്ണം നോക്കി ഞാൻ കിടന്നു. അപ്പോൾ എന്തോ ശബ്ദം കേട്ടു. തൊട്ടടുത്ത് എവിടെയോ കരിയിലകൾ അനങ്ങുന്നുണ്ട്. ഞാനീ കുഴിയിലുണ്ടെന്ന് മനസ്സിലാക്കി അവൻ പതിഞ്ഞ ചുവടുകളിൽ വരികയാണോ? കുഴിയിലേക്കു കുതിച്ചു വന്നാൽ എനിക്കനങ്ങാൻ പോലും കഴിയില്ല. പെട്ടെന്ന്, ശബ്ദമുണ്ടായതെങ്ങിനെ യെന്ന് ഞാൻ മനസ്സിലാക്കി. കുഴിക്കു മുകളിലൂടെ ഒരുഗ്രൻ രാജവെമ്പാല ഇഴഞ്ഞു നീങ്ങുകയാണ്!

ഞാനാകെ വിയർത്തു പോയി. മരണം തൊട്ടരികിൽ എത്തിയിരിക്കുന്നു. കൊടും വിഷമുള്ള ആ പാമ്പ് ഏതു നിമിഷവും എന്നെ കണ്ടേക്കാം. കണ്ടാലാ നിമിഷം കൊത്തുകയും ചെയ്യും. ചെറിയൊരു ചലനം കൊണ്ടു പോലും അത് എന്റെ സാന്നിദ്ധ്യം അറിയും. ഞാൻ ശ്വാസം പോലും അടക്കിപ്പിടിച്ചു കിടന്നു. എന്റെ ഭാഗ്യമെന്നേ പറയാവൂ, ആ സർപ്പരാജൻ എന്നെ തീരെ ശ്രദ്ധിക്കാതെ എങ്ങോട്ടോ ഇഴഞ്ഞു പോയി. ഞാനാകെ വിയർപ്പിൽ കുളിച്ചു.

കാലുകൾ മരവിച്ചു തുടങ്ങിയിരുന്നു. കാലുകൾ ഇളക്കി മരവിപ്പു മാറ്റാൻ ശ്രമിച്ചു കൊണ്ട് ഞാൻ കിടന്നു. ഏകദേശം ഒരു മണിക്കൂർ പിന്നെയും കഴിഞ്ഞിരിക്കും. അപ്പോൾ മൃതദേഹത്തിന്റെ മാംസം കടിച്ചു കീറുന്നതും എല്ലുകൾ കടിച്ചു പൊട്ടിക്കുന്നതും മറ്റുമായ ശബ്ദങ്ങൾ കേൾക്കാൻ തുടങ്ങി. കടുവ മടങ്ങി വന്നിരിക്കുന്നു. ചിലപ്പോൾ കഴുതപ്പുലികളാവാനും മതി. അല്പം അകലെയായി മറ്റൊരു കടുവയുടെ മുരൾച്ചയും കേൾക്കുന്നുണ്ട്. ഞാനാകെ ആശയക്കുഴപ്പത്തിലായി. ഒന്നിലധികം കടുവകളുണ്ടെങ്കിൽ എന്റെ കാര്യം അപകടമാണ്. ഏതായാലും വിപദി ധൈര്യം ഉൾക്കൊണ്ട് ഞാൻ കുഴിയിൽ മുട്ടുകാലിൽ ഇരുന്നു.

മെല്ലെ കുഴിക്കു പുറത്തേക്കു നോക്കിയ ഞാൻ കണ്ട കാഴ്ച ഭയാനകമായിരുന്നു. ഒരു കടുവ കമിഴ്ന്നു കിടന്ന് കൈകളിൽ ഒതുക്കിപ്പിടിച്ച മൃതദേഹത്തിൽ നിന്നും മാംസം കടിച്ചു കീറിത്തിന്നുന്നു. അവന്റെ മുന്നിൽ അവനും എനിക്കും അഭിമുഖമായി മറ്റൊരു കടുവ അക്ഷമനായി നിൽക്കുന്നു. എന്റെ തല ഉയർന്നതും ആ രണ്ടാമൻ എന്നെ കണ്ടു. അവൻ ആക്രമണ സ്വരത്തിൽ ഒന്നു മുരണ്ടു. പക്ഷേ, മാംസം തിന്നുകയായിരുന്ന കടുവ ധരിച്ചത് രണ്ടാമൻ തന്റെ നേർക്കാണ് പോർവിളി നടത്തുന്നെതെന്നാവും. അവൻ ഗർജ്ജിച്ചു കൊണ്ട് രണ്ടാമന്റെ നേർക്കു ചാടി. പിന്നെ അവിടെ നടന്നതൊരു പൊരിഞ്ഞ യുദ്ധം തന്നെയായിരുന്നു. ആ ബഹളത്തിൽ അവർ എന്നിൽ നിന്നും വളരെ അകലേക്കു നീങ്ങിപ്പോയി. രംഗത്ത് ഞാൻ മാത്രം അവശേഷിച്ചു. രണ്ടാമനെ ഓടിച്ചു വിട്ട ശേഷം തന്റെ പ്രിയപ്പെട്ട മനുഷ്യമാംസം കഴിക്കാൻ അവൻ വീണ്ടും മടങ്ങിവരും എന്ന വിശ്വാസത്തിൽ ഞാൻ കുഴിയിൽ കാത്തിരുന്നു. സമയം പിന്നെയും കടന്നു പോയ്ക്കൊണ്ടിരുന്നു.

അങ്ങനെയിരിക്കെ കുറച്ചകലെ കുടിലുകളുടെ ഭാഗത്തു നിന്നും വലിയൊരു നിലവിളിയും ബഹളവും കേട്ടു. എന്തോ വലിയൊരപകടം നടന്നിരിക്കുന്നു വീണ്ടും. ഇവിടെ നിന്ന് പോയ കടുവകളിലൊന്ന്, മിക്കവാറും, നരഭോജി, പോകുന്ന പോക്കിൽ ആരെയോ പിടികൂടിയിരിക്കാം. അങ്ങോട്ട് ഞാൻ ഓടിച്ചെന്നിട്ടും ഇനി ഫലമില്ല. നിമിഷവേഗത്തിൽ കടുവ ഇരയേയും കൊണ്ട് അപ്രത്യക്ഷമാവും. മാത്രമല്ല ഞാൻ പൊയ്ക്കഴിഞ്ഞാണ് രണ്ടാമൻ വീണ്ടും വരുന്നതെങ്കിൽ ആ അവസരം നഷ്ടമാവുകയും ചെയ്യും. മറ്റൊരു സാധ്യതയുള്ളത്, ഞാൻ കുടിലുകളുടെ നേർക്കു നീങ്ങുമ്പോൾ രണ്ടാമൻ അപ്രതീക്ഷിതമായി വശങ്ങളിൽ നിന്നോ പിന്നിൽ നിന്നോ ചാടി വീണേക്കാം എന്നതാണ്. അതു ചിലപ്പോൾ എന്റെ മരണത്തിലായിരിക്കും അവസാനിക്കുക. അതുകൊണ്ട് പുലരുംവരെ ആ കുഴിയിൽ തന്നെ ഇരിക്കാൻ തീരുമാനിച്ചു. പക്ഷേ എന്റെ ആ കാത്തിരിപ്പ് വിഫലമായി. സൂര്യൻ ഉദിക്കുവോളം ഒന്നും സംഭവിച്ചില്ല.

പ്രകാശം പരന്നതും ഞാൻ കുഴിയിൽ നിന്നും പുറത്തു ചാടി കുടിലിന്റെ നേർക്കു നടന്നു. കുടിലിനു മുന്നിൽ ഭയംകൊണ്ട് വിളറി വെളുത്ത് ഒരു ഭാര്യാഭർത്താക്കന്മാർ നിൽക്കുന്നു. കഴിഞ്ഞ രാത്രി അവരോടൊപ്പമാണ് നേരത്തെ കടുവ കൊന്ന സഹോദരന്റെ ഭാര്യയും കഴിഞ്ഞിരുന്നത്. ആ സാധു വിനെയാണ് രാത്രി കടുവ ആക്രമിച്ചത്. അവളുടെ കഴുത്തും മുഖവുമെല്ലാം ആകെ വികൃതമായിരിക്കുന്നു. രാത്രി അവൾ പരമ്പ് ചുമരിനോടു ചേർന്നാണ് കിടന്നിരുന്നത്. കല്ലും മണ്ണും പരമ്പും കൊണ്ട് ഉണ്ടാക്കുന്ന കുടിലുകളാണ് അവിടെയുള്ളത്. പുരയുടെ മൺതറയിൽ നിന്നും അല്പം വിടവിട്ടാണ് പരമ്പ് ചുമർ ഉറപ്പിക്കുന്നത്. ചിതൽ ശല്യം ഉണ്ടാകാതിരിക്കാനാണ് അങ്ങനെ ചെയ്യു ന്നത്. ഹതഭാഗ്യയായ ആ സ്ത്രീ പരമ്പ് ചുമരിനോടു ചേർന്നു കിടന്നുറങ്ങു മ്പോഴാണ് ദ്വന്ദ്വയുദ്ധം കഴിഞ്ഞ് കോപിഷ്ടനായ കടുവ ആ വഴി പോയത്. പരമ്പ് വിടവിലൂടെ അവൻ അവളെ കണ്ടു. ആ വിടവിലൂടെ കൈകൾ കടത്തി അവളുടെ ശിരസ്സിൽ നഖങ്ങളാഴ്ത്തിപ്പിടിച്ച് പുറത്തേക്കു വലിച്ചിടാനാണ് അവൻ ശ്രമിച്ചത്. അവൾ വേദനകൊണ്ടും മരണഭീതി കൊണ്ടും അലറി നിലവിളിച്ചപ്പോൾ മറ്റുള്ള രണ്ടുപേരും ചാടി എഴുന്നേറ്റു. അവർ ഉറക്കെ ബഹളം വെച്ചെങ്കിലും കടുവ അതൊന്നും ഗൗനിക്കാതെ അവളുടെ ശിരസ്സും കഴുത്തും വലിച്ച് പുറത്തിട്ട് കഴുത്തിൽ കടിച്ച് മരണം ഉറപ്പാക്കിയ ശേഷമാണ് പോയത്. കടുവ വീണ്ടും വരുമെന്ന ഭയം മൂലം ആ ദമ്പതികൾ രാത്രി മുഴുവൻ കുടി ലിന്റെ മധ്യഭാഗത്ത് കുത്തിയിരിക്കുകയായിരുന്നു. ഞങ്ങൾ ഈ കാര്യങ്ങൾ സംസാരിച്ചു നിൽക്കേ ഡോക്ടറും മടങ്ങിവന്നു. അദ്ദേഹം അപ്പോൾ മാത്ര മാണ് വിവരങ്ങൾ അറിയുന്നത്. അതിഭീകരനും സൂത്രശാലിയുമായ ആ നരഭോജിയെ വകവരുത്താതെ ഇനി വിശ്രമമില്ലെന്ന് ഞങ്ങൾ ഇരുവരും പ്രതിജ്ഞ ചെയ്തു. ആ ദമ്പതികളെ തഗർത്തിയിലേക്ക് അയച്ചിട്ട് മറ്റു കാര്യ ങ്ങളിലേക്കു തിരിഞ്ഞു.

ഞങ്ങൾ ആദ്യം ഒരു കൂടിയാലോചന നടത്തി. അതനുസരിച്ച് രണ്ടുപേരും രണ്ടിടത്തു കാത്തിരിക്കാമെന്നുറപ്പിച്ചു. തലേരാത്രി കടുവ കൊന്ന സ്ത്രീ യുടെ മൃതദേഹത്തിനടുത്ത് ഞാനും അടുത്ത കുടിലിൽ ഡോ. സ്റ്റാൻലിയും ഇരിക്കണം. ഇന്നലെ രാത്രി കൊന്ന ഇരയെ തേടി ഇന്നവൻ എത്തും. ചില പ്പോൾ രണ്ടാമനും വന്നേക്കും. അങ്ങനെയെങ്കിൽ ഞങ്ങൾ രണ്ടാളും ചേർന്ന് രണ്ടിനേയും കൊല്ലണം. ആദ്യം കൊല്ലുന്നത് ഭീകരനായ ആ നരഭോജിയെ ത്തന്നെയായിരിക്കണം എന്നും ഉറപ്പിച്ചു.

അന്നു വൈകുന്നേരം നാലുമണി കഴിഞ്ഞപ്പോൾത്തന്നെ ഞങ്ങളിരുവരും രണ്ടു കുടിലുകളിലായി ഒളിച്ചിരുന്നു. സന്ധ്യ കഴിഞ്ഞതോടെ ഇരുട്ടുപടർന്നു. കടുവകൾ ഇരയെ സമീപിക്കുക, സാധാരണ, ഒന്നാംയാമം അവസാനിക്കു മ്പോഴാണ്. ഇരുന്നുകൊണ്ട് കടുവയ്ക്കു നേരെ ടോർച്ചടിച്ചാൽ ആ പ്രകാശം ഭിത്തികളിൽ തട്ടി എന്റെ കണ്ണിലേക്കു തിരിച്ചടിക്കാനും എന്റെ ലക്ഷ്യം തെറ്റാനും

ഇടയുണ്ട്. അതുകൊണ്ട് ഞാൻ മൃതദേഹത്തോടു ചേർന്നു നിലത്തു കമിഴ്ന്നു കിടന്നു. ഇപ്പോൾ എനിക്കു പരമ്പിന്റെ വിടവിലൂടെ കടുവയെ വ്യക്തമായി കാണാനും കഴിയും. റൈഫിൾ ശരിക്കു പൊസിഷൻ ചെയ്തു വച്ചു. പക്ഷേ ഒന്നും സംഭവിക്കാതെ മണിക്കൂർ മൂന്നു പിന്നിട്ടു. ഒരു മൃതദേഹത്തിനരികിലുള്ള ആ കിടപ്പിന്റെ അവസ്ഥയൊന്ന് ആലോചിച്ചു നോക്കുക! എനിക്കു വല്ലാത്ത അക്ഷമയും അസ്വസ്ഥതയും തോന്നി. ഒന്നെഴുന്നേറ്റിരിക്കാൻ കൊതി തോന്നി. കൃത്യം ആ സമയത്താണ് എന്നെ അത്ഭുതപ്പെടുത്തിക്കൊണ്ട്, മരിച്ചു കിടക്കുന്ന സ്ത്രീയുടെ ഒരു കാല് എന്റെ ശരീരത്തിലൂടെ ഉരസി നീങ്ങിയത്. ഞാൻ നടുങ്ങിപ്പോയി. മരണം എന്നെ ഇക്കിളിപ്പെടുത്തുന്നുവോ? മൃതദേഹം ചലിക്കുകയോ? കടുവ വന്നതിന്റെ യാതൊരു ലക്ഷണവുമില്ല. ഒരിലപോലും അനങ്ങിയിട്ടില്ല. പിന്നെ ഇതെന്താണെന്നറിയാൻ ആ ഇരുട്ടിൽ ഞാൻ ശവത്തിന്റെ മുകളിലൂടെ ഒന്നു തടവി നോക്കി. ദൈവമേ, എന്റെ കൈത്തലം സ്പർശിച്ചത് കൂർത്ത നഖങ്ങളിലും അതിനു മുകളിലുള്ള രോമക്കാട്ടിലുമായിരുന്നു. പൊടുന്നനെ കടുവ കൈ പിൻവലിച്ചു; ഞാനും! മൃതദേഹത്തിനു പുറമെ ജീവനുള്ള ഒരു മനുഷ്യനും കുടിലിനുള്ളിലുണ്ടെന്ന് ആ കുശാഗ്രബുദ്ധി മനസ്സിലാക്കിക്കാണും. പൊടുന്നനെ ഒരു ഭയങ്കര ഗർജ്ജനത്തോടെ അവനെന്നെ ആക്രമിക്കാൻ തയ്യാറെടുത്തു. അവൻ ആ പരമ്പ് ഭിത്തി കടിച്ചു കീറിയെറിയാൻ ശ്രമിക്കുന്നത് കണ്ടപ്പോൾ ഞാൻ പ്രതീക്ഷിച്ചിരിക്കുന്ന നരഭോജി തന്നെയാണവൻ എന്ന് എനിക്ക് ഉറപ്പായി. ഇനിയും ക്ഷമിക്കുന്നത് അബദ്ധവും ആത്മഹത്യാപരവുമായിരിക്കുമെന്ന് എനിക്കു തോന്നി. ഞാൻ റൈഫിളിലുറപ്പിച്ച ടോർച്ച് പ്രകാശിപ്പിച്ചപ്പോൾ കണ്ട കാഴ്ച എന്റെ നെഞ്ചിടിപ്പു തന്നെ നിർത്തുന്നതായിരുന്നു. പരമ്പ് കീറിയുണ്ടാക്കിയ വിടവിലൂടെ എന്നെ തുറിച്ചു നോക്കുന്ന ആ ഭീകരന്റെ തലയാണ് ഞാൻ കണ്ടത്. കൃത്യം ആ രണ്ടു കണ്ണുകൾക്കു മധ്യത്തിലേക്കു നിറയൊഴിച്ചിട്ട് വൈദ്യുത വേഗത്തിൽ ഞാൻ ഒരു വശത്തേക്കു ചാടിയൊഴിഞ്ഞു. വെടികൊള്ളുന്ന കടുവ അടുത്ത നിമിഷം ആ ലക്ഷ്യത്തിലേക്കു ചാടുമെന്ന് എനിക്കറിയാമായിരുന്നു. അതുതന്നെ സംഭവിച്ചു. വെടിയേറ്റു തലപൊളിഞ്ഞു തലച്ചോറു പുറത്തു വന്നിട്ടും അവൻ അലറിച്ചാടി വന്നു. ഒഴിഞ്ഞു മാറിയതു കൊണ്ടുമാത്രം ഞാൻ രക്ഷപ്പെട്ടു. അല്ലെങ്കിൽ അവനും ഞാനും ഒപ്പമായിരിക്കും മരിക്കുക. ചാടി വീണ അവന്റെ ദേഹത്തേക്ക് ഞാൻ രണ്ടു തവണ കൂടി നിറയൊഴിച്ചു. അതോടെ അവസാനത്തെ ചലനവും നിലച്ചു.

അപ്പോഴത്തെ എന്റെ അവസ്ഥ പരമ ദയനീയമായിരുന്നു. ഞരമ്പുകളുടെ പിരിമുറക്കം മാറിയപ്പോൾ മനം മറിയുന്നതുപോലെ തോന്നി. ഒന്നു ഛർദ്ദിക്കണം. അല്പം ശുദ്ധവായു ശ്വസിക്കുകയും വേണം. ഈ വിചാരത്തോടെ വാതിൽ തുറന്നു പുറത്തേക്കിറങ്ങിയ ഞാൻ കണ്ട കാഴ്ച നടുക്കുന്നതായിരുന്നു.

എന്റെ നേർക്കു ചാടാൻ തയ്യാറായി നാലുകാലിൽ കമിഴ്ന്നു കിടക്കുന്നു മറ്റേ കടുവ! ഉടനെ ഞാൻ റൈഫിൾ അവന്റെ നേർക്കു നീട്ടി. അപ്പോൾ അടുത്ത കുടിലിൽ നിന്നും ഡോക്ടർ വിളിച്ചു പറഞ്ഞു: 'വേണ്ട, അവന്റെ കഥ കഴിഞ്ഞതാണ്.' വാസ്തവം! ആ ജന്തു അന്ത്യശ്വാസം വലിക്കുകയായിരുന്നു. ഞാൻ എന്റെ എതിരാളിയെ വീഴ്ത്തിയ അതേ സമയത്തായിരുന്നു സ്റ്റാൻലി ഇവന്റെ നേർക്കു നിറയൊഴിച്ചത്. അതുകൊണ്ടാണ് ഞാനത് അറിയാതെ പോയത്.

പിറ്റേന്നു പുലർച്ചെ രണ്ടു കടുവകളുടേയും ജഡങ്ങൾ വിശദമായി പരിശോധിച്ചപ്പോൾ നരഭോജി ഒരു പെൺകടുവയായിരുന്നു എന്നു മനസ്സിലായി. ക്രൂരയായ ആ നരഭോജിയുടെ നരനായാട്ടിന് ഒരന്ത്യം കുറിക്കാൻ വളരെ വൈകിയാണെങ്കിലും കഴിഞ്ഞല്ലോ എന്ന ചാരിതാർത്ഥ്യത്തോടെ ഞാനും ഡോക്ടറും ഗ്രാമവാസികളോടു യാത്ര പറഞ്ഞു പോന്നു.

■

കെന്നത്ത് ആൻഡേഴ്സൺ

മുടന്തന്റെ മുടിയാന്ത്രങ്ങൾ

പ്രണയ വിവശനായ കാമുകൻ കാമുകിയോട്, കരളേ നിനക്കെന്റെ ജീവൻ തന്നെ ഞാൻ സമ്മാനിക്കും എന്ന് വികാരം പൂണ്ടു പറയാറുണ്ട്. കാമുകിക്കായി ചെങ്കോൽ പോലും ഉപേക്ഷിച്ച അപൂർവ്വ കാമുകന്മാരുണ്ട്. ഇതൊക്കെ പ്രായേണ വികാരലോലുപരായ മനുഷ്യരുടെ കാര്യമാണ്. എന്നാൽ ഒരു കടുവ തന്റെ പ്രണയിനിക്കായി സ്വന്തം വലതുകൈ തന്നെ ത്യജിക്കുക എന്നൊക്കെ പറഞ്ഞാൽ അത് ലേശം അതിശയോക്തിയായി തോന്നാം. എന്നാൽ പെഡ്ഡച്ചെരുവിലെ മുടന്തൻ എന്നു വിഖ്യാതനായ ധീരകാമുകൻ തന്റെ പ്രണയിനിയെ മോഹിച്ചു വന്ന വില്ലനായ കടുവയോടു നടത്തിയ പോരാട്ടത്തിനിടയിലാണ് അവന്റെ വലതു കൈ ഒടിഞ്ഞതും മുടന്തനായതും. അവന്റെ പ്രണയകഥയിൽ ഒരു മുടന്തിന്റെ അദ്ധ്യായം ആരംഭിച്ചത് മാത്ര മല്ല ആ സംഭവത്തിന്റെ പ്രാധാന്യം. മനുഷ്യവർഗ്ഗത്തിനൊരു പേടി സ്വപ്ന മായി അവൻ മാറുന്നതും ഈ പ്രണയയുദ്ധത്തിന് ശേഷമാണ്.

ഒരു കടുവയ്ക്ക് ഏറ്റവും പ്രധാനമായ അവയവമാണ് അവന്റെ വലതു കൈ. അതിനു സ്വാധീനമില്ലാതാകുന്നതോടെ അവന്റെ വന്യസ്വപ്നങ്ങൾ കൊഴിയുകയായി. എല്ലാ അടവുകളും പഠിച്ച സൂത്രക്കാരനായ കാട്ടുമൃഗങ്ങളെ വേട്ടയാടുക എന്നത് ഒരു മുടന്തനു വിഷമം പിടിച്ച കാര്യമാണ്. അപ്പോൾ പ്പിന്നെ ഗ്രാമാതിർത്തിയിലേക്ക് ഒളിച്ചും പാത്തും വന്ന് തക്കം നോക്കി ഒരാടി നേയോ പശുവിനേയോ തട്ടിക്കൊണ്ടുപോവുകയാണ് എളുപ്പം. അങ്ങനെ യാണവൻ ഗ്രാമത്തിലെ കൊള്ള ആരംഭിച്ചത്. ഇരകളെ വലിച്ചു കൊണ്ടുപോയ വഴിക്ക് സ്വന്തം വലതുപാദം തറയിലൂടെ വലിച്ച് ഇഴച്ച പാടും കാണാനിട യായപ്പോഴാണ് ഇവൻ ഒരു മുടന്തനാണെന്ന് നാട്ടുകാർ ഊഹിച്ചത്.

യാദൃച്ഛികമായാണ് അവൻ ഒരു മനുഷ്യനെ കൊല്ലാൻ ഇടയായത്. ഒരു കാളവണ്ടിക്കാരൻ ഒഴിഞ്ഞൊരു കോണിലുണ്ടായിരുന്ന കുളക്കരയിൽ വണ്ടി നിർത്തി അല്പം വെള്ളം കുടിച്ച് കയറി വരുമ്പോഴാണ് മുടന്തൻ അവിടെ ചെന്നുപെട്ടത്. അമ്പരന്നു നിന്ന ആ മനുഷ്യനെ ഒറ്റയടിക്ക് അവൻ കഥ കഴിച്ചു. മിക്കവാറും ഇടതു കൈയായിരിക്കും ഉപയോഗിച്ചത്. അതോടെ മനു ഷ്യനെ കൊല്ലാനിതുമതിയെന്ന ആത്മവിശ്വാസവും അവന് ഉണ്ടായിക്കാണും.

കുറെ നാളുകൾക്കു ശേഷം ഗ്രാമത്തിലെ കിണറ്റിൽ നിന്നും വെള്ളമെടുക്കാൻ പോയ ഒരു സ്ത്രീയാണ് അവന്റെ ഇരയായത്. ഒപ്പമുണ്ടായിരുന്ന രണ്ടു സ്ത്രീകൾ ഭയന്നോടി. അവരിൽ നിന്നാണ് മുടന്തനെക്കുറിച്ച് ഗ്രാമീണർ കൂടുതൽ മനസ്സിലാക്കിയത്. തുടർന്ന് ഒരുപാടു മനുഷ്യരെ അവൻ കൊന്നു. മനുഷ്യ മാംസം അവനേറെ പ്രിയങ്കരമായിത്തീർന്നു.

തെലുങ്കനായ എന്റെ ഒരു ചങ്ങാതിയുണ്ട്. ബയണ്ണ എന്നാണ് മൂപ്പരുടെ പേര്. കക്ഷിയാണ് എന്നോടീ മുടന്തചരിതം വിശദമായി പറഞ്ഞത്. അവനെ ഇങ്ങനെ സ്വച്ഛന്ദം വിഹരിക്കാൻ വിടരുതെന്നും എങ്ങനെയും അവന്റെ കഥ കഴിക്കണമെന്നും ബയണ്ണ എന്നോട് അഭ്യർത്ഥിച്ചു. അതിനുവേണ്ട സർവ്വവിധ സഹകരണങ്ങളും അയാൾ വാഗ്ദാനം ചെയ്യുകയുമുണ്ടായി. അങ്ങനെ ഞാൻ ഒരു ദിവസം ബയണ്ണയുടെ വീട്ടിലെത്തി. ഗ്രാമീണരായ ചിലരിൽ നിന്നും മുടന്തനെക്കുറിച്ച് കൂടുതൽ വിവരങ്ങൾ ശേഖരിക്കാനും എനിക്കു സാധിച്ചു. ഇപ്പോഴും അവന്റെ വിഹാരം തുടരുകയാണെന്നും തലേന്നു പോലും അവന്റെ കാല്പാടുകൾ വനാതിർത്തിയിലെ കുളക്കരയിൽ കണ്ടെന്നും ചിലർ പറഞ്ഞു. എങ്കിൽ അതൊന്നു കണ്ടു കളയാം എന്നുകരുതി ഞാൻ തനിച്ച് ഉടനെ അങ്ങോട്ടു പുറപ്പെട്ടു. ഞാൻ പോയതറിഞ്ഞ് പരിഭ്രാന്തനായ ബയണ്ണ പത്തിരുപത് ആളുകളേയും കൂട്ടി എന്റെ പിന്നാലെ പുറപ്പെട്ടു.

ഞങ്ങൾ അടുത്തായി നടത്തേണ്ട 'ഓപ്പറേഷൻ മുടന്തൻ' സംബന്ധിച്ച വിശദാംശങ്ങൾ ചർച്ച ചെയ്ത് കൊണ്ടിരിക്കേ അതിനോടുള്ള വിയോജന ക്കുറിപ്പു പോലെ ഒരു കടുവയുടെ ശബ്ദം കുറേ അകലെ നിന്നും കേട്ടു. വളരെക്കാലത്തെ പരിചയത്തിൽ നിന്നും ആ ശബ്ദം ദാഹാർത്തനായി വരുന്ന ഒരു കടുവയുടേതാണെന്ന് എനിക്കു തിരിച്ചറിയാൻ കഴിഞ്ഞു. അവൻ വെള്ളം കുടിക്കാൻ വരികയാണ്. കുളക്കരയിൽ ഇത്രയധികം ആളുകളെ കണ്ട് വന്ന വഴി മടങ്ങുകയും ചെയ്യും. അതുകൊണ്ട് അങ്ങോട്ടു ചെന്ന് മൂപ്പരെ മുഖം കാണിക്കാമെന്നു കരുതി ഞാൻ ഒറ്റയ്ക്ക് ശബ്ദം കേട്ട ദിശ ലക്ഷ്യമാക്കി നടക്കാൻ തുടങ്ങി. ഇടവിട്ട് മുരണ്ടുകൊണ്ട് അവൻ എന്റെ നേർക്കു വരിക യാണെന്നുറപ്പായി. എന്റെ പാദപതന ശബ്ദം പോലും കേൾപ്പിക്കാതെ, സ്ഥിരമായി കടുവകളും മറ്റു മൃഗങ്ങളും വെള്ളം കുടിക്കാൻ വരുന്ന ആ വഴിച്ചാലിലൂടെ ഞാൻ മുന്നോട്ടു നടന്നു. പെട്ടെന്ന് അവന്റെ മുരുളൽ നിലച്ചു. അവനെന്നെ കണ്ടിരിക്കുമോ എന്ന് എനിക്കു സംശയമായി. ഉടനെ ഞാൻ അടുത്തുണ്ടായിരുന്ന വൃക്ഷത്തിൽ മറഞ്ഞു നിന്നു ശ്രദ്ധിച്ചു. അനക്കമൊന്നു മില്ല. അവൻ എവിടെയാണ് പമ്മി നിൽക്കുന്നതെന്നും അറിയില്ല. ഉടനെ ഞാനൊരു മിമിക്രി കലാകാരനായി മാറി. ഒരു കടുവയുടെ മുരുളൽ ദുർബ്ബല മായെങ്കിലും ഞാനവതരിപ്പിച്ചു. രണ്ടു മൂന്നു തവണ ഞാനതാവർത്തിക്കുകയും ചെയ്തു. അവനതു കേട്ടു എന്നതിനു തെളിവായി ഉടനെ അവന്റെ ഉഗ്രമായ ഒരു പ്രതിഷേധ ഗർജ്ജനം കേട്ടു. ഞാനല്ലാതെ മറ്റാരെടാ ഈ വനത്തിൽ ഒരു കടുവ എന്നു ചോദിക്കും പോലെയായിരുന്നു ആ ശബ്ദം!

അഞ്ചു സെക്കന്റുകൾക്കകം അവൻ നേരെ വരുന്നത് എനിക്കു കാണാൻ കഴിഞ്ഞു. അവന്റെ ശ്രദ്ധയിൽ പെടാതെ ഞാൻ മരത്തിനു ചുറ്റിക്കൊണ്ട് സ്വയം മറച്ചു പിടിച്ചു. എന്റെ മിമിക്രി മുരുളൽ അവനെ ദേഷ്യം പിടിപ്പിച്ചിട്ടുണ്ട് എന്ന് ആ കുതിച്ചുചാട്ടത്തിൽ നിന്നു ബോധ്യമായി. ആ വേഗത്തിൽ അവൻ എന്നെ കടന്ന് കുറേ മുന്നോട്ടു പോയി. അവനു മുടന്തുള്ളതായി തോന്നിയില്ല. എങ്കിലും അതൊന്നുറപ്പുവരുത്താൻ ഞാൻ പിന്നിൽ നിന്നും ഉറക്കെ ചുമച്ചു. ഉടനെ അവൻ തിരിഞ്ഞു നിന്നു. മനുഷ്യവിരോധിയും നരഭോജിയുമാണെങ്കിൽ അടുത്ത നിമിഷം അവൻ എന്റെ മേലേക്കു കുതിക്കും. ഞാൻ റൈഫിൾ ഉന്നംവച്ചു നിന്നു. ഇപ്പോൾ തന്നെ അവനെ വീഴിക്കാവുന്നതേയുള്ളൂ. പക്ഷേ നിരുപദ്രവിയാണവനെങ്കിൽ അവനെ കൊല്ലാൻ പാടില്ല. നാട്ടുകാരുടെ പേടിസ്വപ്നമായ ആ കടുവായാണെങ്കിലേ കൊല്ലേണ്ടതുള്ളൂ. ഈ സമയം അവനെന്റെ കണ്ണിൽ തറച്ചു നോക്കിക്കൊണ്ട് നാലുകാലിൽ കമിഴ്ന്ന് എന്റെ നേർക്കു ചാടാനൊരുങ്ങി. കടുവയുടെ സ്വഭാവം ഒട്ടും മുൻകൂട്ടി പ്രവചിക്കാൻ സാധ്യമല്ല. അതുകൊണ്ട് ഞാൻ തോക്ക് ശരിയായി ലക്ഷ്യത്തിലുറപ്പിച്ചു നിന്നതേയുള്ളൂ. കാഞ്ചി വലിച്ചില്ല. അടുത്ത നിമിഷം, ഞാൻ ചെയ്തതാണ് ശരിയെന്ന് എന്നെ ബോധ്യപ്പെടുത്തിക്കൊണ്ട് അവൻ പെട്ടെന്ന് ഒരു വശത്തേക്കു തിരിഞ്ഞ് കുതിച്ചോടിക്കളഞ്ഞു. ഒട്ടും മുടന്തില്ലാത്ത ആ പാവത്തിനെ കൊല്ലാൻ തോന്നാത്തതിൽ സന്തോഷിച്ച് ഞാനും കുളക്കരയിലേക്കു മടങ്ങി.

മുടന്തനെ ആകർഷിക്കാൻ പതിവുപോലെ ഇരമൃഗങ്ങളെ കെട്ടി നിർത്താൻ തീരുമാനിച്ചു. അങ്ങനെ കെട്ടിയതിൽ ഒന്നിനെ കടുവ കൊന്നതറിഞ്ഞ് അവിടെ ശ്രദ്ധിക്കാൻ ഞാൻ തീരുമാനിച്ചു. ഗിരിവർഗ്ഗമായ ചെഞ്ചുക്കളിൽപ്പെട്ട അപ്പു എന്ന ഉത്സാഹശീലനായ യുവാവാണ് എനിക്കവിടെ ഒരു മരത്തിന്മേൽ മച്ചാൻ കെട്ടിത്തന്നത്. തറയിൽ നിന്നും പതിനഞ്ചടി ഉയരത്തിലായിരുന്നു മച്ചാനുണ്ടാക്കിയത്. അപ്പുവിനു നന്ദിപറഞ്ഞ് ഞാൻ തോക്കുമായി മച്ചാനിൽ കയറിക്കൂടി. അങ്ങനെയിരിക്കെ ഒരു കടുവ അലക്ഷ്യമായ ഭാവത്തിൽ നടന്നു വരുന്നതു കണ്ടു. അവനു മുടന്തൊന്നുമില്ല. എങ്കിലും നരഭോജിയാണോ, കഴിഞ്ഞുപോയ കൊലപാതകങ്ങളിൽ അവനും പങ്കുണ്ടോ എന്നൊന്നും ഉറപ്പില്ലല്ലോ. അതൊന്നു പരീക്ഷിക്കാമെന്നു കരുതി ഞാനവന്റെ ശ്രദ്ധയാകർഷിക്കാനായി വീണ്ടും മിമിക്രിയുടെ സഹായം തേടി. ഇക്കുറി ഒരു പുലിയുടെ ശബ്ദമാണ് ഞാൻ അനുകരിച്ചത്. അതുകേട്ടതും അവൻ വല്ലാതെ പ്രകോപിതനായി. ഉറക്കെ ഗർജ്ജിച്ചു കൊണ്ട് ആരെടാ നമ്മുടെ മാർഗ്ഗേ വരുന്നവൻ എന്ന ഭാവത്തിൽ മരത്തിന്റെ ചുവട്ടിൽ കുതിച്ചെത്തി. അപ്പോൾ ഞാനൊരു ആന മണ്ടത്തരം കാട്ടി. ഒരിക്കൽ കൂടി തിരുമുമ്പിൽ മിമിക്രി അവതരിപ്പിച്ചു.

മരത്തിന്റെ മുകളിലെവിടെയോ മറഞ്ഞിരുന്ന് പുലി തന്നെ പരിഹസിക്കുകയാണെന്നോ മറ്റോ ധരിച്ച് തിരുവുള്ളക്കേടുണ്ടായതിന്റെ ഫലമായി ഒറ്റ

ച്ചാട്ടത്തിന് മൂപ്പർ ഞാനിരുന്ന മരത്തിന്റെ താഴത്തെ കവട്ടയിലെത്തി.ഈശ്വരാ അവൻ ഒന്നു കൂടി കയറിയാൽ എന്റെ മച്ചാൻ കാണും, എന്നെയും കാണും. മച്ചാൻ വലിച്ചു പൊളിച്ചാൽ ഞാൻ താഴെ വീഴും. എന്റെ മേലേക്ക് അവൻ ചാടും. പിന്നെയെല്ലാം ചിന്ത്യം! ഇനിയിപ്പോൾ എന്താണ് ചെയ്യുക? എന്തായാലും അപ്പോൾ തോന്നിയ ബുദ്ധി പ്രയോഗിക്കാൻ തന്നെ ഞാൻ തീരുമാനിച്ചു. ഞാൻ "ശൂ...ശൂ...ശൂ" എന്നിങ്ങനെ ശബ്ദമുണ്ടാക്കി. അത് മനുഷ്യ ശബ്ദ മാണെന്ന് കടുവ തിരിച്ചറിഞ്ഞു. അല്പം മുൻപ് പുലിയായി വന്നവൻ ഇത്ര വേഗം മനുഷ്യനായതെങ്ങിനെ എന്നായിരിക്കാം അവൻ ആലോചിച്ചത്. എന്താ യാലും മൃഗരാജതിരുമനസ്സ് ഒരു മനുഷ്യകീടത്തോട് ഏറ്റുമുട്ടുന്നില്ല എന്ന് തീരുമാനിച്ചിട്ടോ എന്തോ താഴേക്കു ചാടി ഒരോട്ടം കൊടുത്തു. ഞാനതുകണ്ട് ചിരിച്ചു പോയി.

അടുത്ത ദിവസം അപ്പു ഓടിയെത്തി ഒരു വിവരം അറിയിച്ചു. ചെഞ്ചുക്കൾ താമസിക്കുന്ന ഭാഗത്ത് തലേന്നുരാത്രി കടുവ കടന്നുകയറി ഒരു ചെഞ്ചുവിനെ കൊന്നുവത്രെ. ഉടനെ ഞങ്ങളങ്ങോട്ടു ചെല്ലണമെന്നായി അപ്പു. പിന്നെ ഒട്ടും അമാന്തിക്കാതെ ഞങ്ങൾ അപ്പുവിനൊപ്പം പുറപ്പെട്ടു. അവിടെയെത്തിയ പ്പോൾ കോണകധാരികളായ അനേകം ചെഞ്ചുക്കൾ അമ്പും വില്ലുമൊക്കെ യായി ഓടിവന്ന് സങ്കടം പറയാൻ തുടങ്ങി. കല്ല എന്നുപേരായ ഒരു ധീര യുവാവാണ് മരിച്ചതെന്നു മനസ്സിലായി. കല്ല മറ്റുള്ളവരെപ്പോലെ കടുവകളെ ഭയപ്പെട്ടിരുന്നില്ല. നരഭോജിയായ കടുവയെ ഒന്നു നേരിൽ കാണാൻ തയ്യാറായി നടക്കുകയായിരുന്നുവത്രേ. അനേകം തവണ തന്നെക്കണ്ട് കടുവകൾ പേടി ച്ചോടിയ വീരകഥകൾ അവൻ ഇടയ്ക്കിടെ പറയാറുമുണ്ട്.

ഒരു ദിവസം കല്ല തന്റെ ആയുധങ്ങളുമായി നായാട്ടിനു പോയി. വേട്ടയാടി ക്കിട്ടുന്ന മാംസമാണ് അവന്റെയും കുടുംബത്തിന്റെയും വിശപ്പടക്കുന്നത്. അന്ന്, പക്ഷേ അവനൊന്നും കിട്ടിയില്ല. നിരാശയോടെ വീട്ടിൽ വന്ന് ഭാര്യ യോടു വിവരം പറഞ്ഞു. എങ്കിലും അവനൊരു സന്തോഷവാർത്തയും പറയാ നുണ്ടായിരുന്നു. അവനൊരിടത്തൊരു കാട്ടുതേനീച്ചക്കൂട് കണ്ടിരിക്കുന്നു. സന്ധ്യയാകുമ്പോൾ പോയി തേനെടുക്കാം. അതനുസരിച്ച് ഇരുട്ടുപരക്കാൻ തുടങ്ങിയപ്പോൾ കല്ല തേനീച്ചയെ പുകച്ചു ചാടിക്കാനുള്ള പുല്ലും തീപ്പെട്ടിയു മൊക്കെയായി പുറപ്പെട്ടു. പക്ഷേ, അവൻ വലിയൊരു തേൻകൂടുമായി വരുന്നതും കാത്തിരുന്ന ഭാര്യ പിന്നെയൊരിക്കലും അവനെ കണ്ടില്ല. അവൻ മടങ്ങി വന്നതേയില്ല. ആ തേനീച്ചക്കൂട് സ്ഥിതിചെയ്യുന്ന മരത്തിനടിയിൽ നിന്ന് കടുവാ, കടുവാ എന്നുള്ള കല്ലയുടെ പരിഭ്രാന്തി പൂണ്ട നിലവിളി ആരൊക്കെയോ കേട്ടു. ആദ്യത്തെ അമ്പരപ്പും ഭയവുമെല്ലാം ഒന്നു ശമിച്ചപ്പോൾ കുറെ ചെഞ്ചു യുവാക്കൾ കല്ലും തടിയും കുന്തവും അമ്പും വില്ലുമൊക്കെയായി ചെന്നു നോക്കി. പക്ഷേ കല്ലയെ കാണാനുണ്ടായിരുന്നില്ല. കടുവ അവനെ കൊണ്ടു പോയെന്നതിന്റെ തെളിവുകൾ അവർക്കു കിട്ടി. കടുവയെ കണ്ട് ഭയന്ന അവൻ മരത്തിൽ പിടിച്ചുകയറാൻ ശ്രമിച്ചതിന്റെയും അവിടെനിന്ന് അവനെ

കടുവ വലിച്ചു താഴെയിട്ടതിന്റെയും പാടുകൾ വ്യക്തമായി കാണാനുണ്ടായിരുന്നു. മുടന്തനായിരിക്കും കല്ലയെ പിടികൂടിയതെന്നാണവരുടെ ഊഹം. ഇടതുകൈ പ്രയോഗിച്ച് കല്ലയെ വലിച്ചു താഴെയിടാൻ അവനല്പം സമയം എടുത്തു കാണുമെന്നും അതിനിടയിലാവും അവൻ ഉറക്കെ നിലവിളിച്ചതെന്നും പരിചയസമ്പന്നർ പറഞ്ഞു. ഏതായാലും അവനെ വലിച്ചിഴച്ചു കൊണ്ടുപോയ പാടുകൾ നോക്കി അവർ കുറെ ദൂരം പോയി നോക്കിയത്രേ. വഴിയിൽ അവന്റെ കോണകം കിടക്കുന്നതവർ കണ്ടു. പിന്നെ ചോരപ്പാടുകളും. അതിനപ്പുറത്തേക്കു പോകാൻ അവർ ധൈര്യപ്പെട്ടില്ല. മടങ്ങിപ്പോന്നു. ഇത്രയും വിവരം കേട്ടപ്പോൾ മൃതദേഹത്തിന്റെ അവശിഷ്ടം കണ്ടെത്തിയാലേ കടുവയെ വേട്ടയാടാൻ കഴിയൂ എന്ന് ഞാൻ അവരോട് പറഞ്ഞു. എട്ടു പത്തു പേർ എന്നോടൊപ്പം വരാൻ തയ്യാറായി. ഞങ്ങളൊന്നിച്ച് സ്ഥലത്തെത്തി.

ഏകദേശം മുന്നൂറ് മീറ്റർ മുന്നോട്ടു നടന്നപ്പോൾത്തന്നെ വല്ലാത്ത ദുർഗന്ധം വന്നു തുടങ്ങി. അല്പം കൂടി നടന്നപ്പോൾ മൂളിപ്പറക്കുന്ന മണിയനീച്ചകളെ കണ്ടു. അവിടെ കല്ല എന്ന കടുവാ വിരോധിയുടെ, കടുവ ബാക്കിയാക്കിയ അവശിഷ്ടങ്ങൾ കണ്ടു. തലയും തുടയെല്ലും വാരിയെല്ലുമെല്ലാം ഛിന്നഭിന്നമായി കിടക്കുന്ന കാഴ്ച ഭീകരവും ദുഃഖകരവുമായിരുന്നു. മാംസം മിക്കവാറും തിന്നു തീർന്നെങ്കിലും കടുവ ഇനിയും വരുമെന്നു തന്നെ ഞാൻ ഊഹിച്ചു. അതുകൊണ്ട് അപ്പുവിനോടു പറഞ്ഞ് അവിടെ അടുത്തുണ്ടായിരുന്ന മരത്തിൽ ഒരു മച്ചാൻ കെട്ടിയുണ്ടാക്കിച്ചു. ഛിന്നഭിന്നമായി കിടന്നിരുന്ന ശരീരഭാഗങ്ങൾ ഒന്നിച്ചു കൂട്ടിയിട്ടു. അവൻ ദൂരെ നിന്നു നോക്കുമ്പോൾ തന്നെ ഒരു കൊറ്റിനു ബാക്കിയുണ്ടെന്നു തോന്നിക്കാനാണ് അങ്ങനെ ചെയ്തത്. ഇനി എല്ലാവരും പൊയ്ക്കൊള്ളാൻ ഞാൻ പറഞ്ഞപ്പോൾ സന്തോഷത്തോടെ അവർ വേഗം സ്ഥലം വിട്ടു.

രാത്രിയായി. ഞാൻ മച്ചാനിൽ കയറി ഒളിച്ചിരുന്നു. കുറെ കഴിഞ്ഞപ്പോൾ ദൂരെനിന്ന് ഒരു കടുവയുടെ ഗർജ്ജനം കേട്ടു. അതേ, അവൻ വരികയാണ്. ബാക്കിയിട്ടു പോയ ഭക്ഷണം തേടി വരുന്നത് അവൻ തന്നെ. പക്ഷേ അവൻ നിർത്താതെ മുരളുന്നതെന്തിനെന്നു ഞാൻ അത്ഭുതപ്പെട്ടു. സാധാരണ ഇങ്ങനെയുള്ള സന്ദർഭങ്ങളിൽ കടുവകൾ നിശ്ശബ്ദരായി വരികയാണ് പതിവ്. കടുവ അടുത്തെത്തിയെങ്കിലും മൃതദേഹത്തെ സമീപിക്കാതെ കുറ്റിക്കാട്ടിൽ മറഞ്ഞുനിന്ന് ഗർജ്ജനം തുടർന്നതേയുള്ളൂ. ആലോചിച്ചപ്പോൾ അതിന്റെ കാരണം എനിക്കു പിടികിട്ടി. പകൽ ഞങ്ങൾ അവിടെ നിന്നതും മച്ചാൻ കെട്ടിയതുമെല്ലാം എവിടെയോ പതുങ്ങിയിരുന്ന് അവൻ കണ്ടിരിക്കും. വൃക്ഷത്തിനു മുകളിൽ മച്ചാനിൽ ആളുണ്ടെന്ന് അവൻ സംശയിക്കുന്നു. നരഭോജിയാണെങ്കിലും അവനേറെ ഭയപ്പെടുന്നതും നരനെ തന്നെയാണ്. അവന്റെ ഗർജ്ജനം കേട്ട് ഞാൻ മച്ചാനിൽ നിന്നിറങ്ങി ഓടണമെന്നാവും അവന്റെ ഉദ്ദേശം. എന്നിട്ടു വേണം സമാധാനത്തോടെ ബാക്കിയുള്ള ശവം തിന്നാൻ.

അല്ലെങ്കിൽ തരം കിട്ടിയാൽ എന്നെത്തന്നെ കൊന്നുതിന്നാമല്ലോ. അധിക സമയം വിശപ്പു സഹിച്ച് അവനിങ്ങനെ കാത്തിരിക്കുകയില്ലെന്നും ഏതു സമയത്തും അവനിൽ നിന്ന് എന്ത് നീക്കവും പ്രതീക്ഷിക്കാമെന്നും കരുതി ഞാൻ ശ്രദ്ധയോടെ ഇരുന്നു. അരമണിക്കൂറോളം അവനങ്ങനെ ഭീഷണിയുമായി ചുറ്റിത്തിരിഞ്ഞു.

ഇങ്ങനെ അനിശ്ചിതമായി തുടരാനാവില്ല. എന്റെ സ്വഭാവത്തിന് തീരെ ഇണങ്ങാത്ത കാര്യമാണത്. എനിക്ക് അത്രയധികം ക്ഷമയുമില്ല. രണ്ടും കല്പിച്ച് മരത്തിൽ നിന്നിറങ്ങാൻ തന്നെ ഞാൻ തീരുമാനിച്ചു. പക്ഷേ എത്ര സാവധാനം ഇറങ്ങിയാലും കടുവ അതറിയും. താഴെ ഇറങ്ങി മൃതദേഹത്തിനടുത്തുവരെ എത്താൻ സമയം അവൻ സദയം അനുവദിക്കുമോ? മരത്തിൽ നിന്നിറങ്ങുമ്പോഴാണ് അവൻ ആക്രമിക്കുന്നതെങ്കിൽ തോക്കെടുക്കാൻ പോലും സാധ്യമാവില്ല. ഈ മാതിരി ചിന്തകളോടെ വിയർത്തൊലിച്ച ശരീരവും വിറയാർന്ന കൈകളുമായി ഞാൻ വളരെ സാവധാനം താഴേക്ക് ഇറങ്ങുകതന്നെയാണ് ചെയ്തത്. ഏകദേശം പകുതി ഇറങ്ങിയപ്പോൾ അവന്റെ ഗർജ്ജനം നിലച്ചു. അതിനർത്ഥം അവൻ തൊട്ടടുത്തെവിടെയോ പതുങ്ങി നിൽക്കുകയാണ് എന്നുതന്നെ. ഈ നിമിഷം ചാടിവീഴാം. ഞാൻ താഴെ കാൽ തൊട്ടാലുടനെയാവും ചിലപ്പോൾ ആക്രമണം. എന്റെ ഓരോ ചലനവും സൂക്ഷിച്ചു നോക്കി നിൽക്കുകയാണവൻ. തീർച്ചയായും ഇനി അവൻ പഴയ മാംസം തേടി പോവുകയില്ല. എന്നെയാവും ഇനിയാദ്യം തിന്നാൻ അവൻ തീരുമാനിച്ചിരിക്കുക.

ഇമ്മാതിരി ചിന്തകൾ മനസ്സിനെ വിറകൊള്ളിച്ചതു കൊണ്ടാവാം രണ്ടു തവണയെങ്കിലും ഞാൻ വഴുതി വീഴാൻ ഭാവിച്ചു. ആയുസ്സിന്റെ ബലം കൊണ്ട് മാത്രമാണ് വീഴാതിരുന്നത്. ഏതായാലും വളരെ ശ്രദ്ധിച്ച് ഞാൻ മെല്ലെ തറയിൽ കാലുകുത്തി നിന്നു. അതെത്രയോ വലിയൊരു കാര്യസാധ്യമായി എനിക്കപ്പോൾ അനുഭവപ്പെട്ടു. നിമിഷാർദ്ധത്തിൽ റൈഫിളെടുത്ത് അവനെ നേരിടാൻ ഞാൻ തയ്യാറായി മരത്തിൽ ചാരിനിന്നു. എങ്ങും നിറഞ്ഞ നിശ്ശബ്ദത മാത്രം. ഈ സമയത്ത് ഒരു ചീവിടെങ്കിലും കരഞ്ഞിരുന്നെങ്കിൽ എന്ന് കൊതിച്ചു പോയി. മരണത്തിന്റെ തണുത്ത നിശ്ശബ്ദതയാണോ ഇത്? വാസ്തവത്തിൽ ഈ സമയമെല്ലാം എന്നെ ശരിക്കു ശ്രദ്ധിച്ചു കൊണ്ട് അവൻ എന്റെ നേർക്കു സാവകാശം ഇഴഞ്ഞിഴഞ്ഞ് അടുക്കുന്നുണ്ടായിരുന്നു. പക്ഷേ ഒരിലയനക്കം പോലും ഉണ്ടാക്കാതെ പാടേ നിശ്ശബ്ദമായിട്ടായിരുന്നു ആ മുന്നേറ്റം. ഇതറിയാതെ നാലുപാടും ചെവി വട്ടം പിടിച്ച് ഞാനും നിന്നു.

പെട്ടെന്ന്, നടുക്കുന്ന ഒരു ഗർജ്ജനത്തോടെ അവൻ എന്റെ നേർക്ക് ചാടി വന്നു. നേരെ മുന്നിൽനിന്ന് വരുമെന്നാണ് ഞാൻ പ്രതീക്ഷിച്ചതെങ്കിലും, തീരെ വിചാരിക്കാത്ത മറുഭാഗത്തു നിന്നാണ് അവൻ പ്രത്യക്ഷപ്പെട്ടത്. പെട്ടെന്ന് ഞാൻ തിരിഞ്ഞ് റൈഫിൾ അവന്റെ നേർക്കു ചൂണ്ടി ടോർച്ച് പ്രകാശിപ്പിച്ചു.

അവനും എനിക്കും ഇടയിൽ മരമുണ്ടായിരുന്നതു കൊണ്ട് ടോർച്ച് വെളിച്ചം മരത്തിൽ തട്ടി എന്റെ കണ്ണിലേക്കു തിരിച്ചടിക്കുകയാണുണ്ടായത്. മരത്തിനു പിന്നിൽ നിന്നും ഇടത്തോട്ടു ചാടിയ കടുവ എന്റെ നേർക്കു ചാടി വന്നു. പെട്ടെന്ന് ഞാൻ മരത്തിന്റെ മാറവിലേക്കു മാറുകയും അവന്റെ തല ലക്ഷ്യ മാക്കി നിറയൊഴിക്കുകയും ചെയ്തു. അത് കൊണ്ടാലും ഇല്ലെങ്കിലും അവൻ ഒരു വശത്തേക്കു തെന്നിമാറി വീണ്ടും മുന്നോട്ടു കുതിക്കുന്നതിനിടയിൽ ഞാൻ രണ്ടാമതും വെടിയുതിർത്തു. കടുവ എങ്ങോട്ടോ ചാടി മറഞ്ഞു.

അവൻ അവിടെത്തന്നെ വീണോ, അതോ ഓടി മറഞ്ഞോ എന്നൊന്നും മനസ്സിലായില്ല. കുറേനേരം ആ നില്പ് നിന്നപ്പോൾ കടുവ അടുത്തെങ്ങും ഇല്ലെന്ന് എനിക്കുറപ്പായി. ഞാൻ മെല്ലെ നടന്ന് അവൻ നിന്നിരുന്ന സ്ഥലവും ഓടിമാറിയ ഭാഗവുമെല്ലാം പരിശോധിച്ചു. അവിടെയെങ്ങും ഒരു തുള്ളി ചോര പോലും കാണാനില്ലായിരുന്നു. അപ്പോൾ ഒരുൾക്കിടിലത്തോടെ ഞാനാ സത്യം മനസ്സിലാക്കി. എന്റെ രണ്ടുണ്ടയും പാഴായി; വെടി അവന് ഏറ്റിട്ടേയില്ല! പക്ഷേ പിറകെ പിറകെയുള്ള ആ വെടിയൊച്ച അവനെ ശരിക്കും ഭയപ്പെടു ത്തിയെന്നു മാത്രം. ഇനിയേതായാലും നേരം പുലരും വരെ മച്ചാനിലിരിക്കാ മെന്നുറപ്പിച്ച് ഞാൻ വീണ്ടും അതിൽ കയറിയിരുന്നു. എനിക്കു വലിയ നിരാശയും കുറ്റബോധവും തോന്നി. അത്ര അടുത്തുനിന്നായിട്ടു പോലും അവനിൽ വെടിയേല്പിക്കാൻ എനിക്കു കഴിഞ്ഞില്ലല്ലോ. ഈ ഏറ്റുമുട്ടലിന്റെ പക തീർക്കാൻ അവൻ ഇനിയും എത്ര സാധുക്കളെ കൊല്ലുമെന്നും അറിയില്ല. ആകെ ഇടിഞ്ഞ മനസ്സോടെ ഞാനുറങ്ങാൻ ശ്രമിച്ചു. ആ ഇരിപ്പിൽ മയങ്ങി പ്പോയി. നേരം നന്നെ പുലർന്നു കഴിഞ്ഞ് അപ്പുവും കൂട്ടരും താഴെ വന്ന് എന്നെ വിളിച്ചുണർത്തുകയായിരുന്നു.

സംഭവിച്ചതെല്ലാം ഞാൻ അപ്പുവിനോടു പറഞ്ഞു. അവനൊന്നും പറഞ്ഞില്ല. ഞങ്ങൾ ഒന്നിച്ച് പെഡ്ഡച്ചെരുവിലേക്കു മടങ്ങി. അടുത്ത രണ്ടു ദിവസം ശാന്ത മായി കടന്നുപോയി. എങ്കിലും മൂന്നാം നാൾ അപ്പു വന്നു. കടുവയെ തേടി പോകണമെന്ന് അവൻ നിർബന്ധം പിടിച്ചു. അവന്റെ തോളിലൊരു മഴുവുണ്ടാ യിരുന്നു. പിന്നിൽ വളർത്തുനായയും. അപ്പുവിന്റെ മുഖത്ത് തികഞ്ഞ ധീരതയും ഉത്സാഹവുമുണ്ടെങ്കിലും നായയുടെ കണ്ണുകളിൽ ഞാൻ കണ്ടത് ഭീതിയാണ്. ആകെ മെല്ലിച്ചുണങ്ങിയ അവന്റെ പേര് ആടിയപ്പ എന്നാണത്രെ. തന്നെ ഏറെ ദ്രോഹിച്ചവനും താനേറെ വെറുക്കുന്നവനുമായ അയൽക്കാരന്റെ പേരാണ് പട്ടിക്കിട്ടതെന്നും അതൊരു പകപോക്കലാണെന്നും അപ്പു ചിരിച്ചു കൊണ്ട് പറഞ്ഞു. അയൽക്കാരൻ പക്ഷേ തന്നെ അമ്പേ തോല്പിച്ചു കളഞ്ഞു എന്നും അപ്പു പറയാതിരുന്നില്ല. അയാൾ തന്റെ കഴുതയ്ക്ക് അപ്പു എന്നു പേരിട്ടു കളഞ്ഞു!

ഏതായാലും ഞാനും അപ്പുവും ആദിയപ്പയും കൂടി കടുവാ പര്യവേഷ ണാർത്ഥം പിന്നെയും പുറപ്പെട്ടു. ഏറെ ധീരനായ ആദിയപ്പ അപ്പുവിന്റെ

കാൽക്കീഴിൽ നിന്ന് ഒരടി പോലും മാറാതെ സൂക്ഷിച്ചാണ് നടന്നത്. അപ്പോൾ മുന്നിൽ ഒരു മാൻ വന്നു പെട്ടു. ഞാൻ ആദിയപ്പയെ നോക്കി ഒന്നു ചിരിച്ചു. അവനെ ഞാൻ കളിയാക്കുകയാണെന്നു കരുതിയിട്ടാവാം ഉറക്കെ കുരച്ചു കൊണ്ട് അവൻ ആ മാനിന്റെ നേർക്കു ചെന്നു. 'നീ പോടാ നായേ' എന്നു പരിഹസിക്കുന്ന മട്ടിൽ മാൻ വാലാട്ടിയിട്ട് കുതിച്ചോരോട്ടം കൊടുത്തു. കുറേനേരം പിന്നാലെ ഓടിയിട്ട് പാവം ആദിയപ്പ അണച്ചു കൊണ്ട് തിരിച്ചെത്തി, വീണ്ടും അപ്പുവിന്റെ കാൽക്കീഴിൽ അഭയം പ്രാപിച്ചു.

പെഡ്ഡച്ചെരുവിലെ തടാകക്കരയിൽ നിന്നും ഏകദേശം പത്തുമൈലോളം കാടിനുള്ളിലേക്ക് ഞങ്ങൾ കടന്നു ചെന്നു. അതിനപ്പുറത്തേക്കു പോകേണ്ട കാര്യമില്ലാത്തതുകൊണ്ട് വടക്കു പടിഞ്ഞാറു ഭാഗത്തേക്കു തിരിഞ്ഞു നടന്നു. അങ്ങനെ ഒന്നര മൈലോളം നടന്നു. ആകെ വിയർത്തു തളർന്നിരുന്നു. അപ്പോഴാണ് അടുത്തുള്ള കുന്നിൻ പുറത്ത് ഒരു പാറക്കൂട്ടം കണ്ടത്. പാറക്കെട്ടിനിടയിൽ നിന്നും ജലം ഇറ്റിറ്റു വീഴുന്നതും കണ്ടു. അല്പം വെള്ളം കുടിക്കാമെന്ന് കരുതി അങ്ങോട്ടു ചെന്നപ്പോൾ പാറക്കെട്ടിനു താഴെ ചെറിയൊരു കുഴി നിറയെ വെള്ളം കെട്ടി നിൽക്കുന്നതും അതിനടുത്തായി ഞാൻ തേടി നടക്കുന്ന മുടന്തന്റെ കാല്പാടുകളും കണ്ടു. അതവൻ തന്നെ എന്നുറപ്പായി. കാരണം മുടന്തുള്ള വലതു കൈ ഈർപ്പമുള്ള മണ്ണിലൂടെ വലിഞ്ഞ് ഇഴഞ്ഞു പോയ പാട് വ്യക്തമായി കാണാമായിരുന്നു. എനിക്കും അപ്പുവിനും സന്തോഷമായി.

ഏതായാലും ആദ്യം മതിയാവോളം വെള്ളം കുടിക്കുക തന്നെ എന്ന വിചാരത്തോടെ ഞാനാ കുഴിക്കരികിൽ കമിഴ്ന്നു കിടന്ന് വെള്ളം കുടിക്കാൻ തുടങ്ങി. അപ്പുവിനും നല്ല ദാഹമുണ്ടെങ്കിലും ഞാൻ കുടിച്ചു കഴിയാൻ വേണ്ടി അവൻ കാത്തുനിന്നു. വാസ്തവത്തിൽ അവൻ കാത്തത് എന്റെ ജീവനെത്തന്നെയായിരുന്നു എന്ന് അടുത്ത നിമിഷം ഞാൻ മനസ്സിലാക്കി. ആ ഭീകരനായ നരഭോജി ഞാൻ വെള്ളം കുടിക്കുന്നത് പാറയ്ക്കു പിന്നിൽ ഒളിച്ചിരുന്നു കാണുന്നുണ്ടായിരുന്നു. അവൻ എന്റെ നേർക്കു കുതിച്ചതും അപ്പു അലറിക്കരഞ്ഞതും ഞാൻ മുട്ടുകുത്തിനിന്ന് റൈഫിൾ ഉന്നം പിടിച്ചതുമെല്ലാം ഒരേ നിമിഷമായിരുന്നു. ഒരു വശത്തേക്ക് വല്ലാതെ ചെരിഞ്ഞ് ഞങ്ങളുടെ അടുത്തേക്കു പാഞ്ഞുവരുന്ന അവൻ ഒരു ഭീകരരൂപം തന്നെയായിരുന്നു. അവനെക്കണ്ടാൽ തന്നെ സാധാരണക്കാർ പേടിച്ചു മരിക്കും. പതിനഞ്ചടി അകലെ അവൻ എത്തിയപ്പോൾ അപ്പു തന്റെ മഴു ഇരുവശത്തേക്കും ആഞ്ഞ് വിശിക്കൊണ്ടിരുന്നു. ഞാൻ പരിഹസിച്ച് ചിരിച്ച അർദ്ധപ്രാണനായ ആദിയപ്പ ഒരു സിംഹത്തെപ്പോലെ കടുവയുടെ നേർക്ക് പല്ലിളിച്ച് ഉറക്കെ കുരയ്ക്കുന്നുമുണ്ട്. വാസ്തവത്തിൽ ആ എലുമ്പന്റെ പ്രകടനം കണ്ട് കടുവ പോലും ഒന്നു ഭയന്നു കാണും. ഇവനാരെടാ എന്റെ നേർക്കു കുരയ്ക്കാൻ എന്നാവും അവൻ കരുതിയിരിക്കുക. അപ്പുവിന്റെ മഴുവീശലും

അവനെ ചിന്താക്കുഴപ്പത്തിലാക്കിയിരിക്കും. ഇതുവരെ ആരും തന്നോടിങ്ങനെ എതിർത്തിട്ടില്ലല്ലോ. അവനുപറ്റിയ ഏക അബദ്ധവും ഒരു നിമിഷം അങ്ങനെ അമ്പരന്നു നിന്നു പോയതാണ്. കൃത്യമായും ഞാനാ അവസരം മുതലെടുത്തു. ഒന്നിനുപിറകെ ഒന്നായി രണ്ടു വെടിയുണ്ടകൾ അവനിൽച്ചെന്നു തറച്ചു.

വാസ്തവത്തിൽ ഈ കടുവാ സംഹാരത്തിന്റെ ക്രഡിറ്റ് മുഴുവൻ അപ്പുവിനും ആദിയപ്പയ്ക്കുമുള്ളതാണ്. അവരുടെ പ്രകടനം കനിഞ്ഞനുവദിച്ച ഒരു നിമിഷമാണ് കടുവയുടെ വായിൽ നിന്ന് എന്നെ രക്ഷിച്ചത്. അതിൽ ഞാനെന്നും അവരോടു നന്ദിയുള്ളവനായിരിക്കും.

■

കെന്നത്ത് ആൻഡേഴ്സൺ

ഒരു തപസ്വിനിയുടെ വിളയാട്ടങ്ങൾ

ബാംഗ്ലൂരിൽ നിന്നും അൻപത് മൈൽ അകലെയാണ് തുംകൂർ എന്ന സ്ഥലം. തുംകൂരിൽ നിന്നും ആറുമൈൽ കൂടി യാത്ര ചെയ്താൽ ദേവരായൻ ദുർഗ്ഗ എന്ന മലമ്പ്രദേശത്ത് എത്താം. അവിടെയുള്ള കുറ്റിക്കാടുകളിൽ ആശ്രമം സ്ഥാപിച്ച ഒരു താപസിയുടെ കഥയാണിനി പറയാൻ തുടങ്ങുന്നത്. താപസിയെന്ന് കേട്ടപ്പോൾ ജടാധാരിയും ഭസ്മലേപനങ്ങളും കാവി വസ്ത്രവുമൊക്കെ ധരിച്ച ഒരു സന്യാസിനിയെ നിങ്ങൾ മനസ്സിൽ കണ്ടുകാണും. എന്നാൽ ഈ താപസി അതിഭയങ്കരിയും മനുഷ്യവിദ്വേഷിയുമായ ഒരു പെൺകടുവയാകുന്നു. അവളുടെ ചില പ്രത്യേക ആചാര മര്യാദകളും സ്വന്തം താമസസ്ഥലം തിരഞ്ഞെടുക്കുന്നതിൽ കാട്ടിയ പ്രത്യേകതയും ഒക്കെകൊണ്ട് ആരോ നൽകിയ പേരാണത്. അവൾ നരഭോജിയല്ല. മനുഷ്യമാംസം വെറുക്കുന്നവളുമാണ്. പക്ഷേ മനുഷ്യനെ കണ്ണിനു നേർക്ക് കണ്ടാൽ കൊല്ലും, ഉറപ്പാണ്. ഒരാഴ്ചക്കകം മൂന്നു മനുഷ്യരെ കൊന്ന് ചരിത്രം സൃഷ്ടിച്ചവളാണ് താപസി.

ദേവരായൻ ദുർഗ്ഗയെന്നാൽ വലിയ കാടൊന്നുമല്ല. കുറ്റിക്കാടുകളാണ്. മുൾപ്പടർപ്പുകൾ നിറഞ്ഞ് ഇടതൂർന്നു വളരുന്ന കുറ്റിച്ചെടികൾ. മലമുകളിലെ പാറക്കൂട്ടങ്ങൾക്കിടയിൽ ധാരാളം ഗുഹകളുണ്ട്. അവയിൽ കാട്ടു മൃഗങ്ങൾക്കു സുഖമായി കഴിയാം. ഒരു പുലി ഈ ഭാഗത്ത് മുൻപുണ്ടായിരുന്നത്രേ. എന്നാൽ കടുവ പോലുള്ള വന്യമൃഗങ്ങൾക്ക് ഇണങ്ങിയ പ്രദേശമായിരുന്നില്ല അവിടം. പക്ഷേ എന്തുകൊണ്ടോ നമ്മുടെ കഥാനായികയ്ക്ക് അവിടമങ്ങ് വല്ലാതെ ബോധിച്ചിരിക്കാം.

ആ കുറ്റിക്കാടുകൾക്കു ചുറ്റും ഗ്രാമീണരുടെ കൃഷിയിടങ്ങളാണ്. താപസിയുടെ സാന്നിദ്ധ്യം ആദ്യമൊന്നും ആരുംതന്നെ തീരെ ശ്രദ്ധിച്ചിരുന്നില്ല. പക്ഷേ ക്രമേണ ആടുകളും നായ്ക്കളുമൊക്കെ കാണാതാകാൻ തുടങ്ങിയപ്പോഴാണ് ചിലർക്കു സംശയം തോന്നിത്തുടങ്ങിയത്. പുലിയായിരിക്കും എന്ന് അവർ കരുതി. പിന്നെയാണ് കൃഷി സ്ഥലത്തും മറ്റും കടുവയുടെ കാല്പാടുകൾ കണ്ടത്. ഒരു ദിവസം ആ പ്രദേശത്തുള്ള ഒരു വൃദ്ധയുടെ പശുവിനെ കാണാതായി. അവർ അന്വേഷിച്ചു ചെന്നപ്പോൾ വയലിൽ ഒരിടത്ത് പശു

ചത്തു കിടക്കുന്നതു കണ്ടു. കടുവയാണ് പശുവിനെ കൊന്നത് എന്നറിഞ്ഞ് നാട്ടുകാർ ഓടിക്കൂടി. പക്ഷേ അവരെന്തു ചെയ്യാൻ! പശുവിനടുത്ത് കരഞ്ഞു കൊണ്ടിരുന്ന വൃദ്ധയെ സമാധാനിപ്പിക്കാൻ നോക്കി; അത്ര തന്നെ. ഒടുവിൽ നേരം ഉച്ചയാകാറായപ്പോൾ വെയിലിന്റെ കാഠിന്യം സഹിക്കാനാവാതെ അവർ പിരിഞ്ഞു പോയി. എല്ലാവരും പോയിട്ടും വൃദ്ധമാത്രം മാറത്തടിച്ചു കരഞ്ഞുകൊണ്ട് അവിടെയിരുന്നു.

അപ്പോൾ, ഒരിക്കലും സംഭവിക്കരുതാത്തത് സംഭവിച്ചു. സാധാരണ വന്യ മൃഗങ്ങൾക്കു ബാധകമായ പെരുമാറ്റ മര്യാദകൾ അനുസരിച്ചാണെങ്കിൽ, ഉച്ചസമയത്ത് ഒരു കടുവ പരസ്യമായി, മനുഷ്യവാസം ഉള്ള പ്രദേശത്ത് ഇറങ്ങിനടക്കില്ല. പക്ഷേ താപസി സാധാരണ കടുവയല്ലല്ലോ. അവൾ താൻ കൊന്നിട്ടിരിക്കുന്ന പശുവിനെ കൊണ്ടുപോകാൻ വന്നത് ആ നട്ടുച്ച നേരത്താണ്. വന്നുനോക്കുമ്പോഴുണ്ട് ഒരു തള്ളയിരുന്നു കരയുന്നു. ഛേ! ഇതെന്തൊരു ശല്യം എന്നു കരുതി താപസി വലിയമ്മയുടെ തലയ്ക്കൊരു ചെറിയ അടി കൊടുത്തു. വലിയമ്മയ്ക്ക് കാലപുരിക്കു പോകാനുള്ള വിസയായി അതു മാറി. അവർ പിടഞ്ഞു മരിച്ചു. അതെന്റെ വിഷയമല്ല എന്ന ഭാവത്തിൽ അവരെ ഒന്നു നോക്കുക പോലും ചെയ്യാതെ കടുവ പശുവിനെയും കടിച്ചു വലിച്ചുകൊണ്ട് തന്റെ താവളത്തിലേക്കു പോയി.

സന്ധ്യയാകാറായപ്പോഴാണ് വൃദ്ധ മടങ്ങിയെത്തിയിട്ടില്ലെന്ന് അയൽക്കാരായ ഗ്രാമീണർ അറിഞ്ഞത്. അവർ ചെന്നു നോക്കുമ്പോൾ വൃദ്ധയുടെ മൃതദേഹമാണ് കണ്ടത്. പശുവിന്റെ ശവം കാണാനുമില്ല. ഭയന്നു വിറച്ചു കൊണ്ട് അവർ ഗ്രാമമുഖ്യന്റെ അടുത്തേക്ക് ഓടി. മുഖ്യൻ സാമാന്യം ധീരനായിരുന്നു. അയാൾ തന്റെ നാടൻതോക്കുമെടുത്ത് ഏതാനും ശക്തരായ അനുയായികളേയും ഒപ്പം കൂട്ടി കടുവയെ തേടിയിറങ്ങി. കടുവയുടെ കാല്പാടുകൾ നോക്കി അവർ മുന്നേറി. കുറ്റിക്കാടിനുള്ളിലേക്കാണ് കടുവ പശുവിനേയും കൊണ്ട് കയറിപ്പോയതെന്ന് അവർക്കു ബോധ്യമായി. അവരുടനെ കാട്ടിലേക്ക് കല്ലുകൾ പെറുക്കി എറിയുകയും ശബ്ദഘോഷങ്ങൾ ഉണ്ടാക്കുകയും ചെയ്തു. പക്ഷേ കടുവ അതൊന്നും അറിഞ്ഞതായിപ്പോലും നടിച്ചില്ല. ഗ്രാമത്തലവൻ തന്റെ തോക്കിൽ നിന്നും രണ്ടു തവണ വെടിയുതിർത്തു നോക്കി. അതുകൊണ്ടും ഫലമൊന്നും ഉണ്ടായില്ല. ഒടുവിൽ അവരെല്ലാവരും തിരികെ നടന്നു. വൃദ്ധയുടെ മൃതദേഹവും എടുത്തുകൊണ്ട് അവർ ഗ്രാമത്തിലേക്കു നടക്കെ, പെട്ടെന്ന് കുറ്റിക്കാട്ടിൽ നിന്നും പുറത്ത് ചാടിയ കടുവ ഏറ്റവും പിന്നിൽ തോക്കും തോളിൽ വച്ചു നടക്കുകയായിരുന്ന ഗ്രാമത്തലവനെ ആക്രമിച്ചു. എന്താണ് സംഭവിച്ചതെന്ന് അയാളും കൂട്ടാളികളും അറിയുന്നതിനു മുമ്പുതന്നെ ആ സാധുവിന്റെ ജീവൻ പോയി. ആകെ വിരണ്ടുപോയ ഗ്രാമീണർ വൃദ്ധയുടെ മൃതദേഹം താഴെയിട്ട് നാലുപാടും ജീവനുംകൊണ്ട് ഓടി.

പിറ്റേന്നു രാവിലെ കൂടുതൽ ആളുകളുടെ വലിയൊരു സംഘം വന്നു നോക്കുമ്പോൾ രണ്ടു മൃതദേഹങ്ങളും യാതൊരു പോറലും ഏൽക്കാതെ കിടക്കുന്നുണ്ടായിരുന്നു. താപസി മനുഷ്യമാംസം ഇഷ്ടപ്പെടുന്നില്ലെന്ന് തെളിഞ്ഞു. ഈ സംഭവത്തോടെ ഗ്രാമീണരാകെ ഭയവിവശരായി തീർന്നു. രണ്ടു ദിവസം കഴിഞ്ഞ്, തൂംകൂറിൽ നിന്നും രണ്ട് കഴുതകളുടെ പുറത്ത് കയറ്റിയ സാമാനങ്ങളുമായി ഒരു മനുഷ്യൻ ആ പ്രദേശത്തു കൂടി വരുമ്പോൾ താപസി എവിടെ നിന്നോ ചാടി വീണു. ഒറ്റയടിക്ക് ഒരു കഴുതയെ അവൾ കൊന്നു. അതുകണ്ട് ഭയന്നു സ്തംഭിച്ചുപോയ രണ്ടാമത്തെ കഴുത ചലന മറ്റു നിന്നുപോയി. എന്നാൽ ആ യാത്രക്കാരൻ ഉറക്കെ നിലവിളിച്ചു കൊണ്ട് ഓടുകയാണ് ചെയ്തത്. ഈ ഓട്ടം എന്തുകൊണ്ടോ നമ്മുടെ കഥാ നായികയ്ക്ക് തിരുവള്ളക്കേടുണ്ടാക്കി. അവൾ അയാളുടെ പിന്നാലെ ഓടി ച്ചെന്ന് പിടികൂടി ഒറ്റയടിക്കു കൊന്നു.

അയാളെ അവിടെ ഇട്ടിട്ട് അവൾ തിരികെ വന്നു. അപ്പോഴും രണ്ടാമത്തെ കഴുത തനിമരക്കഴുതയായി അവിടെത്തന്നെ പ്രതിമ കണക്കെ നിൽക്കുക യായിരുന്നു. എന്നാൽ താപസി അതിനെ ശ്രദ്ധിച്ചതേയില്ല. താനാദ്യം കൊന്നിട്ട കഴുതയേയും വലിച്ചു കൊണ്ടവൾ കുറ്റിക്കാട്ടിലേക്കു നടന്നു. സങ്കടകരവും ഒപ്പം അത്ഭുതാവഹവും ഏറെ രസകരവുമായ ഈ വാർത്തകളെല്ലാം അപ്പ പ്പോൾ പത്രങ്ങളിൽ വന്നുകൊണ്ടിരുന്നു. തുടർച്ചയായി ഈ കടുവ താപസി യുടെ ജൈത്രയാത്ര വായിച്ചറിഞ്ഞപ്പോൾ അവളെ ഒന്നു നേരിടണമെന്ന് എനിക്കു തോന്നി. പിന്നെ വൈകിച്ചില്ല. ഞാനെന്റെ കാറിൽ യാത്ര തിരിച്ച് രണ്ടു മണിക്കൂർ സമയംകൊണ്ട് ദേവരായ ദുർഗ്ഗയിലെത്തി.

ഗ്രാമീണരിൽ നിന്നും കൂടുതൽ വിവരങ്ങൾ ശേഖരിച്ച ശേഷം ഒരു നാട്ടു കാരനെ ഒപ്പം കൂട്ടി ഞാൻ അവർ പറഞ്ഞ സ്ഥലമെല്ലാം ഒരു വട്ടം പരിശോ ധിച്ചു. കുറ്റിക്കാടുകളിലേക്കു കല്ലെറിഞ്ഞും കമ്പിട്ടുകുത്തിയും പലതരത്തിൽ പ്രകോപനം നടത്തിയെങ്കിലും ഒരു പ്രതികരണവും ഉണ്ടായില്ല. പൊടിപടലം മൂലം കടുവയുടെ കാല്പാടുകൾ തീരെ മാഞ്ഞുപോയിരുന്നു. നാലുമണി യോടെ നിരാശനായി ഞാൻ ഗ്രാമത്തിൽ മടങ്ങിയെത്തി.

എങ്കിലും ഒരു ശ്രമം നടത്താൻ തന്നെ ഞാനുറച്ചു. ഒരു കാളക്കിടാവിനെ കൊണ്ടുപോയി പാറക്കെട്ടുകൾക്കിടയിൽ മുൾക്കാടുകൾക്കടുത്തുള്ള നീർച്ചോലയുടെ ഭാഗത്ത് കെട്ടിയിട്ടു. ഒരു മച്ചാൻ കെട്ടാനുള്ള സമയം കിട്ടി യില്ല. നേരവും സന്ധ്യയായി. രാത്രി ടി.ബിയിൽ താമസിച്ച് പുലർച്ചെ അഞ്ചു മണിയോടെ ഞാൻ മൂരിയെ കെട്ടിയ സ്ഥലത്തെത്തി. എന്നെ അത്ഭുതപ്പെടുത്തി ക്കൊണ്ട്, കാള അപ്രത്യക്ഷമായിരിക്കുന്നു. കെട്ടിയ കയർ വലിച്ചു പൊട്ടി ച്ചാണ് കടുവ കാളയെയും കൊണ്ട് പോയതെന്ന് എനിക്കു ബോധ്യമായി. കാല്പാടുകൾ പരിശോധിച്ചപ്പോൾ പൂർണവളർച്ചയെത്തിയ കടുവ യാണെന്നും മനസ്സിലായി. കാളയെ വലിച്ചുകൊണ്ടുപോയ പാടുകൾ നോക്കി

ക്കൊണ്ടും, അപ്രതീക്ഷിതമായി ഏതു ഭാഗത്ത് നിന്നും അവൾ പ്രത്യക്ഷപ്പെടാൻ സാധ്യതയുള്ളതിനാൽ എല്ലാ ഭാഗത്തും ഒരുപോലെ ശ്രദ്ധിച്ചുകൊണ്ടുമാണ് ഓരോ ചുവടും മുന്നോട്ടു വച്ചത്. പത്തുമുന്നൂറടി അങ്ങനെ ചെന്നപ്പോൾ കാളയുടെ ജഡം കണ്ടു. അതിന്റെ കഴുത്തൊടിച്ചാണ് കൊന്നിരിക്കുന്നത്. കഴുത്തിൽ പല്ലുകൾ അമർന്ന പാടുണ്ട്. രക്തം ചിതറിക്കിടക്കുന്നു. കാളയുടെ വാൽ കടിച്ചുമുറിച്ച് കുറച്ചകലെ കൊണ്ടുപോയിട്ടിട്ടുണ്ട്. പത്തിരുപതടി അകലെയുള്ള ഒരു മരത്തിൽ കയറി ഞാൻ കടുവയുടെ മടങ്ങിവരവും കാത്തിരുന്നു. ഒൻപതര വരെ ആ ഇരുപ്പിരുന്നു. താപസി വന്നില്ല. അപ്പോഴേക്കും ഒരു പറ്റം കഴുകൻമാർ പറന്നെത്തി ചുറ്റും സ്ഥാനം പിടിച്ചു. ഞാൻ താഴെയിറങ്ങി കുറേ മരച്ചില്ലകൾ ഒടിച്ചു കാളയുടെ ജഡം മൂടിയിട്ടു. അല്ലെങ്കിൽ കഴുകന്മാർ അതു തിന്നുതീർക്കും. ഇത്രയും ചെയ്തിട്ട് ഞാൻ ടി.ബിയിലേക്കു മടങ്ങിപ്പോന്നു.

ഒട്ടും വൈകാതെ നാലഞ്ചു സഹായികളുമായി ഞാൻ മടങ്ങിയെത്തി. കാള കിടക്കുന്നതിനടുത്ത് സൗകര്യപ്രദമായി അതേ മരത്തിൽ ഒരു മച്ചാൻ കെട്ടിയുണ്ടാക്കി. ആടിനോടു വലിയ ആർത്തിയുള്ള കടുവയാകയാൽ ഒരാടിനെ കൊണ്ടുവന്ന് അവിടെ കെട്ടിയിട്ടു. ആട് ഉറക്കെ കരയുന്നുണ്ടായിരുന്നു. അതു നല്ലതാണെന്ന് എനിക്കു തോന്നി. താപസി വിവരമറിഞ്ഞു വേഗം എത്തുമല്ലോ. സഹായികളെയൊക്കെ മടക്കി അയച്ചിട്ട് ഞാൻ മച്ചാനിൽ കയറിയിരുന്നു. ആട് നിരന്തരം കരഞ്ഞുകൊണ്ടിരുന്നു. ആറുമണിയോടെ കടുവയുടെ ഒരു മുരളൽ ഞാൻ കേട്ടു. പാവം ആട് അപകടം മനസ്സിലാക്കി. അത്യുച്ചത്തിലായി അതിന്റെ നിലവിളി. കടുവ വളരെ വേഗം കാര്യം മനസ്സിലാക്കിയെന്നു തോന്നുന്നു. അത് ഞാനൊളിച്ചിരിക്കുന്ന മാടം കണ്ടിരിക്കും. ഒരു കെണി ഒരുക്കിയിരിക്കുകയാണെന്ന് സഹജബോധം കൊണ്ട് അവൾ മനസ്സിലാക്കിയെന്നു കരുതണം. സുരക്ഷിതമായ ഒരകലം പാലിച്ചുകൊണ്ട് മുരൾച്ച തുടർന്നതല്ലാതെ കടുവ ആടിന്റെ അടുത്തേക്കു വന്നതേയില്ല. രാത്രി മുഴുവൻ ഞാൻ കാത്തിരുന്നെങ്കിലും ഫലമുണ്ടായില്ല. ആടിന്റെ മേലുള്ള കൊതിയടക്കിക്കൊണ്ട് അവൾ എവിടെയോ മറഞ്ഞു നിന്നു. പാവം ആടിന്റെ പ്രാർത്ഥനയുടെ ഫലമാവാം.

പിറ്റേന്ന് പകൽ മൂന്നുമണിയോടെ ഒരു കാളക്കിടാവിനെ അതേ സ്ഥലത്ത് കൊണ്ടുവന്നു കെട്ടിയിട്ടു. ഞാൻ മച്ചാനിൽ കയറിക്കൂടി. രാത്രി ഏഴു മണിയോടെ ഒരു സംഘം ആളുകൾ വിളക്കും മറ്റുമായി വന്നു എന്നോട് ഒരു വിവരം പറഞ്ഞു. ഗ്രാമത്തിനടുത്തുനിന്ന് കടുവ അല്പം മുമ്പ് ഒരു പശുവിനെ തട്ടിക്കൊണ്ടുപോയിരിക്കുന്നു. ഇനി ഈ രാത്രി ഞാനിവിടെ തണുപ്പും സഹിച്ചിരുന്നിട്ട് ഒരു ഫലവും ഇല്ലെന്നു ബോധ്യമായതോടെ ഞാനും താഴെയിറങ്ങി ഗ്രാമത്തിലേക്കു നടന്നു. മൂരിയെ അവിടെത്തന്നെ നിർത്തിയിട്ടാണ് ഞങ്ങൾ മടങ്ങിപ്പോന്നത്. ഗ്രാമത്തിലെത്തിയ ശേഷം ഞാൻ ഒരു സഹായിയേയും കൂട്ടി,

പശുവിനെത്തട്ടിക്കോണ്ടുപോയ ചിറയിലേക്കു നടന്നു. റൈഫിളിലെ ടോർച്ച് പ്രകാശിപ്പിച്ചുകൊണ്ട് നിരത്തിന്റെ നടുവിലൂടെയാണ് ഞങ്ങൾ നടന്നത്. അങ്ങനെ പോകുമ്പോൾ ഇരുനൂറുവാര അകലെ നിന്നും പെട്ടെന്നൊരു മുരൾച്ച കേട്ടു. രണ്ട് തീഗോളങ്ങൾ പോലെ, ടോർച്ച് വെളിച്ചത്തിൽ പ്രതി ഫലിക്കുന്ന കടുവയുടെ കണ്ണുകൾ ഞാൻ കണ്ടു. ഞങ്ങൾ നിന്നിരുന്ന സ്ഥല ത്തേക്കാൾ ഉയരം കൂടിയ ഭാഗത്താണ് കടുവ നിൽക്കുന്നത്. ഞാൻ അവൾ നിൽക്കുന്ന ഭാഗത്തേക്ക് മെല്ലെ അടുത്തു. ഒരു നൂറുവാര മുന്നോട്ടു ചെന്ന് ഞാൻ റൈഫിൾ ഉന്നം പിടിക്കാൻ ശ്രമിച്ചപ്പോൾ ഭയന്നുപോയ കടുവ എടുത്തുചാടി ഓടി കുറ്റിക്കാട്ടിൽ മറഞ്ഞുകളഞ്ഞു. ടോർച്ച് പ്രകാശിപ്പിച്ചു കൊണ്ട് ചിറയിലൂടെ ഞങ്ങൾ മുന്നോട്ടു നടന്നു. അവിടെയൊരു വലിയ ആൽമരം ഉണ്ടായിരുന്നു. ഏതാണ്ട് പതിനഞ്ചടി ഉയരെയുള്ള അതിന്റെ ഒരു ശിഖരത്തിൽ കമിഴ്ന്നുകിടന്നുകൊണ്ട് ഞങ്ങളെ നോക്കുന്ന താപസിയെ പെട്ടെന്ന് കണ്ട് ഞാനും സഹായിയും നടുങ്ങിപ്പോയി. സാധാരണയായി ഒരു കടുവ അത്രയും ഉയരത്തിൽ ചാടിക്കയറുക വിഷമമാണ്. അവളുടെ ജ്വലിച്ചുകൊണ്ടിരുന്ന രണ്ടു കണ്ണുകളുടെ കൃത്യം മധ്യസ്ഥാനം നോക്കി ഞാൻ നിറയൊഴിച്ചു. വെടിയൊച്ചയ്ക്കൊപ്പം കടുവ നിലംപതിച്ച ശബ്ദവും ഞാൻ കേട്ടു. പക്ഷേ അവിടെയൊക്കെ പരതി നോക്കിയിട്ടും അവളെ കാണാൻ കഴിഞ്ഞില്ല. വെടിയേറ്റിട്ടുണ്ട് എന്ന കാര്യം ഉറപ്പാണ്. ഞങ്ങൾ ഗ്രാമത്തി ലേക്കു മടങ്ങി മൂരിയെ ചെന്നുനോക്കി. അവൻ സുരക്ഷിതനായി നിൽക്കു ന്നുണ്ട്. പിറ്റേന്ന് ബാക്കി കാര്യങ്ങൾ ചെയ്യാമെന്നു കരുതി തുംകൂറിലേക്ക് ഞാൻ കാറിൽ മടങ്ങിപ്പോന്നു.

പിറ്റേന്നു രാവിലെ എന്റെ വഴികാട്ടിയേയും കൂട്ടി ഞാൻ താപസിയെ അന്വേഷിച്ച് ആ ചിറയിലെത്തി. ചിറയിൽ നിന്നും താഴേക്കുള്ള വഴിയിലൂടെ നടന്ന് തലേന്നു കടുവ കയറിയിരുന്ന ആൽമരത്തിന്റെ ചുവട്ടിൽ ചെന്നു നോക്കിയപ്പോൾ വെടിയേറ്റ് അവൾ താഴെ വീണതിന്റെ വ്യക്തമായ ലക്ഷണ ങ്ങൾ കാണാനുണ്ടായിരുന്നു. രക്തം ധാരാളമായി അവിടെയെല്ലാം പരന്നു കിടന്നിരുന്നു. വളരെ ശ്രദ്ധാപൂർവ്വം നോക്കിയപ്പോൾ എന്റെ റൈഫിളിൽ നിന്നും പാഞ്ഞ വെടിയുണ്ട തറച്ചുകയറിയ ഒരു അസ്ഥിക്കഷ്ണം കാണാൻ കഴിഞ്ഞു. അത്ഭുതം തന്നെ എന്നു വിചാരിച്ചു കൊണ്ട് ഞാൻ ചോരപ്പാടുകൾ നോക്കി മുന്നോട്ടു നടന്നു. കടുവ പോയ മാർഗ്ഗം ശ്രദ്ധിച്ചപ്പോൾ ഒരു കാര്യം വ്യക്തമായി. വെടിയേറ്റ കടുവയുടെ കാഴ്ച ശക്തി നഷ്ടപ്പെട്ടിട്ടുണ്ടാവും. ചിലപ്പോൾ കേൾവിയും. അതിന്റെ തലയ്ക്ക് ഗുരുതരമായ പരിക്കാണ് ഏറ്റിരി ക്കുന്നതെന്നുറപ്പ്. എങ്ങോട്ടെന്നറിയാതെ തെന്നിയും തെറിച്ചുമാണ് കടുവ ഓടിയിരിക്കുന്നത്.

കുറേ മുന്നോട്ടു ചെന്നപ്പോൾ ഒരിടത്ത് രക്തം ധാരാളമായി തളം കെട്ടി ക്കിടന്ന് കട്ടപിടിച്ചതു കാണാൻ കഴിഞ്ഞു. ഇവിടെ കുറേ നേരം അവൾ കിടന്നു

കാണും. എന്നാൽ അവിടെ നിന്നും അവൾ എങ്ങോട്ടെങ്കിലും പോയതിന്റെ ലക്ഷണങ്ങൾ ഒന്നും കാണാനും കഴിഞ്ഞില്ല. തൊട്ടടുത്തുള്ള മുൾപ്പടർപ്പിനുള്ളിൽ അവൾ കടന്നു കൂടിയിട്ടുണ്ടാവണം. അവിടെക്കിടന്നു ചത്തു കാണും. അതോ ഇപ്പോഴും ഒടുങ്ങാത്ത പകയുമായി പകുതി ജീവനോടെ തരംപാർത്ത് ഇരിക്കുകയാവുമോ? അതറിയാനായി ഞാനും എന്റെ കൂട്ടുകാരനും മാറി മാറി ആ മുൾപ്പടർപ്പിലേക്ക് തുരുതുരെ കല്ലുകൾ എറിഞ്ഞു നോക്കി. അതിനു യാതൊരു പ്രതികരണവുമുണ്ടായില്ല. ഞാൻ റൈഫിൾ മുൾക്കാടിനെ ലക്ഷ്യമാക്കിപ്പിടിച്ച് നാലഞ്ചു വെടികൾ ഉതിർത്തു. അതിനും മറുപടിയൊന്നും ലഭിച്ചില്ല. അപ്പോഴാണ് എന്റെ ചങ്ങാതിക്കൊരു ഐഡിയ തോന്നിയത്. അയാൾ മുൾക്കാടിനു പുറത്തുകണ്ട ഒരു മരത്തിൽ പിടിച്ചു കയറി. അതിനു മുകളിലിരുന്ന് കാടിനുള്ളിലേക്കു നോക്കിയാൽ കൂടുതൽ വ്യക്തമായ കാഴ്ച കിട്ടും. അയാൾ മരത്തിൽ കയറാൻ തുടങ്ങിയതും എവിടെ നിന്നെന്നറിയാതെ ഗർജ്ജനം മുഴക്കികൊണ്ട് കടുവ പുറത്തുവന്ന് അയാൾക്കു നേരെ ചാടി. അയാളാകട്ടെ ഭയന്ന് അത്യുച്ചത്തിൽ നിലവിളിച്ചു പോയി. ഞാൻ നിമിഷാർദ്ധം പോലും പാഴാക്കാതെ താപസിക്കു നേരെ മൂന്നു റൗണ്ട് വെടിയുതിർത്തു. അതോടെ അവൾ ഒരു വശത്തേക്കു മറിഞ്ഞു അന്ത്യശ്വാസം വലിച്ചു. എന്റെ ചങ്ങാതി ഒരു ദീർഘനിശ്വാസത്തോടെ എന്റെയടുത്ത് വന്നു നിന്നു. അപ്പോഴും ആ സാധു വിറയ്ക്കുന്നുണ്ടായിരുന്നു.

പരിശോധനയിൽ അവൾ വൃദ്ധയാണെന്നും ഒരു കോമ്പല്ല് തേഞ്ഞു പോയിട്ടുണ്ടെന്നും മനസ്സിലായി. അതുകൊണ്ടാവാം ഈ ഗ്രാമപ്രദേശത്തു നിന്ന് ആടിനെയും പശുക്കളേയുമൊക്കെ കട്ടുതിന്നു പുലരാം എന്നവൾ കരുതിയത്. കാട്ടിലാവുമ്പോൾ ഈ മട്ടിൽ എളുപ്പമല്ലല്ലോ ഇരതേടൽ. എന്തായാലും അവളൊരു താപസി തന്നെ. അതുകൊണ്ടാവും മനുഷ്യമാംസം ഒരിക്കലും രുചിച്ചു നോക്കുക പോലും ചെയ്യാതിരുന്നത്. മനുഷ്യൻ തന്നെക്കൊല്ലും മുൻപേ അവനെ കൊല്ലുക എന്നതാവാം അവളുടെ തത്ത്വസംഹിത!

■

കെന്നത്ത് ആൻഡേഴ്സൺ

തുരങ്കത്തിലെ പുള്ളിപ്പുലി

ഒരവധിക്കാലം ചെലവഴിക്കാൻ ഞാൻ തിരഞ്ഞെടുത്തത് ആന്ധ്രായിലെ ഗുണ്ടക്കൽ റെയിൽവേസ്റ്റേഷനു സമീപമുള്ള ഡിഗുവാമേട്ടയിലെ വന പ്രദേശമാണ്. വനഭംഗി ആസ്വദിക്കാനും തരംകിട്ടിയാൽ കാട്ടിലെ വീരന്മാരെ വല്ലവരെയും ഒരു നോക്ക് കാണാനും കഴിയുമല്ലോ എന്നതുമാത്രമല്ല കാരണം. ഡിഗുവാമേട്ടക്കും ചേലമയ്ക്കുമിടയിലുള്ള ആ ഹരിത വനപ്രദേശവും അവിടുത്തെ ഗിരിവർഗ്ഗക്കാരായ ചെഞ്ചുക്കളുടെ നിഷ്കളങ്കമായ സൗഹൃദവും ഞാനേറെ ഇഷ്ടപ്പെടുകയും ചെയ്തിരുന്നു.

ഗുണ്ടക്കൽ സ്റ്റേഷനിൽ നിന്നും മീറ്റർഗേജ് ലൈൻ നന്ദിയാൽ നഗരത്തിലെത്തുന്നു. അവിടെ നിന്നും കുറേകൂടി ചെന്നാൽ പ്രകൃതി സുന്ദരമായ ഒരു കുന്ന് കാണാം. ഇടവിട്ട കുന്നുകളും അവയ്ക്കിടയിലൂടെ ഒഴുകുന്ന കാട്ടരുവികളും ചേർന്ന് അവിടെ പ്രകൃതി മനോഹരമാക്കിയിരിക്കുന്നു. അവിടെ നിബിഡമായ വനാന്തർഭാഗത്തു കൂടി റെയിൽവേ ലൈൻ പോകുന്നു. ആ കൊടുംകാട്ടിനുള്ളിൽ രണ്ടു സ്റ്റേഷനുകളുമുണ്ട്. ബസവപുരം എന്നും ചേലമ എന്നുമാണവയുടെ പേര്. രണ്ടു തുരങ്കങ്ങളിലൂടെയാണ് ഈ രണ്ടു സ്റ്റേഷനുകളെ ബന്ധിപ്പിക്കുന്ന റെയിൽപ്പാത കടന്നു പോകുന്നത്. ആ തുരങ്കങ്ങൾ കഴിഞ്ഞാൽ കാണാറാകുന്നത് പച്ചപ്പ് നിറഞ്ഞ ഒരു താഴ്വരയാണ്. അതിന്റെ ഒരറ്റത്തുള്ള റെയിൽപ്പാലത്തിലൂടെ മുകളിൽ കയറിനിന്നു താഴോട്ടുനോക്കിയാൽ താഴ്വരയിലെ വൃക്ഷങ്ങളുടെ തലപ്പ് പുൽപ്പരപ്പിനു സമം പടർന്നു കാണാം. പാലം കടന്ന് കുറേകൂടി ചെന്നാൽ ഡിഗുവാമേട്ടയായി. അവിടം കൊണ്ട് കാട് അവസാനിക്കുന്നു. പിന്നെ കാണുന്നത് കൃഷിയിടങ്ങളാണ്.

ഡിഗുവാമേട്ട സ്റ്റേഷൻ മുതൽ തുരങ്കങ്ങൾ വരെയുള്ള പ്രദേശത്ത് ഒരു പുള്ളിപ്പുലി ചുറ്റിയടിക്കുന്നതായി ആയിടക്ക് വാർത്ത പരന്നിരുന്നു. സ്റ്റേഷനിൽ നിന്നും അധികം അകലെയല്ലാതെ റെയിൽപ്പാതയ്ക്കു സമീപം ഒരു ഫോറസ്റ്റ് ബംഗ്ലാവുണ്ട്. അതിന്റെ നോട്ടക്കാരൻ അലിംഖാൻ എന്റെ പരിചയക്കാരനാണ്. അയാൾ എനിക്കത്യാവശ്യം വേണ്ട സൗകര്യങ്ങളൊക്കെ ബംഗ്ലാവിൽ ഒരുക്കിത്തന്നു. അലിംഖാൻ ഒരു പ്രാരബ്ധക്കാരനാണ്; പാവം, രണ്ടു ഭാര്യമാർ, അഞ്ചു മക്കൾ, വിധവയായ സഹോദരി, അവളുടെ രണ്ടു മക്കൾ, പിന്നെ ഒരു

നായയും. ഇത്രയും അംഗങ്ങൾ അലിംഖാന്റെ തുച്ഛമായ വരവുകൊണ്ടാണ് പുലരുന്നത്.

മിക്കവാറും എല്ലാ ദിവസവും സന്ധ്യാസമയത്ത് ഞാൻ ബംഗ്ലാവിന്റെ വരാന്തയിൽ നിന്ന് സായാഹ്നസവാരിക്കിറങ്ങുന്ന കാട്ടുമൃഗങ്ങളെ നിരീക്ഷിക്കാറുണ്ട്. ഒരു ദിവസം ഞാൻ രാത്രി ഏഴുമണിയോടെ ഭക്ഷണം കഴിച്ചുകൊണ്ടിരിക്കുകയായിരുന്നു. പുറത്ത് വരാന്തയുടെ താഴെ മുറ്റത്തു നിന്നിരുന്ന നായയ്ക്ക് ഞാൻ ഒരു കഷ്ണം ചപ്പാത്തി എറിഞ്ഞു കൊടുത്തു. നായ അതു ചാടിപ്പിടിച്ചുകൊണ്ട് ഒരരികിലേക്കു മാറുന്നത് കണ്ടു. പിന്നെ കേട്ടത് അതിന്റെ ദയനീയമായ കരച്ചിലായിരുന്നു. ഒപ്പം ഒരു വന്യമൃഗത്തിന്റെ മുരൾച്ചയും കേട്ടു. എന്റെ റൈഫിൾ കിടപ്പറയിലായിരുന്നു. ശബ്ദകോലാഹലം കൊണ്ടു തന്നെ എനിക്കു മനസ്സിലായി, നായയെ ഒരു പുലി പിടികൂടിയിരിക്കുന്നു. ഞാൻ പുറത്തേക്കു ഓടിച്ചെന്നപ്പോൾ കണ്ടത് വലിയൊരു പുള്ളിപ്പുലി പിടയ്ക്കുന്ന നായയെ തന്റെ വായ്ക്കുള്ളിലമർത്തിപ്പിടിച്ചു കൊണ്ട് പുറത്തേക്കു ചാടാൻ തുടങ്ങുന്നതാണ്. നിമിഷാർദ്ധത്തിൽ ഞാൻ വരാന്തയിൽ കിടന്ന തടിക്കസേരയെടുത്ത് പുലിയെ ലക്ഷ്യമാക്കിയെറിഞ്ഞു. ഉന്നം തെറ്റിയില്ല. കസേര പുലിയുടെ ദേഹത്ത് ചെന്നുകൊണ്ടു. പക്ഷേ അതൊന്നും അവനത്ര കാര്യമാക്കിയില്ല. അവൻ നായയേയും വലിച്ചുകൊണ്ട് ഓടി മറഞ്ഞു.

വേഗം റൈഫിൾ നിറച്ചെടുത്തുകൊണ്ട് ഞാൻ പുറത്തേക്ക് ഓടി. എന്നാൽ ആ തിരക്കിനിടയിൽ ഞാനൊരു വിഢിത്തം കാട്ടി. ടോർച്ച് റൈഫിളിൽ പിടിപ്പിക്കാൻ ശ്രദ്ധിച്ചില്ല. ഒരു മരച്ചുവട്ടിൽ നിന്നുകൊണ്ട് ഞാൻ ചെവിവട്ടം പിടിച്ചു. അപ്പോൾ കുറച്ചകലെ നിന്ന് എല്ലുകൾ കടിച്ചു പൊട്ടിക്കുന്ന ശബ്ദം കേട്ടു. ശബ്ദം ലക്ഷ്യമാക്കി ഞാൻ ശ്രദ്ധാപൂർവ്വം ഓരോ ചുവടു മുന്നോട്ടു വച്ചു. ഏതാണ്ട് പത്തടി അകലത്തിലാണിപ്പോൾ പുലിയെന്ന് എനിക്കു ബോധ്യമായി. പക്ഷേ അപ്പോഴാണാപകടം സംഭവിച്ചത്. എന്റെ മുന്നിലുണ്ടായിരുന്ന ഒരു കുഴിയിലേക്കു ഞാൻ മറിഞ്ഞുവീണു. ശബ്ദം കേട്ട് പുലി ഗർജ്ജിച്ചുകൊണ്ട് ഓടിക്കളഞ്ഞു. ടോർച്ചുണ്ടായിരുന്നെങ്കിൽ കഥ മറ്റൊന്നാകുമായിരുന്നല്ലോ എന്നു വിചാരിച്ച് വിഷണ്ണനായ ഞാൻ കുഴിയിൽ നിന്നു കയറി ബംഗ്ലാവിലേക്കു മടങ്ങി. പിറ്റേന്നു രാവിലെ ഞാനും അലിം ഖാനും കൂടി ചെന്നുനോക്കുമ്പോൾ പാവം ആ നായയുടെ ഏതാനും ഭാഗങ്ങളേ ബാക്കിയുണ്ടായിരുന്നുള്ളൂ. അലിംഖാൻ അതു പെറുക്കിയെടുത്തുകൊണ്ടുവന്ന് സംസ്കരിച്ചു. അയാൾ മക്കളെപ്പോലെ സ്നേഹിച്ചിരുന്ന നായയാണല്ലോ അത്. ഇനിയും പുലിയുടെ വരവുണ്ടായാൽ എന്നെ അറിയിക്കണമെന്നു പറഞ്ഞിട്ട് ഞാൻ ബാംഗ്ലൂരിലേക്കു മടങ്ങിപ്പോന്നു.

മൂന്നു നാലു മാസങ്ങൾ കടന്നു പോയി. അങ്ങനെയിരിക്കെ അലിംഖാന്റെ ഒരു കത്തു കിട്ടി. പുലി വിശേഷം തന്നെ. ഡിഗുവാമേട്ട റെയിൽവേസ്റ്റേഷനിലെ

ഒരു ഗാംഗ്മാനെ അവിടുത്തെ ജലസംഭരണിക്കടുത്തു വച്ച് പുലി പിടിച്ചു വെന്നായിരുന്നു അലിംഖാൻ എഴുതിയിരുന്നത്. റാം എന്നുപേരായ ഈ ഗാംഗ്മാന് വാട്ടർടാങ്കിന്റെ സംരക്ഷണച്ചുമലതയും ഉണ്ടായിരുന്നു. അയാളുടെ സുഹൃത്തായ മറ്റൊരു ഗാംഗ്മാൻ ദിവസവും സന്ധ്യയാകുമ്പോൾ സിഗ്നൽ വിളക്ക് കത്തിക്കാൻ വരാറുണ്ട്. അയാളോടൊപ്പമാണ് റാം സ്റ്റേഷനിലേക്കു പതിവായി മടങ്ങാറുള്ളത്. ഒരു ദിവസം പതിവുപോലെ സിഗ്നൽ വിളക്ക് തെളിയിച്ച ശേഷം തിരിച്ചു പോരാനായി ആ ഗാംഗ്മാൻ റാമിനെ തിരഞ്ഞപ്പോൾ കാണാനില്ല. ഉറങ്ങിപ്പോയിരിക്കാമെന്നു കരുതി വിളിക്കാനായി അയാൾ വാട്ടർടാങ്കിനടുത്തെത്തിയപ്പോൾ കണ്ട കാഴ്ച ഭയാനകമായിരുന്നു. റാം മരിച്ചു കിടക്കുന്നു. ചുറ്റും പുലിയുടെ കാല്പാടുകളും റാമിന്റെ ശരീരത്തിന്റെ ഒരു ഭാഗത്തുനിന്ന് കുറേയധികം മാംസം കടിച്ചു കീറിത്തിന്നിരിക്കുന്നതും കണ്ടപ്പോൾ അയാളെ പുലി പിടിച്ചതാണെന്ന് ആ ഗാംഗ്മാന് ഉറപ്പായി. അയാൾ നിലവിളിച്ചുകൊണ്ട് ഓടിയെത്തി സ്റ്റേഷൻമാസ്റ്ററോടു വിവരം പറഞ്ഞു. ഇക്കാര്യങ്ങളാണ് അലിംഖാൻ എനിക്ക് എഴുതിയിരിക്കുന്നത്. സംഭവം നടന്ന് നാലാം ദിവസമാണ് കത്തു കിട്ടിയത്. വളരെ വൈകിപ്പോയെന്നു തോന്നിയെങ്കിലും അങ്ങോട്ടുപോകാൻ തന്നെ ഞാൻ തീരുമാനിച്ചു.

അവധിയെടുത്ത് യാത്രയ്ക്കുള്ള ഒരുക്കങ്ങൾ ചെയ്ത് കൊണ്ടിരിക്കെ അലിംഖാന്റെ ഒരു കമ്പിസന്ദേശം എനിക്കു കിട്ടി. അയാളുടെ സഹോദരിയുടെ കൗമാരപ്രായക്കാരിയായ ഒരു മകളെ പുലി കൊണ്ടുപോയിരിക്കുന്നു. പിന്നെ ഒരു നിമിഷം പോലും കളയാതെ ഞാൻ കാറിൽ ഡിഗുവാമേട്ടയിലേക്കു തിരിച്ചു. എന്നെ കണ്ടപ്പോൾ അലിംഖാന്റെ സഹോദരി പൊട്ടിക്കരഞ്ഞു. സ്വന്തം മകൾ നഷ്ടപ്പെട്ടതിന്റെ വേദനക്കൊപ്പം നാളെയെന്താവും വരാനിരിക്കുന്നതെന്ന ഭയവും അവരുടെ മുഖത്തു കാണാമായിരുന്നു.

ആ പെൺകുട്ടി മുറ്റത്ത് പൂവിറുത്തുകൊണ്ടു നിൽക്കുമ്പോഴാണ് പുലി ചാടിവന്ന് തൂക്കിക്കൊണ്ടുപോയത്. കുട്ടിയുടെ പേടിച്ചരണ്ട നിലവിളി കേട്ട് ഓടിയെത്തിയ അമ്മയ്ക്ക് പോലും ഒന്നും കാണാൻ സാധിച്ചില്ല. അപ്പോഴേക്കും പുലി കാട്ടിലെത്തിയിരുന്നു. അവരുടെ നിലവിളി കേട്ടാണ് മറ്റുള്ളവർ ഓടിയെത്തിയത്. അന്വേഷിച്ചുപോയ അലിംഖാന് കിട്ടിയത് ഭാഗ്യഹീനയായ ആ കുഞ്ഞിന്റെ വസ്ത്രത്തുണ്ടുകളും പൊട്ടിയ മാലയിലെ ചില മുത്തുകളും മാത്രം!

ഇനിയിവനെ വിലസാൻ വിട്ടുകൂടെന്ന് ഞാൻ തീരുമാനിച്ചു. കാട്ടുമൃഗങ്ങളാണെങ്കിലും അവയ്ക്കു ഗിരിവർഗ്ഗക്കാരേയും എന്നെപ്പോലെയുള്ള വരത്തന്മാരേയും തിരിച്ചറിയാം. അതുകൊണ്ട് ഞാനൊരു വേഷം മാറ്റൽ നടത്തി. പാന്റും ഷർട്ടുമൊക്കെ മാറ്റി മുഷിഞ്ഞ് കീറിപ്പറിഞ്ഞ ഒരു മുണ്ടും ചുറ്റി

ശരീരത്തും മുഖത്തുമെല്ലാം കരിയും ചെളിയുമൊക്കെ പുരട്ടി ഒന്നാന്തരം ഒരു ഫാൻസിഡ്രസ് മത്സരത്തിനെന്ന പോലെയാണ് ഞാൻ കാട്ടിലെത്തിയത്. അന്ന് കുറെ അലഞ്ഞെങ്കിലും പുലിയെക്കുറിച്ച് ഒരു സൂചനയും കിട്ടിയില്ല. ഞാൻ മടങ്ങി. ബംഗ്ലാവിനു മുന്നിൽ എന്നെ കാത്ത് സ്റ്റേഷൻ മാസ്റ്ററും ഡ്രൈവറും ഫയർമാനും ഗാർഡും മറ്റും കാത്തുനിൽക്കുന്നുണ്ടായിരുന്നു. എന്നെ കണ്ടയുടനെ ഡ്രൈവർ പറയാൻ തുടങ്ങി. "സർ, തുരങ്കത്തിൽ നിന്നും പുറത്തേക്ക് വണ്ടി കടന്നയുടനെ കുറച്ചകലെ റെയിലിന്റെ ഒരു വശത്ത് ഒരു മനുഷ്യശരീരം കിടക്കുന്നത് ഞാൻ കണ്ടു. ഞാൻ വണ്ടി നിർത്തി. മറ്റേതെങ്കിലും വണ്ടി തട്ടിയതായിരിക്കാമെന്നാണ് കരുതിയത്. അടുത്തുചെന്നു നോക്കിയപ്പോൾ ശരീരത്തിന്റെ ഒരു ഭാഗത്തെ മാംസം മുഴുവൻ കാർന്നു തിന്നിരിക്കുന്നതായി കണ്ടു. പുലി പിടിച്ചതാണെന്ന് ഞാനൂഹിച്ചു. കോണകം മാത്രം ധരിച്ച ഒരു ഗിരിവർഗ്ഗക്കാരനായിരുന്ന അത്". കാര്യമെല്ലാം മനസ്സിലാക്കിയ ഞാൻ വേണ്ടതു ചെയ്യാമെന്ന് ഉറപ്പു കൊടുത്ത് അവരെ പറഞ്ഞയച്ചു. നല്ല ഉറക്കക്ഷീണമുള്ളതുകൊണ്ട് ഉടനെ പുറപ്പെട്ടാൽ കാര്യം കുഴപ്പമായേക്കും. ഞാൻ നന്നായൊന്നുറങ്ങി. പുലർച്ചെ നാലുമണിക്കെഴുന്നേറ്റു. ചായ കുടിച്ച ശേഷം സന്നാഹങ്ങളുമായി ഞാനും അലിംഖാനും കൂടി പുറപ്പെട്ടു. ഞങ്ങൾ റെയിൽപ്പാലത്തിനടുത്തെത്തി. പാലത്തിന്റെ സ്ലീപ്പറുകളിൽ കൂടി, ഞാണിന്മേൽ കളിക്കുന്ന സർക്കസ് അഭ്യാസിയെപ്പോലെ, ഞങ്ങൾ വളരെ സൂക്ഷിച്ച് അപ്പുറം കടന്ന് തുരങ്കത്തിനടുത്തെത്തി.

അവിടെ പാളത്തിനരികിൽ ശരീരത്തിൽ അല്പം മാത്രം മാംസവുമായി ഒരു മനുഷ്യന്റെ അസ്ഥിപഞ്ജരം കിടന്നിരുന്നു. ദൃഢഗാത്രനായ ഒരു ചെഞ്ചു വർഗ്ഗക്കാനാണതെന്ന് എനിക്കു മനസ്സിലായി. ഡ്രൈവർ കാണുമ്പോൾ ഇത്രയും മാംസം നഷ്ടപ്പെട്ടിരുന്നില്ല. അതിനർത്ഥം ആ നരമാംസപ്രിയൻ വീണ്ടും വന്ന് മാംസം കടിച്ചു കീറി തിന്നിട്ട് പോയെന്നാണ്. ഞാനല്പം വൈകിപ്പോയോ? ഇനി ഈ അല്പമാത്രഭക്ഷണം തേടി അവൻ വരുമോ? എനിക്കു സംശയം തോന്നി.

ആ സമയം തുരങ്കത്തിൽ നിന്നും ഒരു ട്രെയിൻ വരുന്ന ശബ്ദം കേട്ട് ഞാനും അലിംഖാനും ഓടിമാറി ഡ്രൈവർക്കു കാണാവുന്ന രീതിയിൽ നിന്നു. വണ്ടി അല്പം വേഗതയിലാണ് വന്നതെങ്കിലും എന്റെ ആംഗ്യം മനസ്സിലാക്കി കുറച്ചകലെയായി അയാൾ വണ്ടി നിർത്തി. അല്പം കഴിഞ്ഞപ്പോൾ മുന്നിൽ നിന്നു ഡ്രൈവറും പിന്നിൽ നിന്നു ഗാർഡും എന്റെ അടുത്തെത്തി. ഞാനവരെ ആ ഹതഭാഗ്യന്റെ മിച്ചശരീരം കാണിച്ച് സംഭവം വിവരിച്ചു. അലിംഖാനെകൂടി വണ്ടിയിൽ കയറ്റി സ്റ്റേഷനിൽ ഇറക്കണമെന്നും മാസ്റ്ററോട് വേണ്ട നടപടികൾ സ്വീകരിക്കാൻ പറയണമെന്നും ആവശ്യപ്പെട്ടു. തുരങ്കത്തിന്റെയോ പാലത്തിന്റെയോ സമീപത്തേക്ക് ആരും വരാതെ നോക്കാൻ റെയിൽവേ പോലീസിനെ ചുമതലപ്പെടുത്തണമെന്നും അന്നു രാത്രി ഞാനാപുലിയെ നേരിടാൻ

തീരുമാനിച്ചിരിക്കുകയാണെന്നും കൂടി അറിയിക്കാൻ ഏല്പിച്ചു. രണ്ടുമണിയോടെ ആ വഴി വരുന്ന ട്രെയിനിൽ എനിക്കുള്ള ഭക്ഷണം, കമ്പിളി തുടങ്ങിയവയുമായി മടങ്ങിയെത്തണമെന്ന് അലിംഖാനെ ചട്ടം കെട്ടി. ഞങ്ങളുടെ ഈ സംസാരത്തിനിടെ വണ്ടിയിൽ നിന്നും അനേകം യാത്രക്കാർ കൗതുകം മൂലം വിവരം അറിയാൻ ഓടിയെത്തി. പുലി തിന്നതിന്റെ ബാക്കിയായ ആ സാധുവിന്റെ കിടപ്പുകണ്ട് ഭയഭീതരും ദുഃഖിതരുമായി അവർ തിരികെ വണ്ടിയിൽ കയറിയതും വണ്ടി വിട്ടുപോയി.

അല്പം കഴിഞ്ഞപ്പോൾ കഴുകന്മാർ, ബാക്കിയുള്ള മൃതദേഹം ഭക്ഷിക്കാൻ പറന്നടുത്തു കൊണ്ടിരുന്നു. ഞാനവയെ കല്ലെറിഞ്ഞ് വിരട്ടിയോടിച്ചു. അങ്ങനെ രണ്ടുമണി വരെ കഴുകനെ വിരട്ടിക്കൊണ്ടിരുന്നപ്പോൾ അടുത്ത വണ്ടി വന്നു. അത് എനിക്കായി പ്രത്യേകം നിർത്തി അലിംഖാനെ ഇറക്കി വിട്ടു. അയാൾ എനിക്കുള്ള ഭക്ഷണവും കമ്പിളിയും മറ്റും കൊണ്ടു വന്നു. അപ്പോഴാണ് ഞാനൊരു കാര്യം ഓർമ്മിച്ചത്. അലിംഖാൻ എന്നോടൊപ്പം നിന്നാൽ പുലിയിൽ നിന്നും അയാളെ സംരക്ഷിക്കുന്ന ചുമതലകൂടി എനിക്കുണ്ടാവും. മുഴുവൻ ശ്രദ്ധയും പുലിക്കായി മാറ്റിവയ്ക്കാൻ കഴിയാതെ വരും. പക്ഷേ ഇനി അയാളെ ഒറ്റയ്ക്കു നടന്നു പോകാൻ അനുവദിക്കുന്നതും ശരിയല്ല. അതുകൊണ്ട് അയാൾ എന്റെ ഒപ്പം നിൽക്കട്ടെ എന്നുറപ്പിച്ചു.

പുലിയെ പ്രതീക്ഷിച്ച് തുരങ്കവാതില്ക്കൽ കാത്തിരിക്കുന്നത് അപകടമാണ്. കാരണം തുരങ്കത്തിലെ ഇരുട്ടിൽ നിന്ന് എന്നെ കണ്ടുകൊണ്ട് വരുന്ന അവന്റെ ആക്രമണം ചടുലമായിരിക്കും. എനിക്കവനെ കാണാൻ കഴിയുകയുമില്ല. തുരങ്കത്തിന്റെ മുകൾഭാഗത്ത് ചരിഞ്ഞ ഒരു പ്രതലമുണ്ട്. അവിടെ കയറി ഇരുന്നാൽ തുരങ്കത്തിൽ നിന്നോ റയിലിലൂടെയോ വരുന്ന പുലിയെ എനിക്കു കാണാൻ കഴിയും. സാധാരണ, പുലിയും കടുവയും മുകളിലേക്കു നോക്കി നടക്കാറില്ലാത്തതു കൊണ്ട് അവൻ എന്നെ കാണാനുള്ള സാധ്യതയുമില്ല. ഞാനും അലീമും കൂടി അവിടെ കയറിയശേഷം കുറേ ഉരുളൻ കല്ലുകൾ പെറുക്കി കൊണ്ടുവന്ന് ഒരു അരമതിൽ അവിടെ നിർമ്മിച്ചു. അതിന്റെ പിന്നിൽ മറഞ്ഞിരുന്നുകൊണ്ട് പുലിയുടെ ശ്രദ്ധയിൽ പെടാതെ അവനെ നിരീക്ഷിക്കാമെന്നതാണ് അതുകൊണ്ടുള്ള ഗുണം. അവിടെയിരുന്നാൽ മൃതദേഹം ശരിക്കു കാണാം. അതിനുള്ള വിടവുകൾ ഇട്ടാണ് മതിലുണ്ടാക്കിയത്. പക്ഷേ ആ വിടവുകളിലൂടെ റൈഫിൾ പ്രയോഗിക്കുന്നതിൽ ചില അസൗകര്യങ്ങളുണ്ടെന്ന് ഞാൻ മനസ്സിലാക്കി. എങ്കിലും മറ്റു മാർഗ്ഗങ്ങളൊന്നും ബുദ്ധിയിൽ തോന്നാത്തതിനാൽ അവിടെത്തന്നെ ഇരുന്നു.

നേരം സന്ധ്യയായി പെട്ടെന്ന് ഇരുൾ പരന്നു. മൃതദേഹം കിടക്കുന്നത് അരണ്ട വെളിച്ചത്തിൽ കഷ്ടിച്ചു കാണാമെന്നേയുള്ളൂ. അങ്ങനെയിരിക്കുമ്പോൾ ഞങ്ങളുടെ പിന്നിൽ പാറക്കല്ലുകൾ ഉരുളുന്ന ശബ്ദം കേട്ടു. പുലി പിന്നിൽ നിന്ന് ഞങ്ങളെ ആക്രമിക്കാൻ വരികയാവണം. അടുത്ത നിമിഷം

അവൻ ഞങ്ങളിലൊരാളുടെ മുതുകിലേക്കു ചാടിവീഴും. എന്തുചെയ്യണമെന്ന് ആലോചിക്കും മുമ്പ് താഴെ തുരങ്കത്തെ കിടുകിടുപ്പിച്ചു കൊണ്ട് ഒരു ട്രെയിൻ അലറി വിളിച്ച് പാഞ്ഞുവന്നു. ആ ബഹളം കേട്ട് ഓടുന്നതിനു പകരം ആ ബഹളത്തിൽ ഞങ്ങളുടെ ശ്രദ്ധ പതറുന്നതാണ് തനിക്കു പറ്റിയ മുഹൂർത്തമെന്നറിഞ്ഞ് ഞങ്ങളെ പിടിക്കാൻ പുലി മുന്നോട്ടു വരികയാണ് ചെയ്തത്. പക്ഷേ അവൻ അടുത്തു വരുംവരെ ഒരാളെ മാത്രമെ കണ്ടിരുന്നുള്ളൂ എന്നു വേണം കരുതാൻ. അടുത്തു വന്നപ്പോൾ മാത്രമാവും ഞങ്ങൾ രണ്ടാളുണ്ടെന്ന് അവൻ മനസ്സിലാക്കിയത്. രണ്ടുപേരെ ഒന്നിച്ചു കണ്ടപ്പോൾ ആരെ ആക്രമിക്കണമെന്നൊരു ചിന്താക്കുഴപ്പം കൊണ്ടാവാം ഒരു നിമിഷം അവൻ നിന്നു പോയത്. കോമ്പല്ല് പുറത്തുകാട്ടി മുരണ്ടു നിൽക്കുന്ന അവൻ ഞങ്ങളുടെ തൊട്ടടുത്ത് എത്തിക്കഴിഞ്ഞിരുന്നു, അപ്പോൾ. ശരിക്കും ഭയന്നുവിറച്ചു പോയ അലിംഖാൻ അലറിവിളിച്ചുകൊണ്ട് ചാടിയെഴുന്നേറ്റു. ആ ബഹളം കേട്ട് പുലി ഓടിക്കളയേണ്ടതായിരുന്നു. പക്ഷേ അതിനുപോലും സമയം കൊടുക്കാതെ ഞാനെന്റെ റൈഫിളിലെ ടോർച്ച് അവന്റെ കണ്ണുകളിലേക്ക് തെളിക്കുകയും നിറയൊഴിക്കുകയും ഒന്നിച്ചു കഴിച്ചു. തിരുനെറ്റിയിൽ തന്നെയാണ് വെടിയുണ്ട തറച്ചു കയറിയത്. അവൻ കുതിച്ചുചാടി ഞങ്ങൾക്കിടയിലൂടെ മുന്നോട്ടു പാഞ്ഞ് റെയിൽപ്പാളത്തിൽ ചെന്നുവീണു. അപ്പോഴേക്കും അവന്റെ ജീവൻ നഷ്ടപ്പെട്ടിരുന്നു. അങ്ങനെ ആ നരഭോജിയുടെ ജൈത്രയാത്ര അവസാനിച്ചു.

∎

കെന്നത്ത് ആൻഡേഴ്സൺ

ഒരു ഭീകരന്റെ അന്ത്യം

അതിഭയങ്കരനായ ഒരു കടുവ. അവൻ മനുഷ്യവർഗ്ഗത്തോട് നിത്യ ശത്രുത പ്രഖ്യാപിച്ചുകൊണ്ട് നിരന്തരം നരനായാട്ടു നടത്തുന്നു. മൈസൂരിലെ ചാമരാജനഗർ-സത്യമംഗലം റോഡുവരെയും, തെക്ക് നീലഗിരി വരെയും കിഴക്ക് ഡിംബം ഗ്രാമം വരെയും പടിഞ്ഞാറ് ബന്ദിപ്പൂർ വരെയുമുള്ള പ്രദേശത്തെ ജനങ്ങൾ ഈ നരഭോജിയുടെ ആക്രമണം ഭയന്ന് സദാ കിടുകിടെ വിറച്ചു കഴിയുന്ന കാലം.

വാസ്തവം പറഞ്ഞാൽ ഈ കടുവയെ നരഭോജിയാക്കിയത് എന്റെ സുഹൃത്തും നായാട്ടുകാരനുമായ ഹഗ്ഗിയാണെന്നു പറയാം. ഒരിക്കൽ മൂപ്പർ തന്റെ കൃഷിയിടത്തിലൂടെ നടക്കുകയായിരുന്നു. വയലിൽ ഒരിടത്ത് ഒരു കാട്ടുപന്നിയെ കടിച്ചുകീറി തിന്നുകൊണ്ടു നിൽക്കുന്ന ഭീകരരൂപിയായ ഒരു കടുവയെക്കണ്ട് ഹഗ്ഗി നടുങ്ങിപ്പോയി. ഹഗ്ഗിയെ കണ്ടതും അവൻ അയാളുടെ നേർക്കു ചാടിവീണു. സദാ കയ്യിൽ കരുതാറുണ്ടായിരുന്ന റൈഫിൾ കൊണ്ട് ഹഗ്ഗി അവന്റെ നേർക്കു നിറയൊഴിച്ചു. കടുവയുടെ കാലിലാണ് വെടുയുണ്ട കയറിയത്. പിന്നെ ആക്രമിക്കാൻ നിൽക്കാതെ അവൻ ഓടി മറഞ്ഞു. പക്ഷേ അതോടെ അവൻ മനുഷ്യവർഗ്ഗത്തിന്റെ പ്രഖ്യാപിത ശത്രുവായി മാറി. കോയമ്പത്തൂർ ജില്ലയുടെ വടക്കനതിർത്തി ഗ്രാമമായ മുടിയന്നൂരിൽ വച്ചാണ് ഈ ഏറ്റുമുട്ടൽ ഉണ്ടായത്.

മുറിവേറ്റ കടുവ പിന്നെ പ്രത്യക്ഷപ്പെടുന്നത് മുടിയന്നൂരിൽ നിന്നും ആറേഴു മൈലകലെയുള്ള തലൈവടിയിലാണ്. ഒരു തീറാധാരം രജിസ്റ്റർ ചെയ്യാൻ തലൈമലയിൽ നിന്നും വന്ന ഒരു നിർഭാഗ്യവാനാണ് ആദ്യമായി നമ്മുടെ കഥാനായകന്റെ ഇരയായത്. പക്ഷേ പോലീസ് ധരിച്ചത് അയാളുടെ ഒപ്പം വന്ന സുഹൃത്ത് പണം തട്ടിയെടുത്തിട്ട് കൊന്നതാണെന്നായിരുന്നു. എങ്കിലും പിന്നീടു നടന്ന അന്വേഷണത്തിൽ അയാൾ കൊല്ലപ്പെട്ടത് കടുവയുടെ ആക്രമണ ഫലമായാണെന്ന് തെളിഞ്ഞു.

ഏതാണ്ട് ഒരു മാസം കഴിയും മുൻപ് അടുത്ത കൊല നടന്നു. നീലഗിരി ജില്ലയിൽ തന്നെയുള്ള നഗലൂർ ഗ്രാമത്തിൽ വെച്ച് ഒരു പാവം ഗ്രാമീണൻ കടുവയുടെ ആക്രമണത്തിൽ മരിച്ചതായി വാർത്ത പരന്നു. അധികം

വൈകാതെ മൂന്നാമത്തെ നരമേധവും നടന്നു. അതു വയനാട്ടിലെ സുൽത്താൻ ബത്തേരിയിലേക്കുള്ള റോഡരികിൽ വച്ചായിരുന്നു. ഒരു വൃദ്ധനും അയാളുടെ രണ്ടാൺമക്കളും ഒന്നിച്ച് ആ വഴി വരികയായിരുന്നുവത്രെ. തലൈമലയിൽ നിന്നും നഗലൂരിലേക്കായിരുന്നു മൂവർ സംഘത്തിന്റെ യാത്ര. വിശപ്പും ദാഹവും കൊണ്ട് വലഞ്ഞു നടക്കുമ്പോഴാണ് വഴിയോരത്തുള്ള മാവിൻ ചുവട്ടിൽ ധാരാളം മാമ്പഴം വീണു കിടക്കുന്നത് അവർ കണ്ടത്. മാമ്പഴം വയർ നിറയെ കഴിച്ചപ്പോൾ വിശപ്പും ദാഹവും മാറി. അല്പനേരം മാഞ്ചുവട്ടിൽ വിശ്രമിച്ച ശേഷം അവർ യാത്ര തുടർന്നു. പുത്രന്മാർ ഇരുവരും മുന്നിലും അല്പം പിന്നിലായി വൃദ്ധനും നടന്നു. കുറേ നടന്നപ്പോൾ പിന്നിലെന്തോ ഒരു ശബ്ദം കേട്ട് മക്കൾ തിരിഞ്ഞു നോക്കി.

അവർ കണ്ടത് നടുക്കുന്ന കാഴ്ചയായിരുന്നു. വലിയൊരു കടുവ തങ്ങളുടെ അച്ഛന്റെ കഴുത്തിന് കടിച്ചുവലിച്ചുകൊണ്ട് അതിവേഗം കാട്ടിലേക്ക് ഓടി മറയുന്നു. അവർ നെഞ്ചത്തടിച്ച് നിലവിളിച്ചു. സാധാരണഗതിയിൽ ആക്രമണോത്സുകനായി വരുന്ന കടുവ ഗർജ്ജിക്കുകയോ മുരളുകയോ എങ്കിലും പതിവുണ്ട്. എന്നാൽ ഇവനാകട്ടെ കരിയില അനങ്ങുന്ന ശബ്ദം പോലും ഉണ്ടാക്കാതെ നിശ്ശബ്ദമായി വന്ന് ആക്രമിക്കുകയാണുണ്ടായത്. തുടർന്ന് ഈ നരഭോജി തന്റെ വിഹാരരംഗം കൂടുതൽ വിസ്തൃതമാക്കുവാൻ തുടങ്ങി. ആ പ്രദേശത്തുള്ളവരെല്ലാം ഭയാക്രാന്തരായിത്തീർന്നു. സമാധാനത്തോടെ യാത്ര ചെയ്യാനോ, കൃഷിപ്പണികൾ ചെയ്യാനോ പോലും അവർക്കു കഴിയാതെയായി. ഊണിലും ഉറക്കത്തിലും കടുവയെ ഭയന്നു കഴിയേണ്ട സ്ഥിതി!

ഈ സന്ദർഭത്തിലാണ് അവനെ നേരിടാനുള്ള ദൗത്യം ഞാൻ ഏറ്റെടുക്കുന്നത്. ഞാനാദ്യം ചെയ്തത് എന്റെ പ്രതിയോഗിയുടെ വിഹാരരംഗം ആകെയൊന്നു നിരീക്ഷിക്കുകയാണ്. അവനെ ആകർഷിച്ചു വരുത്താനുള്ള മാർഗ്ഗമായി സുൽത്താൻ ബത്തേരി റോഡിലും, തലൈമല-തലൈവടി നിരത്തിലും മോയാർ നദിയുടെ തീരത്ത് രണ്ടിടങ്ങളിലുമായി നാലു കന്നുകളെ കെട്ടിനിർത്താൻ തീരുമാനിച്ചു. അതിനുമുൻപായി എനിക്കിരിക്കാൻ അനുയോജ്യമായ സ്ഥലത്ത് ഒരു മച്ചാൻ ഉണ്ടാക്കാനും വിചാരിച്ചു. തലൈവടി റോഡിലൂടെ കുറച്ചുദൂരം നടന്നപ്പോൾ ഒരു നീർച്ചാൽ കണ്ടു. ആ നീർച്ചാലിന്റെ ഈർപ്പമുള്ള മണൽത്തിട്ടയിൽ കടുവയുടെ പാദങ്ങൾ പതിഞ്ഞതു വ്യക്തമായി കാണാൻ കഴിഞ്ഞു. അവൻ ഇവിടെ അടുത്തെവിടെയോ ക്യാമ്പു ചെയ്യുന്നുണ്ടെന്നതിന്റെ ലക്ഷണമാണത്. നീർച്ചാലിന്റെ തീരത്ത് വലിയൊരുആൽമരമുണ്ടായിരുന്നു. അതിനു മുകളിൽ മച്ചാൻ ഉണ്ടാക്കാൻ വളരെ സൗകര്യമാണെന്നും കണ്ടു. ഉടനെ അവിടെ ഒരു ചെറിയ മച്ചാൻ ഉണ്ടാക്കി ചുവടെ ഒരു കന്നിനെ കെട്ടിയിട്ട് ഞാനും സഹായികളും സുൽത്താൻ ബത്തേരി റോഡിലേക്കു നടന്നു. ഹതഭാഗ്യനായ ആ സാധു വൃദ്ധൻ കൊല ചെയ്യപ്പെട്ട

സ്ഥലം അയാളുടെ മക്കൾ ഞങ്ങൾക്കു കാട്ടിത്തന്നു. അതിനല്പം അകലെയായി മറ്റൊരു കാട്ടരുവി ഉണ്ടായിരുന്നു. അവിടെയും ഒരു വൃക്ഷത്തിൽ മച്ചാൻ കെട്ടിയുണ്ടാക്കിയ ശേഷം താഴെ ഒരു കന്നിനെ കെട്ടിനിർത്തി. തുടർന്നു മോയാറിന്റെ തീരത്ത് സാധാരണ വന്യമൃഗസഞ്ചാരം പതിവുള്ളിടത്ത് സൗകര്യം നോക്കി രണ്ടു മച്ചാനുകൾ കൂടി ഉണ്ടാക്കി അവിടെയും കന്നുകളെ കെട്ടിനിർത്തി. കടുവയെ ആകർഷിക്കാനുള്ള കെണികളൊക്കെ വിജയകരമായി ഒരുക്കിയ ശേഷം ഞങ്ങൾ ഹഗ്ഗിയുടെ ബംഗ്ലാവിൽ രാത്രി കഴിച്ചു. എല്ലാ ദിവസവും കന്നുകളെ ചെന്നു നോക്കാനും അവയ്ക്കു തീറ്റ കൊടുക്കാനും ഏതെങ്കിലും കന്ന് ആക്രമിക്കപ്പെട്ടുവോ എന്നറിയാനും ചുമതലയേറ്റത് കടുവ കൊലപ്പെടുത്തിയ വൃദ്ധന്റെ പുത്രൻമാർ തന്നെയായിരുന്നു.

അടുത്ത ദിവസം രാവിലെ അവർ ഓടിവന്നു പറഞ്ഞു, മോയാർ തീരത്തു കെട്ടിയിട്ടിരുന്ന കന്നും, തലൈവാടി റോഡിൽ കെട്ടിയിരുന്ന കന്നും ആക്രമിക്കപ്പെട്ടിരിക്കുന്നു. രണ്ടിനേയും പകുതി വീതമേ കടുവ തിന്നിട്ടുള്ളൂ. ഏകദേശം അഞ്ചു മൈൽ അകലെയായി കെട്ടിയിരുന്ന കന്നുകളെയാണ് ഒരേ രാത്രി കൊലപ്പെടുത്തിയിരിക്കുന്നത്. അതായത് ഒരു കടുവയല്ല കൊല നടത്തിയിരിക്കുന്നത്. രണ്ടു കടുവകൾ രംഗപ്രവേശം നടത്തിയിരിക്കുന്നു. ഇതിൽ ആരാണ് ജനങ്ങൾക്കു പേടിസ്വപ്നമായ നരഭോജി? അതു തിരിച്ചറിഞ്ഞാലേ എന്റെ ജോലി തുടരാൻ കഴിയൂ. ആലോചിച്ചപ്പോൾ തലൈവടി റോഡിനു സമീപം കെട്ടിയിരുന്ന കന്നിനെ ആക്രമിച്ചവൻ തന്നെയാവും അവനെന്ന് ഞാൻ ഊഹിച്ചു. അതിനടുത്താണ് അവൻ ആദ്യം അരങ്ങേറ്റം നടത്തിയ ഹഗ്ഗിയുടെ കൃഷിയിടം. വൃദ്ധനെ പിടികൂടിയതും അവിടെ വച്ചാണല്ലോ. സാധാരണയായി ജനസഞ്ചാരം ഉള്ള പ്രദേശവുമാണ്. ആ നിലയ്ക്ക് അവൻ തന്നെയായിരിക്കണം ഞാൻ തേടുന്ന വില്ലൻ. അന്നു രാത്രി അവനെ കാണാൻ ഞാൻ തയ്യാറെടുത്തു. ഹഗ്ഗിയുടെ വക ഗംഭീരമായ ഉച്ചശാപ്പാട് കഴിച്ച ശേഷം രണ്ടുമണിയോടുകൂടി ഞാൻ ഏറുമാടത്തിൽ കയറി ഇരിപ്പുറപ്പിച്ചു. അഞ്ചുമണി വരെ ഒരു മനുഷ്യൻ പോലും ആ വഴി നടക്കുന്നതു കണ്ടില്ല. കടുവയെ പേടിച്ച് ആരും ആ വഴി വരാത്തതാണെന്ന് ഞാനൂഹിച്ചു. അഞ്ചുമണി കഴിഞ്ഞപ്പോൾ ഹഗ്ഗിയുടെ സഹായിയായ ഡിസൂസ ഒരു തോക്കുമായി വന്നു. എന്റെ സഹായികളും അയാൾക്കൊപ്പം ഉണ്ടായിരുന്നു. ഡിസൂസ അമ്പരപ്പിക്കുന്ന ഒരു വാർത്തയും കൊണ്ടാണ് വന്നത്.

ഏകദേശം പത്തൊൻപത് മൈൽ അകലെ ഡിംബം എന്ന ഗ്രാമത്തിൽ കിണറ്റിൽ നിന്നും വെള്ളമെടുക്കാൻ പോയ ഒരു സ്ത്രീയെ കടുവ കൊന്നിരിക്കുന്നു. രാത്രി ഇവിടെ ഒരു കന്നിനെ കൊന്ന ശേഷം ഇത്രയധികം ദൂരെയെത്തി സ്ത്രീയെ കൊല്ലാൻ ഒരേ കടുവയ്ക്ക് സാധ്യമല്ലാത്തതിനാൽ ഇവിടെ രണ്ടു കന്നുകളെയും കൊന്ന കടുവകളല്ല ഞാൻ അന്വേഷിക്കുന്ന യഥാർത്ഥ പ്രതിയെന്ന് എനിക്കുറപ്പായി. ഇനിയിവിടെ കാത്തിരിക്കേണ്ടതില്ലെന്നുറപ്പിച്ച് ഞാൻ

ഉടനെ ഹഗ്ഗിയുടെ വീട്ടിലേക്കു മടങ്ങിപ്പോന്നു. അവിടെനിന്ന് പിറ്റേന്ന് ഹഗ്ഗിയോടു വിവരം പറഞ്ഞിട്ട് ഒരു സ്റ്റുഡിബേക്കർ കാറിൽ ഞാനും അനുയായികളും കൂടി ഡിംബം ഗ്രാമത്തിലേക്കു യാത്രയായി. സന്ധ്യയോടെയാണ് യാത്ര തുടങ്ങിയത്. കാറിന്റെ ഹെഡ്‌ലൈറ്റ് പ്രകാശം ചൊരിഞ്ഞപ്പോൾ മുന്നിൽ പാതമുറിച്ചു കടക്കുന്ന വരണ്ട പുഴയും മറുകരയിൽ ചെങ്കുത്തായ ഇറക്കവും കണ്ടു. പൊടുന്നനെ പാറയ്ക്കു കുറുകെ ഒരു പറ്റം കാട്ടുപോത്തുകൾ നിൽക്കുന്നതു കാണായി. ലൈറ്റ് ചെന്നുവീണപ്പോൾ അവയുടെ കണ്ണുകൾ ചെറുപന്തങ്ങൾ പോലെ ജ്വലിച്ചു. കാറിന്റെ ശബ്ദം കേട്ട് പോത്തുകൾ നാലുപാടും ഓടിയെങ്കിലും അവരുടെ നേതാവ് അങ്ങനെ പിൻവാങ്ങാൻ തയ്യാറില്ലായിരുന്നു. അവൻ തല താഴ്ത്തി യുദ്ധത്തിനു തയ്യാറെടുത്ത് റോഡിന്റെ നടുക്കുതന്നെ നിലയുറപ്പിച്ചു. മുൻകാൽകുളമ്പുകൾ കൊണ്ടു തറയിൽ ശക്തിയായി മാന്തിക്കൊണ്ടുള്ള ആ നില്പത്ര പന്തിയല്ല. അവൻ അപകടകാരിയാണെന്ന് ഞാൻ ഉറപ്പിച്ചു. സാധാരണഗതിയിൽ മനുഷ്യരെ കണ്ടാൽ കാട്ടുപോത്തുകൾ ഓടിമറയുകയാണ് പതിവ്. എന്നാലിവൻ ആ പതിവു തെറ്റിക്കാൻ തന്നെയാണ് ഭാവം. ഞാനാകെ ചിന്താക്കുഴപ്പത്തിലായി. അവനെ വെടിവയ്ക്കാൻ എനിക്കുദ്ദേശ്യമില്ല. എന്നാൽ എന്റെ സന്മനസ്സ് അവൻ തിരിച്ചറിയണമെന്നില്ല. ഓടിവന്ന് എന്റെ കാർ കുത്തിമറച്ചിട്ടാൽ എന്റെ കാറും പോകും. ഞങ്ങളിൽ ചിലർ സിദ്ധികൂടും. ഒരിക്കൽ ഒരു ട്രക്ക് കുത്തിമറിച്ചിടുന്ന ഒരു കാട്ടുപോത്തിനെ ഞാൻ കണ്ടിട്ടുണ്ട്. അന്ന് ആ ട്രക്കിലുണ്ടായിരുന്ന മൂന്നു പേരാണ് മരിച്ചത്. അതുപോലെയൊരു പരീക്ഷണത്തിനു നില്ക്കാനാവില്ല.

പെട്ടെന്ന് എനിക്കൊരാശയം തോന്നി. എന്റെ കാറിന്റെ ഹോൺ മുഴക്കി. പഴയ ക്ലാക്സൻ ഹോണാണ്. മുൻപ് ഇതേ ഹോൺ മുഴക്കി കാട്ടാനകളെ വരെ ഞാൻ വിരട്ടിയോടിച്ചിട്ടുണ്ട്. പിന്നെയാണോ ഇവൻ. ക്ലാക്സന്റെ അതിപുരാതനമായ പോർവിളി കേട്ട് പാവം കാട്ടുപോത്ത് വിരണ്ടുപോയി. ഇതെന്ത് ഭീകരജീവിയെന്ന് അമ്പരന്ന് അവൻ അടുത്തുള്ള മുളങ്കാട്ടിലേക്കു ഓടിമറഞ്ഞു. ഹാവൂ, സമാധാനമായി. ഒരു നിരപരാധിയെ കൊല്ലാതെ സ്വന്തം ജീവൻ രക്ഷിച്ചെടുക്കാൻ കഴിഞ്ഞതിന്റെ സന്തോഷത്തിൽ ഞങ്ങൾ മുന്നോട്ടു നീങ്ങി. പിന്നെ വഴിയിൽ കണ്ടത് പരമസാത്വികരായ മാനുകളേയും മറ്റുമാണ്. അപകടമൊന്നും കൂടാതെ ഞങ്ങൾ രാത്രി എട്ടു മണിയോടെ ഡിംബം ഗ്രാമത്തിലെത്തിച്ചേർന്നു.

വനംവകുപ്പിന്റേയും പോലീസിന്റേയും ഓഫീസുകൾ ഒഴികെ മറ്റു സ്ഥാപനങ്ങളൊന്നും ആ ഗ്രാമത്തിലില്ല. എന്നാലും അവിടെ ഒരു റസ്റ്റ് ഹൗസ് ഉണ്ടായിരുന്നു. അത് എനിക്കു വലിയ ആശ്വാസമായി. പൊതുവെ ദരിദ്രങ്ങളായ കുറേ കുടിലുകൾ മാത്രമുള്ള ആ പ്രദേശത്ത് അല്പം ഭേദപ്പെട്ട ഒരു കെട്ടിടം ഉണ്ട്. അതൊരു മലബാർ മാപ്പിളയുടെ വക ചായക്കടയും ഹോട്ടലുമായിരുന്നു. നമ്മുടെ മാപ്പിള കച്ചവടത്തിലും ദാമ്പത്യത്തിലും ഒരു പോലെ ഉഷാറു കാട്ടുന്ന വീരനാണ്.

മൂന്ന് സുന്ദരികളാണ് അദ്ദേഹത്തിന് ബീബിമാരായുള്ളത്. ചായക്കടയിലെ സർവ്വ പണികളും ഈ ബീബിമാർ ചെയ്തു കൊള്ളും എന്നതാണ് മറ്റൊരു വലിയ ഗുണം. പത്തുപതിനാറു മൈൽ അകലെയുള്ള സത്യമംഗലത്തു നിന്നും ലോറി ഓടിച്ചെത്തുന്ന ഡ്രൈവർമാരും ക്ലീനർമാരുമാണ് മാപ്പിളയുടെ സ്ഥിരം പറ്റുപടിക്കാർ. നല്ല ചൂടുള്ള കാപ്പിയും ചായയും കുടിച്ചു ക്ഷീണമകറ്റി അവർ യാത്ര തുടരും. ഉച്ച സമയത്താണെങ്കിൽ ഊണും കിട്ടും. ഒപ്പം, കിതച്ചെത്തുന്ന ലോറിയുടെ റേഡിയേറ്റർ തണുപ്പിക്കാനുള്ള തണുത്ത വെള്ളവും അടുത്തുള്ള കിണറ്റിൽ നിന്നെടുക്കാം.

ഞാൻ റസ്റ്റ് ഹൗസ് ആകെ നോക്കിക്കണ്ടു. ആയിരക്കണക്കിനു അടി താഴെയുള്ള താഴ്വര കാണാവുന്ന വിധം നില്ക്കുന്ന കോട്ടയുടെ പാർശ്വ ഭാഗത്താണ് റസ്റ്റ് ഹൗസ് നിർമ്മിച്ചിട്ടുള്ളത്. അടിവാരത്ത് നിബിഡമായ കൊടുങ്കാടാണ്. ആ വനത്തിലൂടെ വളഞ്ഞുപുളഞ്ഞ് പോകുന്ന റോഡ് അവസാനം ചക്രവാളത്തോളമെത്തി കൃഷി സ്ഥലങ്ങളിലേക്കു പ്രവേശിക്കുന്ന കാഴ്ച മനോഹരം തന്നെ! ഈ റോഡിലൂടെ സഞ്ചരിക്കുന്നവർക്കു പകുതി വഴി പിന്നിടുമ്പോൾ സത്യമംഗലം ഗ്രാമം കാണാം. ഒപ്പം തെക്കുപടിഞ്ഞാറായി കോയമ്പത്തൂർ നഗരത്തിന്റെ വിദൂര ദൃശ്യവും ലഭിക്കും. കോയമ്പത്തൂരിലെ ആലക്തിക ദീപങ്ങൾ അനന്തവിദൂരതയിൽ ചക്രവാളത്തോടു തൊട്ടുരുമ്മുന്ന പ്രഭാപൂരമായി തോന്നും, റസ്റ്റ്ഹൗസിൽ നിന്നും നോക്കുമ്പോൾ!

ഞാൻ വന്നത് പ്രകൃതിഭംഗി ആസ്വദിക്കാനല്ലല്ലോ. എനിക്കു നേരിടാനുള്ള കടുവയെക്കുറിച്ചു വല്ല വിവരവും കിട്ടുമോ എന്നറിയണം. അതിന് സ്ഥലത്തെ പ്രധാന വാർത്താവിതരണ കേന്ദ്രമായ മലബാർ മാപ്പിളയുടെ ചായക്കട തന്നെ ശരണം. ഞാൻ കാറിൽ കയറി അങ്ങോട്ടു തിരിച്ചു. അബ്ദുള്ളക്കുഞ്ഞ് എന്നാണ് കടയുടമയുടെ പേര്. ഞാൻ മുൻപും ഹഗ്ഗിയുടെ കൃഷിസ്ഥലത്തു വന്നിട്ടുള്ളപ്പോൾ ഇയാളുമായി പരിചയപ്പെട്ടിട്ടുണ്ട്. എന്നെ കണ്ടപ്പോൾ അയാൾ ചിരിച്ചു പരിചയം പുതുക്കി. ലോഹ്യവർത്തമാനങ്ങൾക്കു ശേഷം ഞാൻ കഥാനായകനെക്കുറിച്ചു ചോദിച്ചു. വാചാലനായ അബ്ദുള്ളക്കുഞ്ഞ് ഉടനെ ഉറക്കെ പറയാൻ തുടങ്ങി:

"എന്റെ സാറേ അവൻ ഇവിടെത്തന്നെയുണ്ട്. ഈ കടയുടെ പിന്നാമ്പുറത്തുള്ള കിണറ്റ് കരയിൽ വച്ചല്ലേ അവൻ ഇന്ന് പൊലർച്ചർക്ക് ഒരു പെണ്ണുമ്പിള്ളയെ കൊന്നത്! അവനൊരു നശിച്ച ഹലാക്കായിട്ടുണ്ട്. ഞമ്മക്കാണെങ്കില് ദെവസം ഒരു നൂറുകുടം വെള്ളമെങ്കിലും കോരാതെ പറ്റൂല. ലോറിക്കാർക്കും വേണല്ലോ വെള്ളം. ഇപ്പോ എന്താ സംഗതീന്ന് ബച്ചാല് ഞമ്മടെ ബീവിമാരാരും കെണറ്റിൻ കരയിലേക്ക് പോവൂല. ഓല്ക്ക് പേടിയാണ്. ഞമ്മള് എത്ര പറഞ്ഞിട്ടും കേക്ക്ണല്ല. വേണമെങ്കില് ഇങ്ങള് തന്നെ പോയി കോരിക്കോളീന്നാണ് ഓല് പറയണത്.... സാറൊന്ന് അവരെ പറഞ്ഞ് മനസ്സിലാക്കിക്കണം. ഇല്ലേല് ഞമ്മടെ കച്ചോടം പൂട്ടിപ്പോകും"

“നോക്കൂ, ഞാൻ വന്നത് ആ കടുവയെ കൊല്ലാൻ തന്നെയാണ്. അതു കൊണ്ട് ഇന്നുരാവിലെ ഇവിടെ നടന്ന കൊലയെക്കുറിച്ച് വിശദമായി പറയൂ.”

“എന്തുപറയാനാ സാറേ, ആ പെണ്ണുമ്പിള്ള രാവിലെ കിണറ്റീന്ന് വെള്ളം കോരി പാത്രത്തിലാക്കുമ്പോഴാണ് ആ ശൈത്താൻ ഒച്ചയും അനക്കോം ഒന്നുംല്ലാണ്ട് പിന്നാമ്പുറത്തൂടെ ബന്ന് പിടിച്ച് വലിച്ച് കൊണ്ടോയത്. വേറൊരു പെള്ളുമ്പിള്ള വെള്ളമെടുക്കാൻ അങ്ങോട്ടു ചെല്ലുമ്പോഴാണിത് കണ്ടത്. ഓള് നിലവിളിച്ചോണ്ട് ഓടിവന്ന് പറഞ്ഞപ്പോൾ ഞങ്ങളെല്ലാംപാടെ അകത്ത് കയറി കതകടച്ച് കുത്തിര്ന്നു. അല്ലാണ്ടെന്താക്കാൻ. പിന്നെ കൊറേ കയിഞ്ഞ് ലോറിക്കാര് വന്നു മുട്ടുംബിളീം കൂട്ട്യപ്പഴാ ഞമ്മള് കതക് തൊറന്നത്. പിന്നെ എല്ലാരുംപാടെ കിണറ്റ്കരയിൽ ചെന്ന് നോക്ക്യപ്പോ ഒരു വസ്തും കാണാനില്ല”.

ഞങ്ങൾ അവിടനിന്ന് ഒരു ചായ കുടിച്ച് പിരിഞ്ഞു. ഇനിയെന്താണു വേണ്ടതെന്ന് ആലോചനയായി എനിക്ക്. റെസ്റ്റ്ഹൗസിനു പിന്നിലൂടെ ഒരിടവഴിയുണ്ട്. അതു കിഴക്കു ഭാഗത്തുള്ള കാട്ടിലൂടെ ഏകദേശം പത്തു മൈലോളം ചെന്ന് ഡിംബത്തെ സുദീർഘമായ കുന്നുകളിലെത്തുന്നു. ഈ വഴിയിലൂടെയാണ് കാട്ടുമൃഗങ്ങൾ ധാരാളമായി സഞ്ചരിക്കാറുള്ളത്. ഈറ്റയും മുളയും തഴച്ചു വളരുന്നതിനാൽ ആനകൾ നിത്യസന്ദർശകരാണ്. ഈ വഴി കാറോടിച്ചു പോകാൻ സാധ്യമല്ല. കാൽനട തന്നെ ശരണം. വളരെ ആലോചിച്ച ശേഷം കിഴക്കോട്ടുള്ള വഴിയിലൂടെ ഒന്നു നടക്കാൻ ഞാൻ തീരുമാനിച്ചു. സഹായികളെ വിശ്രമിക്കാൻ വിട്ടിട്ട് ഞാൻ തനിച്ചാണ് യാത്ര തിരിച്ചത്. റൈഫിൾ, അതിന്മേൽ പിടിപ്പിക്കാവുന്ന ടോർച്ച്, അതുകൂടാതെ മറ്റൊരു ടോർച്ച് തുടങ്ങിയ സന്നാഹങ്ങളുമായാണ് ഞാൻ പുറപ്പെട്ടത്.

രാത്രി ഒൻപതര മണിയായിട്ടുണ്ട്. ഇടവഴിയിലൂടെ കൊടുങ്കാട്ടിലേക്കു പ്രവേശിച്ച ഞാൻ കടുവയുടെ സമ്പ്രദായങ്ങളെക്കുറിച്ച് ചിന്തിച്ചുകൊണ്ടു നടന്നു. ഇന്നു രാവിലെ പിടികൂടിയ സ്ത്രീയെ വലിച്ചുകൊണ്ട് അവൻ എത്ര ദൂരം കാട്ടിലേക്കു പോയിരിക്കും. സാധാരണഗതിയിൽ അരമൈലിനപ്പുറം പോകാറില്ല. ആ മൃതദേഹം മുഴുവനും ഒറ്റയടിക്ക് അവൻ തിന്നുകയില്ല. പകുതിയെങ്കിലും മാംസം ബാക്കിയിട്ടിട്ടുണ്ടാവും. അങ്ങനെയെങ്കിൽ അതു തിന്നാനായി രാത്രി അവൻ വീണ്ടും വരും. ഏതു നിമിഷവും ഞാനവന്റെ മുന്നിൽ ചെന്നു പെടാനിടയുണ്ട്. ഇനി അഥവാ അവൻ ബാക്കിയായ മാംസവും തിന്നു പോയിട്ടുണ്ടെങ്കിൽ തന്നെ നേരെ പോവുക വെള്ളം കുടിക്കാനാവും. അതാണ് കടുവയുടെ രീതി. ഇവിടടുത്തു തന്നെ ഒരു കുളമുണ്ട്. അല്പം കൂടി അകലെ തലൈവടി റോഡിനെ മുറിച്ചു കടന്നു വരുന്ന കാട്ടുചോലയുമുണ്ട്. അതുപോലെ തന്നെ രണ്ടുമൈൽ അകലെയായി മൈസൂർ റോഡിനെ മുറിച്ചു കടക്കുന്ന മറ്റൊരു അരുവിയുമുണ്ട്. ഈ മൂന്നു ജലസ്രോതസ്സിലെവിടേക്കു പോകാനും അവനു സ്വാതന്ത്ര്യമുണ്ട്.

ഇപ്രകാരം ചിന്തിച്ചു നടന്ന ഞാൻ ഒരു കുളക്കരയിൽ എത്തിച്ചേർന്നു. ടോർച്ചടിച്ചു നോക്കിയപ്പോൾ കുളത്തിൽ വെള്ളം കുടിക്കാനെത്തിയ മാനുകളെയാണ് ഞാൻ കണ്ടത്. പെട്ടെന്ന് ഞാൻ ടോർച്ചണച്ചു. വെളിച്ചം കണ്ടാൽ അവ പരിഭ്രമിച്ച് നാലുപാടും പായും. അത് കടുവയ്ക്കു ഒരു സിഗ്നലാവാനിടയുണ്ട്. അവൻ ഓടി മാറിയേക്കും. ഏതായാലും മാനുകൾ ബഹളം കൂട്ടാതെ ശാന്തരായി മടങ്ങിപ്പോകുന്നത് ഞാൻ കണ്ടുനിന്നു. അവ പൊയ്ക്കഴിഞ്ഞപ്പോൾ കാടാകെ കനത്ത നിശ്ശബ്ദതയിലാണ്ടു. ഒരു ചീവീടിന്റെ കരച്ചിൽ പോലും കേൾക്കാനില്ല. ഭയാനകമായ ആ നിശ്ശബ്ദത കാടിന്റെ വന്യഭീകരത വർധിപ്പിച്ചു.

മാനുകൾ ഏറെ ദൂരത്തായി എന്നുറപ്പായപ്പോൾ ഞാൻ ടോർച്ച് തെളിച്ചു മുന്നോട്ടു നടന്നു. കുളത്തിനോടു കുറേക്കൂടി അടുത്തപ്പോൾ വെള്ളം ഇളകുന്ന ശബ്ദം കേട്ടു. ശ്രദ്ധിച്ചപ്പോൾ ഒരാന നീരാട്ടു നടത്തുകയാണെന്നു മനസ്സിലായി. സാധാരണ ഗതിയിൽ ആനയുടെ കുളി അത്ര വേഗമൊന്നും അവസാനിക്കുകയില്ല. നാം മനുഷ്യരെപ്പോലെ തന്നെ നീന്തിത്തുടിച്ചും വെള്ളം കോരിതെറിപ്പിച്ചും കുറേ കുടിച്ചും അങ്ങനെ മണിക്കൂറുകളോളം അവന്റെ പള്ളിനീരാട്ട് തുടരും. എനിക്കാണെങ്കിൽ അതു കാത്തു നിൽക്കാനുള്ള സമയമില്ല. അവനെ അവഗണിച്ച് മുന്നോട്ടു കയറിപ്പോകാമെന്നു വിചാരിച്ചാൽ അതും അപകടമാണ്. അവനത് ഗന്ധം കൊണ്ടറിയും. ചിലപ്പോൾ കണ്ടെന്നുമിരിക്കും. മനുഷ്യസാന്നിദ്ധ്യം മണത്തറിയാനുള്ള ആനയുടെ വൈഭവം പ്രസിദ്ധമാണല്ലോ. അങ്ങനെ സംഭവിച്ചാൽ ഒന്നുകിൽ അവനെന്നെ ആക്രമിക്കാൻ ഓടിവരും. അല്ലെങ്കിൽ പരിഭ്രമിച്ച് ചിന്നം വിളിച്ച് ഓടും. രണ്ടായാലും ഈ ഭാഗത്തെവിടെയെങ്കിലും ഞാൻ അന്വേഷിച്ചു നടക്കുന്ന കടുവയുണ്ടെങ്കിൽ അവൻ അപകടം മണത്തറിഞ്ഞ് ഓടി രക്ഷപ്പെടും. അതനുവദിച്ചു കൂടാ.

അവനെ പ്രകോപിപ്പിക്കാതെ കുളത്തിൽ നിന്നും കയറ്റി വിടാനെന്തു വഴിയെന്നാലോചിച്ചപ്പോൾ എനിക്കൊരു സൂത്രം തോന്നി. കുളക്കരയിൽ തഴച്ചു നിൽക്കുന്ന മുളങ്കാട്ടിനു മുകളിലേക്ക് ഞാൻ ടോർച്ചടിച്ചു. അപ്രതീക്ഷിതമായി കണ്ട ആ വെളിച്ചം അവനെ ഭയപ്പെടുത്തി. പെട്ടെന്ന് അവൻ കുളി മതിയാക്കി കരയ്ക്കു കയറി നടന്നുപോകുന്ന ശബ്ദം ഞാൻ കേട്ടു. പിന്നെ കുറേയകലെ മരച്ചില്ലകൾ വലിച്ചൊടിക്കുന്നതാണ് കേട്ടത്. അവൻ എന്നിൽ നിന്നും സുരക്ഷിതമായ ദൂരത്തിലാണെന്നുറപ്പായപ്പോൾ ഞാൻ പിന്നെയും നടന്നു. ഞാൻ കുളത്തിനടുത്തെത്തിയപ്പോൾ “പേക്രോം, പേക്രോം” എന്നുറക്കെ വിളിച്ച് അനേകം തവളകൾ വെള്ളത്തിലേക്ക് എടുത്തുചാടി. എനിക്കത്ഭുതം തോന്നി. ആന പോലും അറിയാതിരുന്ന എന്റെ സാന്നിദ്ധ്യം ഈ തവളക്കുട്ടന്മാർ അറിഞ്ഞിരിക്കുന്നു! കുളക്കരയിലെവിടെങ്കിലും കടുവ വെള്ളം കുടിക്കാനെത്തിയിട്ടുണ്ടെങ്കിൽത്തന്നെ തവളകളുടെ ഈ കൂട്ടക്കരച്ചിലും

എടുത്തുചാട്ടവും കാണുമ്പോൾ ഒരജ്ഞാത ശത്രുവിന്റെ വരവുണ്ടെന്നറിഞ്ഞ് കടുവ രക്ഷപ്പെടുവാനാണ് സാധ്യത. അങ്ങനെ ഞാൻ ചിന്തിക്കെ, പെട്ടെന്ന്, കുളത്തിന്റെ മറുകരയിൽ ഒരു കടുവ മുരളുന്ന ശബ്ദംകേട്ട് ഞാൻ നിശ്ചലനായി നിന്നുപോയി. ഞാൻ ടോർച്ച് പ്രകാശിപ്പിച്ചു നോക്കി. ഒന്നും കാണാനില്ല. ആ മുരൾച്ചയും പിന്നെ കേട്ടില്ല. അവൻ മറഞ്ഞു കഴിഞ്ഞു.

പക്ഷേ എങ്ങോട്ട് പോയി? എങ്ങും പോയിരിക്കണമെന്നില്ല. ഇവിടെ എവിടെയോ അവൻ മറഞ്ഞിരിപ്പുണ്ടാവും. ടോർച്ച് മിന്നുന്നതു കണ്ടപ്പോൾ അവൻ ശത്രുസാന്നിദ്ധ്യം മനസ്സിലാക്കി. ഇനി അവൻ ശബ്ദം ഉണ്ടാക്കുകയില്ല. മറഞ്ഞുനിന്ന് ആക്രമിക്കാനായിരിക്കും ശ്രമിക്കുക. ഞാൻ എന്റെ നിലപാടൊന്നു വിലയിരുത്തി. എന്റെ പുറംഭാഗം സുരക്ഷിതമാണ്. കാരണം അവിടെ നിന്ന് വെള്ളം നീന്തിവേണം അവനെന്റെ അടുത്തേക്കു വരാൻ. അതൊരിക്കലും ഒരു കടുവ ചെയ്യുകയില്ല. എന്നാൽ കുളക്കരയിലൂടെ കറങ്ങി വന്ന് പിന്നിൽ നിന്നോ വശങ്ങളിൽ കൂടിയോ അവൻ എന്നെ ആക്രമിക്കാനിടയുണ്ട്. എന്റെ പിന്നിലുള്ള പാതയുടെ എതിർവശത്ത് തഴച്ചു വളരുന്ന കുറ്റിക്കാടാണ്. അതിലൂടെ വരാനാണ് കൂടുതൽ സാധ്യത. ഇനിയിപ്പോൾ ഒന്നേ ചെയ്യാനുള്ളൂ. ഞാൻ വേഗം കുളത്തിലേക്കിറങ്ങി. അത്ര ആഴമുള്ള കുളമല്ല അത്. ഞാൻ അതിന്റെ മധ്യഭാഗത്തെത്തി നിലയുറപ്പിച്ചു. എത്ര കടുപ്പക്കാരനായ നരഭോജിയാണെങ്കിലും, വെള്ളത്തിലിറങ്ങി കടുവ ആക്രമിക്കാറില്ല. അഥവാ അതിനും അവൻ തുനിഞ്ഞാൽ തന്നെ എന്റെ അടുത്തെത്തും മുമ്പ് അവന്റെ കഥ ഞാൻ കഴിച്ചിരിക്കും.

അങ്ങനെ മുട്ടറ്റം വെള്ളത്തിൽ ഞാൻ നില്ക്കുമ്പോൾ പാതയ്ക്കു പിന്നിലുള്ള കുറ്റിക്കാട്ടിൽ നിന്നും കടുവയുടെ മുരൾച്ച കേട്ടു. ഞാൻ കുളത്തിലിറങ്ങാതെ അവിടെത്തന്നെ നിന്നിരുന്നെങ്കിൽ ഇപ്പോൾ അവന്റെ വായിലാകുമായിരുന്നു എന്റെ കഴുത്ത്! വെള്ളത്തിലിറങ്ങി നിൽക്കാൻ തോന്നിയതു ഭാഗ്യം. അവനിപ്പോൾ ശരിക്കും എവിടെയായിരിക്കും നിൽക്കുന്നത്? ഏതു നിമിഷമാവും അവൻ എന്റെ നേർക്കു ചാടുക. ഒരു സാധാരണ കടുവയല്ല അവൻ. മനുഷ്യകുലത്തോടു നിത്യശത്രുത പ്രഖ്യാപിച്ചിട്ടുള്ള നരഭോജിയാണവൻ. ഇതൊക്കെ ആലോചിച്ചപ്പോൾ ഒരു നിമിഷം എന്റെ മനസ്സിലും അല്പം ഇടയിളക്കമുണ്ടായി. എന്തായാലും നേരിടാൻ ഞാൻ ഒരുങ്ങി നിന്നു.

എന്നാൽ പിന്നീട് ഒരനക്കവും കേട്ടില്ല. പേടിപ്പെടുത്തുന്ന ഭീകരമായ നിശ്ശബ്ദത! അവന്റെ മുരൾച്ചയും കേൾക്കുന്നില്ല. ചെടികൾ ഉലയുന്ന ശബ്ദമോ അവന്റെ പാദപതനങ്ങളോ ഒന്നും കേൾക്കുന്നില്ല. ഞാൻ രണ്ടും കല്പിച്ച് കുളക്കരയിലേക്ക് ടോർച്ച് പ്രകാശിപ്പിച്ചു നോക്കി. ഒന്നും കാണാനില്ല. വെള്ളത്തിലാണ്ടു കിടന്നിരുന്ന തവളകൾ മുകളിലേക്കു പൊന്തിവരാൻ തുടങ്ങി. അവ കുറേയെണ്ണം കരയിലേക്കു ചാടിക്കയറി. എന്റെ ടോർച്ച് വെളിച്ചം ഉണ്ടക്കണ്ണുകൾകൊണ്ടു പ്രതിഫലിപ്പിച്ച് എനിക്കു ധൈര്യം പകർന്നു. ഞാൻ

വാച്ചു നോക്കി. സമയം പത്തരയായി. വെള്ളത്തിൽ നിന്നിട്ട് കാലുകൾ മരവിച്ചു തുടങ്ങി. കരയ്ക്കു കയറാമെന്നു വിചാരിച്ചാൽ അവൻ ഏതു ഭാഗത്താണ് ഒളിച്ചിരിക്കുന്നതെന്ന് ഒരു നിശ്ചയവുമില്ല. ഞാൻ കയറി വരുന്നതും കാത്ത് ക്ഷമയോടെ, അതിലേറെ പകയോടെ, അവൻ എവിടെയോ മറഞ്ഞിരിക്കുന്നുണ്ടെന്ന കാര്യത്തിൽ എനിക്കു തെല്ലും സംശയമില്ല. രാത്രി വളരുംതോറും ഇരുട്ടും കനക്കുകയാണ്.

ടോർച്ച് തുടർച്ചയായി പ്രകാശിപ്പിക്കുന്നതും അബദ്ധമാണ്. അഞ്ചു സെല്ലിന്റെ ടോർച്ചാണെങ്കിലും അതും മങ്ങിപ്പോകും. റൈഫിളിൽ ഉറപ്പിച്ചിരിക്കുന്ന ടോർച്ചിന്റെ പ്രകാശവലയമാണ് ഒരു നായാട്ടുകാരന്റെ സുരക്ഷാവലയം. അതും ദുർബ്ബലമായാൽ കഴിഞ്ഞു കഥ. ടോർച്ചണച്ചപ്പോഴാണ് അന്ധകാരത്തിന്റെ കാഠിന്യം മനസ്സിലാകുന്നത്. കാർമേഘാവൃതമായ ആകാശത്ത് ഒരു നക്ഷത്രം പോലും കാണാനില്ല. ഇരുട്ടിലാണെങ്കിലും വെള്ളത്തിൽ നില്ക്കുന്നുവെന്നത് മാത്രമാണ് എന്റെ രക്ഷ. കടുവ നീന്തി വന്നാൽ, അതെത്ര സാവധാനമായാലും വെള്ളം ഇളകുന്നത് ഞാനറിയും.

ആ മുഹൂർത്തത്തിൽ തന്നെ മറ്റൊരു മഹാപ്രതിസന്ധി ഉണ്ടായി. ഒരാന കരയിൽ വന്നു നില്ക്കുന്നത് ആ ഇരുട്ടിലും ഞാനറിഞ്ഞു. എന്നാൽ കുളത്തിൽ ഞാൻ നില്ക്കുന്നത് അവനറിഞ്ഞിട്ടുമില്ല. കാറ്റിന്റെ ഗതി വിപരീതമാകയാൽ അവനെന്റെ ഗന്ധം കിട്ടിയിട്ടില്ല. ഇവൻ നേരത്തെ കുളി തൃപ്തിയാകാതെ പോയവൻ തന്നെയോ, അതോ മറ്റേതെങ്കിലും ഒരുത്തനോ എന്നറിയില്ല. രണ്ടായാലും എന്റെ സ്ഥിതി ഗുരുതരം തന്നെ. കുളത്തിനു ചുറ്റും പരന്നിട്ടുള്ള മൂടൽമഞ്ഞ് ആനയുടെ കാഴ്ചയെയും ഒട്ടാകെ മറയ്ക്കുന്നുണ്ടാവണം. എന്റെ സാന്നിദ്ധ്യം അറിയാതെ അവൻ തുമ്പിക്കൈകൊണ്ട് വെള്ളം കോരിയെടുത്ത് കുടിക്കാനും ശരീരമാസകലം അഭിഷേകം ചെയ്യാനും തുടങ്ങി. പിന്നെ അവന്റെ ജലക്രീഡയുടെ ഉശിര് കൂടാൻ താമസിച്ചില്ല. അവൻ കുളത്തിലേക്ക് ഇറങ്ങി വരികയാണ്. ദൈവമേ, ക്രൂരന്മാരായ രണ്ടു കാട്ടുമൃഗങ്ങളുടെ നടുവിലാണ് ഇപ്പോൾ ഞാൻ. കരയ്ക്ക് കയറിയാൽ കടുവ ചാടിവീഴും; കുളത്തിൽ തന്നെ നിന്നാൽ ആനയാവും എന്റെ അന്തകൻ.

പെട്ടെന്ന് ഞാൻ ആനയുടെ കണ്ണുകളിലേക്ക് ടോർച്ച് പ്രകാശിപ്പിച്ചു. സാധാരണഗതിയിൽ, അപ്രതീക്ഷിതമായി കണ്ണുകളിലേക്ക് പ്രകാശധാര കുതിച്ച് കയറുമ്പോൾ വന്യമൃഗങ്ങൾ ഭയന്ന് ഓടുകയാണ് പതിവ്. അതാണ് പൊതുവായ നായാട്ടു ധാരണ. എന്നാൽ എന്റെ എതിരാളി ഒട്ടും കൂസാതെ തുമ്പിക്കൈ വളച്ച് വായിൽ വച്ചുകൊണ്ട് രൂക്ഷമായ ഭാവത്തിൽ എന്നെ ആക്രമിക്കാൻ തുനിയുകയാണ് ചെയ്തത്. അതിഭയങ്കരമായ യുദ്ധകാഹളം പോലെ അവൻ ഒന്ന് ചിന്നം വിളിക്കുകയും ചെയ്തു. ടോർച്ച് പാന്റ്സിന്റെ സൈഡിലുള്ള പോക്കറ്റിൽ നിക്ഷേപിച്ച് റൈഫിളെടുത്ത് ഉന്നം നോക്കാൻ ശ്രമിക്കെ അപ്പോഴത്തെ പരിഭ്രമത്തിൽ ടോർച്ച് കുളത്തിലേക്കു വീണുപോയി.

അതു തപ്പിയെടുക്കാനൊന്നും സമയമില്ല. ആന എന്റെ അന്തകനായി അടുത്തു വരികയാണ്. നിമിഷാർദ്ധത്തിൽ ഞാൻ റൈഫിളിന്റെ ടോർച്ച് തെളിച്ചു കൊണ്ട് തോക്കിൻകുഴൽ അവന്റെ നേർക്കു നീട്ടി. എങ്കിലും അവനെ കൊല്ലാൻ ഞാൻ ആഗ്രഹിച്ചില്ല. വിരട്ടി ഓടിക്കണമെന്നേയുള്ളൂ. അവന്റെ മസ്തക ത്തിനു തൊട്ടു മുകളിലൂടെ വെടിയുണ്ട പായുംവിധം ലക്ഷ്യം പിടിച്ച് ഞാൻ കാഞ്ചി വലിച്ചു. "ഠേ" എന്നുഗ്ര ശബ്ദത്തോടെ വെടിയുണ്ട പാഞ്ഞു പോയി. ആനകളെ കൊല്ലുന്നതിനോട് ഞാനൊരിക്കലും യോജിച്ചിട്ടില്ല. മൃത്യുവാഹക നായി എന്റെ തൊട്ടടുത്ത് എത്തിയിട്ടും അവനെ കൊല്ലാൻ ഞാൻ ആഗ്രഹി ച്ചില്ല. ഈ വെടിയൊച്ചയിൽ വിരണ്ട് അവൻ ഓടേണ്ടതാണ്. അതല്ല അതി നെയും അവഗണിച്ച് എന്നെ ആക്രമിക്കാനാണ് ഭാവമെങ്കിൽ അടുത്ത വെടി അവന്റെ തിരുനെറ്റിക്കു തന്നെ കൊടുക്കാൻ ഞാൻ നിർബന്ധിതനാകും. കാരണം എനിക്ക് എല്ലാറ്റിലും വലുത് എന്റെ ജീവനാണല്ലോ.

ഭാഗ്യത്തിന് അതു വേണ്ടി വന്നില്ല. ഞാൻ പ്രതീക്ഷിച്ചതു പോലെ ആദ്യ വെടിയിൽത്തന്നെ അവൻ ശരിക്കും വിരണ്ടുപോയി. കുളത്തിൽ നിന്നും രക്ഷ പ്പെടാനുള്ള പരാക്രമത്തിനിടയിൽ പാവം പിൻകാലുകൾ മടങ്ങി ഇരുന്നു പോയി. പിന്നെ വളരെ വിഷമിച്ചാണ് ചെളിയിൽ നിന്നും കാലുകൾ സ്വതന്ത്ര മാക്കിയെടുത്തത്. ഈ അവസരം നോക്കി അവന്റെ ഭീതി അല്പംകൂടി വർദ്ധിപ്പിക്കാനായി ഞാൻ ഒരു വെടികൂടി പൊട്ടിച്ചു. ആകെ ഭയന്നുപോയ ആ ഗജവീരൻ അതിവേഗം കരയ്ക്കു കയറി കാട്ടിലേക്ക് ഓടി മറഞ്ഞു.

ഹാവൂ! അങ്ങനെ ഒരപകടത്തിൽ നിന്നും ഞാൻ രക്ഷപ്പെട്ടു. പക്ഷേ എനിക്കു സന്തോഷമല്ല, നിരാശയാണു തോന്നിയത്. കാരണം ഞാനാരെ കാണാൻ വന്നുവോ അവൻ ആവർത്തിച്ചുള്ള രണ്ടു വെടിയൊച്ചകൾ കേട്ടും, ആനയുടെ മരണപ്പാച്ചിൽ കണ്ടും ആകെ വിരണ്ട് ഓടിക്കഴിഞ്ഞിരിക്കും. ഇനി ഈ വെള്ളത്തിൽ തണുത്തുറഞ്ഞ് നിന്നിട്ടൊരു കാര്യവുമില്ല. ഞാൻ കരയ്ക്കു കയറി റെസ്റ്റ്ഹൗസിലേക്കു മടങ്ങി. വഴിയിൽ വളരെ ശ്രദ്ധിച്ചാണ് നടന്നത്. കാരണം അവനത്ര നിസ്സാരനൊന്നുമല്ല. വെടിയൊച്ച കേട്ട് വിരളുന്നതിനു പകരം പക വർദ്ധിച്ച് കുറ്റിക്കാടുകളിൽ ഒളിച്ചിരുന്ന് എന്നെ ആക്രമിക്കാനാ ണെങ്കിലോ അവന്റെ ഭാവം. ഏതായാലും അതൊന്നുമുണ്ടായില്ല. ഞാൻ അപകടം കൂടാതെ റസ്റ്റ്ഹൗസിൽ മടങ്ങിയെത്തി.

ഏറെ ക്ഷീണിതനായിരുന്നതിനാൽ നന്നായി ഉറങ്ങി. രാവിലെ വാതിലിൽ മുട്ടുന്നതു കേട്ടാണ് ഞാനുണർന്നത്. വാച്ചിൽ നോക്കി. സമയം ഒൻപതര യായിരിക്കുന്നു. ക്ഷീണംകൊണ്ട് ഇത്രയും ദീർഘമായി ഉറങ്ങിപ്പോയതറി ഞ്ഞില്ല. വാതിലിൽ മുട്ട് തുടരുകയാണ്. ഞാൻ വേഗം വാതിൽ തുറന്നു. ചായക്കടക്കാരൻ അബ്ദുള്ളക്കുഞ്ഞിയും മൂന്നു ബീവിമാരും വേറെ നാലഞ്ചു പേരും വരാന്തയിൽ നിൽക്കുന്നു. എന്തോ ഗൗരവമുള്ള സംഭവം നടന്നിരി ക്കണം. ഞാൻ ചോദിക്കും മുമ്പേ മാപ്പിള പറഞ്ഞു.

"സാറേ ഞമ്മള് ചായക്കടയിലേക്ക് വെള്ളംകോരാൻ വേലക്ക് നിർത്തിയിരുന്ന പെണ്ണിനെ പൊലർച്ചക്ക് കടുവ കൊണ്ടു പോയി. ഇത് ബല്യ ഹലാക്കായിക്കണല്ലോ സാറേ. സാറൊന്നു വേഗം ബന്നാളീ"

ഞാൻ വിവരം വിശദമാക്കാൻ ആവശ്യപ്പെട്ടപ്പോൾ അയാൾ പറഞ്ഞു:

"അരമണിക്കൂറേ ആയിട്ടുള്ളൂ. ആ പെണ്ണുമ്പിള്ള പാത്രങ്ങൾ മോറാൻ കിണറ്റ്കരയിൽ ചെന്നതാപ്പാ.. ഓള് പാത്രം മോറുന്നത് ഞമ്മുടെ ബീവി അടുക്കള ബാതിലില് നിന്ന് നോക്കണ്ണ്ടായിരുന്നു. അപ്പോഴാണ് ആ ഹലാക്കിന്റെ കടുവ പമ്മി പമ്മി വരുന്നത് ഞമ്മടെ ബീവി കണ്ടത്. ഓള് മറ്റോളെ ലച്ചിക്കാൻ ഒച്ചേം വിളീം കൂട്ടി. പച്ചേങ്കില് ഓള് എഴുന്നേക്കും പാടെ ഓൻ ചാടി കവുത്തിന് പിടിച്ചു. പിന്നെ ദാന്ന് പറയ്മ്പ്ളക്കും ഓൻ ഓളേം കടിച്ചു തൂക്കി പാഞ്ഞാളഞ്ഞ്...! ഞമ്മടെ ബീവിന്റെ നെലോളി കേട്ട് ഞമ്മള് വന്നു നോക്ക്മ്പഴക്കും എല്ലാം കഴിഞ്ഞിക്ക്ണ്."

ഞാൻ അമ്പരന്ന് നിന്നുപോയി. രാവിലെ ഒൻപതു മണിക്ക് ആ ഭീകരൻ ജനവാസമുള്ളിടത്തു വന്ന് ഒരു സ്ത്രീയെ കൂടി തട്ടിക്കൊണ്ടുപോയിരിക്കുന്നു. അതും ഇന്നലെ ഒരുത്തിയെ കൊണ്ടുപോയ അതേ സ്ഥാനത്ത് നിന്ന് തന്നെ! ഞാൻ വായിച്ചിട്ടുള്ള ഒരു നായാട്ടു വർണ്ണനയിലും ഇത്രയും കടുപ്പക്കാരനും, നിർഭയനും, ക്രൂരനുമായ ഒരു നരഭോജിയെക്കുറിച്ചു പരാമർശിച്ചിട്ടില്ല.

ഞാനുടനെ അവർക്കൊപ്പം പുറപ്പെട്ടു. മറ്റുള്ളവരോട് കടയിൽ ഇരിക്കാൻ പറഞ്ഞിട്ട് ഞാൻ തനിയെ കിണറ്റുകരയിലേക്കു ചെന്നു. ചിന്നിച്ചിതറിയ പാത്രങ്ങൾ. അതിനിടയിൽ കടുവയുടെ വ്യക്തമായ കാല്പാടുകളും ഞാൻ കണ്ടു. സംഭവം നേരിൽ കണ്ട ബീവി കടുവ പോയ ദിശ എനിക്ക് ചൂണ്ടിക്കാട്ടിത്തന്നു. ഞാൻ വേഗം ആ വഴിക്കു നടന്നു. ആ ഭാഗത്ത് നിബിഡമായ കുറ്റിക്കാടുകളാണ്. അതിലൂടെ കടുവയ്ക്ക് ഒരു സ്ത്രീയേയും വലിച്ചു കൊണ്ടു പോകാൻ സാധ്യമല്ല. എന്നാൽ ഒരിടത്ത് ഒരു ചെറിയ വഴിച്ചാലുണ്ട്. കാട്ടുമൃഗങ്ങൾ നടന്നുണ്ടായ ചാലാവാം. ഇരുഭാഗത്തും നാലഞ്ചടി ഉയരത്തിൽ ചെടികൾ വളർന്നു ചുറ്റിപ്പിണഞ്ഞു നിൽക്കുന്നു. അതിനിടയിലൂടെ ഒരു തുരങ്കത്തിലൂടെയെന്നോണം ഞാൻ ഇരുന്നും കുനിഞ്ഞും നിരങ്ങിയും മുന്നോട്ടു നീങ്ങി. ഹതഭാഗ്യയായ ആ സ്ത്രീയുടെ വസ്ത്രത്തുണ്ടുകളും ചോരത്തുള്ളികളും അവിടവടെയായി കണ്ടു. കുറ്റിച്ചെടികളിൽ അവളുടെ ചേലക്കഷ്ണങ്ങൾ കുടുങ്ങി കിടക്കുന്നുണ്ടായിരുന്നു. കടുവ അവളെ വലിച്ചിഴച്ചു കൊണ്ടുപോയപ്പോൾ ചെടികളിലുടക്കി കീറിപ്പോയതാണ്. മുന്നോട്ടു നീങ്ങും തോറും വഴിയിൽ കണ്ട ഇലകളിലും ചെടികളിലും രക്തത്തുള്ളികൾ ധാരാളമായി കണ്ടുതുടങ്ങി. പക്ഷേ ഇവിടെയെങ്ങും അവനുണ്ടാകാനിടയില്ല. ചായക്കടയിൽ നിന്നുള്ള നിലവിളി കേട്ട് അവൻ ശരിക്കും വിരണ്ടിട്ടുണ്ടാവാം.

അതുകൊണ്ട് ഇരയെയും വലിച്ചുകൊണ്ട് വളരെ ദൂരം മുന്നോട്ടു പോയിരിക്കാനാണ് സാധ്യത. ഞാൻ വളരെ ശ്രദ്ധയോടെ മുന്നോട്ടു നടന്നു.

കുറേ നടന്നപ്പോൾ ഒരു കാക്കയുടെ ആവർത്തിച്ചുള്ള കരച്ചിൽ കേട്ടു. അതൊരു സിഗ്നലാണെന്ന് എനിക്കു തോന്നി. എന്തെങ്കിലും തീറ്റസാധനങ്ങൾ കാണുമ്പോൾ തന്റെ കൂട്ടുകാരെയെല്ലാം വിളിച്ചുവരുത്തുന്ന സ്വഭാവം കാക്കകൾക്കുണ്ടല്ലോ. ഈ കാക്കയും എന്തോ ഭക്ഷ്യധാരാളിത്തം കണ്ടിരിക്കാം. അതൊരു പക്ഷേ ഞാൻ തേടുന്ന കടുവ കടിച്ചുകീറുന്ന മനുഷ്യശരീരം തന്നെയാണെങ്കിലോ! നൂറടിയിലകലെയല്ലാതെയാണ് ഒരു മരക്കൊമ്പിൽ കാക്കയിരിക്കുന്നത്. ഞാൻ ഒരിലപോലും അനങ്ങാതെ അടിവച്ച് അങ്ങോട്ടു നീങ്ങി. പത്തുമുപ്പതടി മുന്നോട്ടു നീങ്ങിയപ്പോൾ എല്ലുകൾ കടിച്ചു പൊട്ടിക്കുന്ന ശബ്ദം ഞാൻ കേട്ടു. പിന്നെ ഞാൻ അനങ്ങിയില്ല. ഇനിയെല്ലാം വളരെ ശ്രദ്ധയോടെ ചെയ്യണം.

ആ കാക്കയാണിപ്പോൾ എന്റെ പ്രശ്നം. എന്നെ കണ്ടാൽ കാക്ക പറന്നുപോയേക്കാം. ഭക്ഷണത്തിൽ ശ്രദ്ധിച്ചിരിക്കുന്ന കടുവ കാക്കയേയും ശ്രദ്ധിക്കുന്നുണ്ടാവാം. കാക്ക പെട്ടെന്ന് പറന്നകന്നാൽ ആരോ വരുന്നുണ്ടെന്ന് കടുവ മനസ്സിലാക്കും. വരുന്നത് സാധാരണ കാട്ടുമൃഗങ്ങളാണെങ്കിൽ കാക്ക പേടിക്കുകയില്ലെന്ന് കടുവയ്ക്കറിയാം. അപ്പോൾ വരുന്നത് ഒരു മനുഷ്യൻ തന്നെയാവുമെന്ന് അവൻ ഊഹിക്കും. അതുകൊണ്ട് കാക്ക എന്നെ കാണാതിരിക്കാൻ പരമാവധി ശ്രദ്ധിച്ച് ഇലയനക്കം പോലുമുണ്ടാക്കാതെ ശ്വാസമടക്കിപ്പിടിച്ച് ഞാൻ ഇഴഞ്ഞു നീങ്ങി.

പെട്ടെന്ന് ശബ്ദങ്ങൾ നിലച്ചു. ഇപ്പോൾ അവൻ തീറ്റ നിർത്തിയതാണോ. എന്റെ സാന്നിദ്ധ്യം മനസ്സിലാക്കി ഇരയെ വിട്ട് എന്നെ പിടിക്കാൻ ഒരുങ്ങുകയാണോ? എന്റെ പിന്നിലൂടെ വന്നാൽ അവനു കാര്യങ്ങൾ എളുപ്പമാകും. വല്ലാത്തൊരു ക്രൂരമായ നിശ്ശബ്ദതയാണിപ്പോൾ എന്നെ വലയം ചെയ്തിരിക്കുന്നത്. കാക്ക കരച്ചിൽ നിർത്തിയിരിക്കുന്നു. എന്തോ സംഭവിക്കാൻ പോകുന്നുവെന്ന് എന്റെ മനസ്സ് പറഞ്ഞു. അതാ, ആ കാക്ക ചിറകടിച്ച് പറന്നുപോകുന്നു. ഇപ്പോൾ എന്റെ സംശയം പൂർത്തിയായി. കടുവ എന്റെ സാന്നിദ്ധ്യം അറിഞ്ഞിരിക്കുന്നു. അവൻ തീറ്റനിർത്തി എന്റെ നേർക്കു വരികയാണോ, എന്നിൽ നിന്ന് രക്ഷപ്പെടാൻ ശ്രമിക്കുകയാണോ എന്നതേ ഇനി അറിയാനുള്ളൂ. ഞാനാകെ തരിച്ചു നില്പാണ്. ശരിക്കും ഒരു ജഡം പോലെ വിറങ്ങലിച്ചു പോയി ഞാൻ.

പെട്ടെന്ന് ആ കാക്ക മടങ്ങിവന്ന് പഴയ സ്ഥാനത്തിരുന്ന് കരയാൻ തുടങ്ങി. ഉടനെ ഏതോ ആറാം ഇന്ദ്രിയം എന്നിൽ പ്രവർത്തിച്ചു. എന്റെ തൊട്ടടുത്ത് മരണം കടുവയുടെ രൂപത്തിൽ എത്തിയെന്ന് എനിക്കുറപ്പായി. ശരീരത്തിലെ രോമങ്ങൾ എഴുന്നു നിൽക്കുന്നു. ചുണ്ടുകൾ വരളുന്നു. ഏതു ഭാഗത്തു

നിന്നാണ് അവൻ ആക്രമിക്കുക എന്ന് ഒരു നിശ്ചയവുമില്ല. പക്ഷേ അതുണ്ടാ കുമെന്ന് നൂറു ശതമാനം ഉറപ്പായിരിക്കുന്നു. ആ നിമിഷം കുറേക്കാലം മുമ്പ് ഒരു നായാട്ടിനിടയിൽ കണ്ട ഒരു കാഴ്ച എന്റെ മനസ്സിലേക്ക് ഓടിയെത്തി. ഒരു സാമ്പാർമാൻ വെള്ളം കുടിക്കാൻ ജലാശയത്തിലേക്കു നീങ്ങുന്നത് ഞാൻ കണ്ടു. എന്നാൽ പെട്ടെന്ന് ഓട്ടം നിർത്തി ഒരു നിമിഷം ശ്രദ്ധിച്ച് അത് തിരിഞ്ഞ് ഇരട്ടി വേഗത്തിൽ ഓടി. തൊട്ടുപിന്നാലെ ഒരു കടുവ പാഞ്ഞു വരുന്നതാണ് ഞാൻ കണ്ടത്. പക്ഷേ മാനിനെ പിടിക്കാൻ കടുവയ്ക്ക് കഴി ഞ്ഞില്ല. ഇപ്പോൾ എനിക്കു ആ മാനാണ് ഗുരു. അവന്റെ വഴിയാണ് എനിക്കു സ്വീകാര്യം. ഞാൻ പെട്ടെന്ന്, വന്ന വഴിക്കു തിരിഞ്ഞോടി. ആ നിമിഷം എന്റെ പിന്നിൽ നിന്ന് അവൻ കുതിച്ചു ചാടി വന്നു. പിന്നെ നിമിഷാർദ്ധത്തിൽ എന്റെ റൈഫിൾ ഗർജ്ജിച്ചു. ഒന്നിനു പിന്നാലെ ഒന്നായി ഞാൻ തുരുതുരെ നിറ യൊഴിച്ചു. ആ ഭീകരനായ നരഭോജി തറയിൽ വീണുപിടഞ്ഞു.

അവന്റെ മൃതദേഹം നോക്കി നില്ക്കെ ഞാനാലോചിച്ചു: തിരിഞ്ഞോടു ന്നതിനു പകരം മുന്നോട്ടാണ് ഞാൻ ഓടിയിരുന്നതെങ്കിൽ ഇവിടെ മൃത ദേഹമായി മാറുന്നത് ഞാനായിരുന്നേനെ! ഏതായാലും അനേകം മനുഷ്യരെ കാലപുരിക്കയച്ച അവനെ ആഘോഷമായിത്തന്നെ യാത്രയയച്ചതിന്റെ കൃതാർത്ഥതയോടെ ഞാനും മടങ്ങിപ്പോന്നു.

∎

കെന്നത്ത് ആൻഡേഴ്സൺ

ചമലാവാലിയിലെ വരയൻ കടുവ

പണ്ട് ഇംഗ്ലീഷുകാർ ഇന്ത്യ വാണിരുന്ന കാലത്ത് വളരെ ശ്രദ്ധാപൂർവം പരിപാലിക്കപ്പെട്ടിരുന്ന ഒരു വന്യമൃഗസംരക്ഷണ കേന്ദ്രമായിരുന്നു ചമലാവാലി. ഇതിനു തെക്കു ഭാഗത്തായി പ്രശസ്തമായ ചന്ദ്രഗിരി എന്ന പട്ടണമാണ്. കിഴക്കും പടിഞ്ഞാറും അതിനിബിഢമായ വനപ്രദേശവും കാണാം. കിഴക്കുഭാഗത്ത് കാണുന്നത് തിരുപ്പതിക്കാടുകളാണെങ്കിൽ പടിഞ്ഞാറുള്ളത് ബക്രാപേട്ടക്കാടുകളാണ്. ചന്ദ്രഗിരിക്ക് അരികിലൂടെ ഒരു റെയിൽപ്പാത പോകുന്നതു കാണാം. അതാകട്ടെ തിരുപ്പതി വഴി റെനിഗുണ്ടയിലെത്തുന്നു. ചന്ദ്രഗിരിയിലെ റെയിൽവേ സ്റ്റേഷനിൽ നിന്നും മൂന്നു മൂന്നര മൈൽ പോയാൽ രംഗൻപേട്ട എന്ന ഗ്രാമമായി. അങ്ങോട്ട് അക്കാലത്ത് ഇടുങ്ങിയ ഒരു കാളവണ്ടിപ്പാതയേ ഉള്ളൂ. രംഗൻപേട്ട വഴി ഒന്നരമൈൽ അപ്പുറത്ത് നാഗ്പട്ലാഗ്രാമം വരെ നീളുന്നതാണ് ആ ചെമ്മൺ നിരത്ത്. അവിടെ നിന്നും അല്പം കൂടി ഇടുങ്ങുന്ന ആ വഴിച്ചാൽ ചമലാവാലി വനപ്രദേശത്തു കൂടി ഏഴുമൈൽ അകലെയുള്ള പുലിബൊനു എന്ന കാട്ടിലെത്തുന്നു. തെലുങ്കിൽ 'പുലിബൊനു' എന്നാൽ കടുവാക്കൂട് എന്നാണർത്ഥം. ഇതിൽ നിന്നും ചമലാവാലിയുടെ രാജകീയപ്രഭാവം ഏകദേശം പിടികിട്ടിക്കാണുമല്ലോ.

പുലിബൊനുവിൽ വനംവകുപ്പ് നിർമ്മിച്ച ഒരു ക്യാമ്പ്ഷെഡ്ഡും അതിനടുത്ത് സദാ ശുദ്ധജലം ലഭിക്കുന്ന ഒരു കിണറും കാണാം. വന്യമൃഗങ്ങൾ സ്വൈര്യവിഹാരം നടത്തുന്ന പ്രദേശമാകയാൽ നായാട്ടിൽ തല്പരരായ ആളുകൾക്ക് ഇവിടം ഏറെ പ്രിയങ്കരമാണ്. ചന്ദ്രഗിരി രാജാക്കന്മാർ പണ്ടെങ്ങോ തുടങ്ങി വച്ചതും പിന്നീട് ടിപ്പു സുൽത്താൻ ഏറ്റെടുത്ത് പൂർത്തിയാക്കാൻ ശ്രമിച്ചതുമായ ഒരണക്കെട്ടും ഇവിടെകാണാം. ഈ തടാക തീരത്ത് വനം വകുപ്പിന്റെ വക ഒരു ബംഗ്ലാവും സ്ഥിതി ചെയ്യുന്നു. തടാകത്തിനു സമീപം വിശാലമായ കൃഷിയിടങ്ങളാണ്. ചമലാവാലിയുടെ വടക്കുകിഴക്കു ഭാഗത്തു കൂടി കല്ല്യാണി നദി കല്ല്യാണി രാഗം മീട്ടി ഒഴുകുന്നത് കാണാം. ഈ നദി ആ പ്രദേശത്തിന്റെ മൊത്തം രക്തധമനി തന്നെയാണ്. നദിക്കുമപ്പുറം ഗുണ്ടൽപെന്റ, അംബൽമേരു എന്നീ മലഞ്ചരിവുകളാണ്. അവിടങ്ങളിൽ നിന്നും ഒഴുകിയെത്തുന്ന ചെറിയ കാട്ടുചോലകൾ കല്ല്യാണിയിലേക്ക് ഒഴുകിയെത്തുന്നതു

കൊണ്ട് ആ നദി സദാ ജലസമൃദ്ധി അനുഭവിക്കുന്നു. വടക്കുഭാഗത്തുള്ളത് കടപ്പാ ജില്ല.

ഇപ്പറഞ്ഞ വനപ്രദേശങ്ങളെല്ലാം തന്നെ കടുവാരാജന്മാരുടെ വിഹാര മേഖലകളത്രെ. അല്പം ദീർഘിച്ചതാണ് ഇവരുടെ സ്വൈര്യസഞ്ചാര പാത. ബക്രാപേട്ട കാടുകളിൽ നിന്നും പുറപ്പെട്ട് ചമലാവാലി വഴി വന്ന് കീഴ്ക്കാം തൂക്കായ മലകളിലൂടെ ഇറങ്ങി കടപ്പാ വനങ്ങളിൽ കൂടി ചുറ്റിയടിച്ച് മാമ ന്നൂർ മലകളിൽ വരെ ഈ രാജകീയ സഞ്ചാരം പതിവുണ്ട്. ഇവിടങ്ങളിൽ തന്റേതായ കലാപരിപാടികളിലൂടെ സൂപ്പർസ്റ്റാറായ ഒരു വരയൻ കടുവ ഉണ്ടായിരുന്നു. അവന്റെ രസകരമായ കഥയാണ് പറയാൻ തുടങ്ങുന്നത്.

1937ന്റെ തുടക്കത്തിലെപ്പൊഴോ ആണ് വരയൻ കടുവ എന്ന കഥാനായകൻ ചമലാവാലിയുടെ സ്വൈര്യം കെടുത്തിക്കൊണ്ട് പ്രത്യക്ഷനാകുന്നത്. മനുഷ്യ മാംസമാണ് മൂപ്പർക്ക് ഏറെ പഥ്യം എന്നതിനാൽ അവൻ അവിടങ്ങളിലെ സാധുക്കളായ മനുഷ്യർക്ക് ശരിക്കും ഒരു പേടി സ്വപ്നമായിത്തീർന്നു. വലിപ്പ ത്തിൽ അവൻ ഒരു സാധാരണ കടുവ മാത്രം. കാട്ടിലെ സാഹസികമായ ഇരതേടൽ ഉപേക്ഷിച്ച് പ്രായേണ എളുപ്പമായ മനുഷ്യവേട്ടയ്ക്ക് അവൻ ഇറങ്ങിത്തിരിച്ചത് ആരോഗ്യപരമായ വല്ല കാരണങ്ങളാലും ആയിരുന്നോ എന്ന് അറിയാൻ ശ്രമിച്ചെങ്കിലും അവന്റെ കാല്പാടുകളിൽ നിന്നും അങ്ങനെ യൊന്നും ഉള്ളതായി തോന്നിയില്ല. കടുവകളും മറ്റു ഹിംസ്രജന്തുക്കളും ധാരാളമായി വിഹരിക്കുന്നുണ്ടെങ്കിലും നരഭോജികളല്ലാത്തതിനാൽ അവയെ ക്കുറിച്ച് നാട്ടുകാർക്കു വലിയ പരാതിയൊന്നും ഉണ്ടായിരുന്നില്ല. അങ്ങനെ മനുഷ്യരും മൃഗങ്ങളും സമാധാനവാദികളായി കഴിയുന്ന കാലത്താണ് ഭയ ങ്കരനായ ഈ നരഭോജി പെട്ടെന്നൊരു ദിവസം എവിടെ നിന്ന് എന്നറിയാതെ പ്രത്യക്ഷപ്പെടുന്നത്.

ഗുണ്ടൽപെന്റയിലെ ജലാശയത്തിനടുത്ത് മുള മുറിക്കാനെത്തിയ ഒരു നാട്ടുകാരനെ കൊന്നു തിന്നുകൊണ്ടായിരുന്നു വരയന്റെ അരങ്ങേറ്റം. എല്ലൊ ഴികെ എല്ലാം അവൻ തിന്നുതീർത്തിരുന്നത്രേ! രണ്ടുമൂന്നു ദിവസത്തിനുശേഷം നാഗ്പട്ലായിൽ നിന്ന് പുലി സാനുവിലേക്കുള്ള കാട്ടുപാതയിലൂടെ ഒറ്റയ്ക്കു പോകുകയായിരുന്ന ഒരു ഗ്രാമീണനെ പിടികൂടി ബാക്കിയൊന്നും വയ്ക്കാതെ അപ്പടി തിന്നുതീർത്തു. ഇതോടെ ഗ്രാമീണർ ശരിക്കും ഭയന്നുപോയി. പക്ഷേ അവനെ തടയാനോ, വേട്ടായാടാനോ ഭയചകിതരായ അവർക്കു സാധിച്ചില്ല. തുടർന്നുള്ള ആറുമാസത്തിനിടയിൽ വരയൻ തുടർന്ന നരവേട്ടയിൽ പൊലിഞ്ഞു പോയത് ഏഴു വിലപ്പെട്ട മനുഷ്യ ജീവനുകളായിരുന്നു. അക്കാലത്ത് ചമലാ വാലി ബക്രാപേട്ട റെയിഞ്ചിലായിരുന്നു പെട്ടിരുന്നത്. ആയിടക്ക് ഒരിക്കൽ ഫോറസ്റ്റ്റെയിഞ്ച് ഓഫീസർ ചമലാവാലിയിലേക്ക് ഒരു ഔദ്യോഗിക പര്യടനം നടത്തി. നാഗ്പട്ല ഫോറസ്റ്റ് ബംഗ്ലാവിൽ രണ്ടാഴ്ചയെങ്കിലും താമസിച്ച് ഓഫീസ് റിക്കാർഡുകളൊക്കെ പരിശോധിക്കാനായിരുന്നു മൂപ്പരുടെ പ്ലാൻ.

പ്രസ്തുത കാലത്ത് ആവശ്യമായ ആഹാരസാധനങ്ങൾ നിറച്ച കാളവണ്ടിയിലാണ് റെയിഞ്ചാഫീസർ യാത്ര തിരിച്ചത്. വൈകുന്നേരം അഞ്ചുമണിയായപ്പോഴേക്കും അവർ ചമലാവാലിയിലെ കാട്ടുപാതയിലൂടെ സഞ്ചരിക്കുകയായിരുന്നു. ഇനിയൊരു രണ്ടുമൈൽ കൂടി യാത്ര ചെയ്താൽ ബംഗ്ലാവിലെത്താം. വണ്ടിക്കുള്ളിൽ ഓഫീസർക്കു പുറമെ ഒരു ഗാർഡും ഉണ്ട്.

പൊടുന്നനെ വണ്ടിയുടെ മുന്നിലേക്ക് ഒരു കടുവ നടന്നുവരുന്ന നടുക്കുന്ന കാഴ്ചയാണ് കാളവണ്ടിക്കാരൻ കണ്ടത്. വണ്ടി നിർത്തിക്കൊണ്ട് അയാൾ പിന്നിലേക്കു തിരിഞ്ഞു വിളിച്ചു പറഞ്ഞു.

"ചതിച്ചൂ സാറന്മാരെ ദേ, ഒരു കടുവ നമ്മുടെ മുന്നിൽ!"

വണ്ടിക്കുള്ളിലിരുന്നിരുന്ന ഓഫീസർക്കും ഗാർഡിനും വാസ്തവത്തിൽ കടുവയെ കാണാമായിരുന്നില്ല. എങ്കിലും വണ്ടിക്കാരന്റെ മുഖത്തും ശബ്ദത്തിലും തെളിഞ്ഞ ഭയം അവരെ ശരിക്കും കീഴ്പ്പെടുത്തിക്കളഞ്ഞു. അവർ ഇരുവരും വണ്ടിക്കാരനും ഉറക്കെ കരയുകയും ബഹളം കൂട്ടുകയും സഹായമഭ്യർത്ഥിക്കുകയുമൊക്കെ ചെയ്തു. മൂവരുടേയും കൂടിയുള്ള ബഹളം കേട്ടതുകൊണ്ടോ എന്തോ കടുവ ഒരു വശത്തേക്ക് ഒഴിഞ്ഞു മാറിപ്പോയി. വണ്ടിക്കാരൻ വണ്ടി മുന്നോട്ടെടുത്തു. പിന്നിൽ ഇരുന്നിരുന്ന ഗാർഡ് തങ്ങളെ നോക്കിക്കൊണ്ട് നടന്നു പോകുന്ന കടുവയെ ഒരു നിമിഷം നോക്കിയിരുന്നിട്ട് പെട്ടെന്ന് ഒരു ആന മണ്ടത്തരം കാട്ടി. അയാൾ വണ്ടിയിൽ നിന്നും പുറത്തിറങ്ങി ഉറക്കെ ബഹളം വച്ചു. അതുകേട്ട് കടുവ ഓടിപ്പോകുമെന്നോ മറ്റോ ആയിരിക്കാം അയാൾ കരുതിയത്. എന്നാൽ സംഭവിച്ചതോ?

തന്റെ ദയകൊണ്ട് വിട്ടയച്ചവരിൽ ഒരുവൻ തന്നോടല്പം പോലും ബഹുമാനമില്ലാതെ പെരുമാറുന്നത് കണ്ട കടുവ ഒരു ചാട്ടത്തിന് അയാളെ കീഴ്പ്പെടുത്തി കഴുത്തിൽ കടിച്ച് തൂക്കിവലിച്ചുകൊണ്ട് സമീപത്തുള്ള കാട്ടിലേക്ക് അപ്രത്യക്ഷമായി. ആ കാഴ്ച കണ്ട് അമ്പരന്നിരിക്കാനല്ലാതെ റെയിഞ്ച് ഓഫിസർക്ക് ഒന്ന് ചലിക്കാൻ പോലും കഴിഞ്ഞില്ല. ഗാർഡ് എന്തിനിങ്ങനെയൊരു അബദ്ധം കാട്ടി എന്ന് അത്ഭുതപ്പെട്ടുകൊണ്ട് അയാളെ തിരിച്ചുവിളിക്കാൻ നാവെടുക്കുംമുമ്പ് ആ സാധുവിന്റെ കഥ കഴിഞ്ഞിരുന്നു. അല്ലെങ്കിലും നിരായുധനായ ആ മനുഷ്യൻ എന്തു ചെയ്യാൻ! അഥവാ തന്റെ സഹപ്രവർത്തകനെ രക്ഷിക്കാൻ അദ്ദേഹം ശ്രമിച്ചിരുന്നെങ്കിൽ മറ്റൊരു മരണം കൂടി ഉറപ്പാകുമെന്നല്ലാതെ ഒരു ഗുണവും ഉണ്ടാകുമായിരുന്നില്ല. ഏതായാലും വണ്ടിക്കാരൻ തിരിഞ്ഞുനോക്കാതെ അതിവേഗം കാളകളെ പായിച്ച് ഫോറസ്റ്റ് ബംഗ്ലാവിലെത്തിച്ചേർന്നു. കടുവകളെ കണ്ട കാളകൾ സ്വയം ടോപ്പ് ഗിയറിട്ടതുകൊണ്ട് വണ്ടിക്കാരന് ജോലി എളുപ്പവുമായി.

നേരം സന്ധ്യയായതിനാൽ തന്റെ സഹചരനും കീഴുദ്യോഗസ്ഥനുമായ ഗാർഡിന്റെ വിയോഗത്തിൽ ദുഃഖിച്ചിരിക്കാനല്ലാതെ റെയിഞ്ച് ഓഫീസർക്ക്

ഒന്നും ചെയ്യാനില്ലായിരുന്നു. പിറ്റേന്ന് ഒരു സംഘം ആളുകൾ സർവ്വവിധ ആയുധങ്ങളും സന്നാഹങ്ങളുമായി സംഭവസ്ഥലത്തു ചെല്ലുകയും കാട്ടിനുള്ളിലേക്കു കടന്ന് പരിശോധിക്കുകയും ചെയ്തു. ഗാർഡിന്റെ മൃതദേഹത്തിന്റെ വളരെ കുറച്ച് അവശിഷ്ടങ്ങളും കീറിയ യൂണിഫോം കഷ്ണങ്ങളും കണ്ട് മടങ്ങിപ്പോരാനേ അവർക്കു കഴിഞ്ഞുള്ളു. ഈ സംഭവം ഏതായാലും വലിയ ഒച്ചപ്പാടുണ്ടാക്കി. ഒരുമാതിരിപ്പെട്ട പത്രങ്ങളിലെല്ലാം ഈ വാർത്ത വന്നു. ഒപ്പം നരഭോജിയായ കടുവയെ കൊല്ലുകയോ പിടികൂടുകയോ ചെയ്യുന്നവർക്ക് വൻതുക പാരിതോഷികം പ്രഖ്യാപിച്ചു കൊണ്ടുള്ള പരസ്യങ്ങളും വന്നു. തദ്ദേശീയരായ നായാട്ടുകാർക്കു പുറമെ മദിരാശിയിൽ നിന്നുവരെ വിദഗ്ധരായ നായാട്ടുകാർ അങ്ങോട്ടു പ്രവഹിച്ചു. പക്ഷേ അവരെക്കാളൊക്കെ മുൻപേ പത്രപരസ്യം കടുവ വായിച്ചിരുന്നെന്നും തന്റെ തലയ്ക്ക് സർക്കാർ വില പ്രഖ്യാപിച്ചു എന്ന് മനസ്സിലാക്കുകയും ചെയ്തിട്ടെന്നോണം നമ്മുടെ കഥാനായകൻ രംഗത്തുനിന്ന് നിഷ്ക്രമിച്ചു കളഞ്ഞു. കടപ്പ, തിരുപ്പതി, ബലന്തൂർ കാടുകളിലൊന്നും അടുത്ത രണ്ടു മാസത്തേക്ക് അവൻ പ്രത്യക്ഷപ്പെട്ടതേയില്ല.

ചമലാവാലിയിൽ നിന്നും പതിനെട്ടു മൈൽ കിഴക്കു വടക്കു മാറി മദ്രാസ് - ബോംബെ റയിൽപ്പാതയിലാണ് മാലന്തൂർ റെയിൽവേസ്റ്റേഷൻ. സ്റ്റേഷനു ചുറ്റും അസ്സൽ കാടുതന്നെ. കാട്ടിനുള്ളിലൂടെയാണ് റെയിൽപ്പാത കടന്നുപോകുന്നതും. ഈ റെയിൽപ്പാതയുടെ പതിവു പരിശോധനയ്ക്ക് പോയ ഒരു ഗാംഗ്മാൻ വൈകുന്നേരമായിട്ടും സ്റ്റേഷനിൽ എത്തിയില്ല. ഒന്നു രണ്ടു ദിവസം കാത്തിട്ടും അയാളെക്കുറിച്ചൊരു വിവരവും കിട്ടാതായപ്പോൾ സഹപ്രവർത്തകർ അന്വേഷിച്ചിറങ്ങി. റെയിൽപ്പാളത്തിനരികിൽ അയാളുപയോഗിക്കാറുള്ള ചുറ്റിക കിടക്കുന്നത് അവർ കണ്ടു. റെയിലിൽ നിന്നും കുറച്ചകലെ കാട്ടിലേക്കുള്ള ഒരു കയറ്റത്തിൽ രക്തത്തുള്ളികൾ ഉണങ്ങിക്കിടക്കുന്നതും അവർ കണ്ടു. അതു നോക്കിനോക്കി ചെന്നപ്പോൾ ഗാംഗ്മാന്റെ ചെരിപ്പും ചുറ്റുപാടുമുള്ള മുൾച്ചെടികളിൽ തെറിച്ചുണങ്ങിയ രക്തത്തുള്ളികളും അവർക്കു കാണാൻ കഴിഞ്ഞു. മറ്റൊരവശിഷ്ടവും കണ്ടില്ല. എങ്കിലും ഗാംഗ്മാൻ ഏതോ വന്യജീവിക്കു ഭക്ഷണമായി എന്നവർ ഉറപ്പിച്ചു.

മാമന്തൂരിനടുത്തുള്ള സെറ്റിഗുണ്ടാ എന്ന സ്ഥലത്തും കല്ല്യാണി നദിയുടെ തീരപ്രദേശമായ അമ്പൽമേരുവിൽ വച്ചും രണ്ടു നരവധങ്ങൾ കൂടി അടുത്ത ദിവസങ്ങളിൽ നടന്നു. ഇത്രയുമൊക്കെ സംഭവവികാസങ്ങൾ നടന്ന സമയത്താണ് ഔദ്യോഗികാവശ്യങ്ങൾക്കായി മദ്രാസിൽ ചെന്ന ഞാൻ മദ്രാസ് ചീഫ് ഫോറസ്റ്റ് കൺസർവേറ്ററുമായി കാണാനിടയായത്. സംസാരമധ്യേ ചമലാവാലിയിലെ നരഭോജിയായ കടുവയെക്കുറിച്ച് അദ്ദേഹം എന്നോടു പറയുകയും ഞാൻ അവിടെപ്പോയി അവന്റെ കഥ കഴിക്കണമെന്ന് നിർബ്ബന്ധപൂർവ്വം ആവശ്യപ്പെടുകയും ചെയ്തു. ശ്രമിക്കാമെന്ന് ഞാനും വാക്കു കൊടുത്തു.

ബാംഗ്ലൂരിൽ മടങ്ങിയെത്തി അധികം വൈകാതെതന്നെ ഞാൻ അവധിയെടുത്ത് അവശ്യം വേണ്ട സന്നാഹങ്ങളോടെ നാഗ്പട്ലയ്ക്കു തിരിച്ചു. നാഗ്പട്ലയിലെ ഫോറസ്റ്റ് ബംഗ്ലാവ് ആസ്ഥാനമാക്കിക്കൊണ്ട് ഞാനെന്റെ 'ഓപ്പറേഷൻ വരയൻകടുവ' എന്ന യജ്ഞം ആരംഭിച്ചു. പക്ഷേ ഓപ്പറേഷൻ അത്ര എളുപ്പമായിരുന്നില്ല. കാരണം നമ്മുടെ സ്ഥാനാർത്ഥിയുടെ നിയോജ കമണ്ഡലം ഒന്നൊന്നുമായിരുന്നില്ലല്ലോ. മൂപ്പർ ഇന്നിപ്പോൾ ഇന്നയിടത്തു കാണാം എന്നൊന്നും ആർക്കും വാക്കു കൊടുത്തിട്ടുമില്ല. അവനങ്ങനെ സർവ വ്യാപിയായി വിലസുന്നതു കൊണ്ട് ഒരു കുടുക്ക് ഒരുക്കുന്നെങ്കിൽ തന്നെ അതെവിടെ വേണമെന്നറിയാതെ ഞാൻ ചിന്താക്കുഴപ്പത്തിലായി. ഏതായാലും നനച്ചിറങ്ങിയില്ലേ, ഇനി കുളിച്ച് കയറുക തന്നെ എന്നുറപ്പിച്ച് ഞാൻ നാല് കന്നുകുട്ടികളെ വാങ്ങി വളരെയധികം ദൂരമുള്ള നാലു സ്ഥലത്തായി കെട്ടിയിട്ടു. ഒന്നിനെ നാഗ്പട്ല-പുലിബോണു റോഡിലുള്ള നരസിംഹ ച്ചെരിവിലും, ഒരെണ്ണത്തെ ഗുണ്ടൽപേട്ടയിലും, ഒരെണ്ണത്തെ അമ്പൽമേരുവിലും ഒരെണ്ണത്തെ റഗിമൻ കോണാർ (കല്ല്യാണിയുടെ ഒരു പോഷകനദി) എന്ന അരുവിയുടെ തീരത്തും കെട്ടിയിട്ടു.

രണ്ടാംനാൾ നരസിംഹ ചെരിവിലുണ്ടായിരുന്ന കന്നിനെ കൊന്നതായി കണ്ടെങ്കിലും അതിലെ പ്രതി കടുവയല്ലെന്നും ഒരു പുലിയാണെന്നും തെളിഞ്ഞു. മറ്റൊരു കന്നിനെ അവിടെ വീണ്ടും കെട്ടിയിട്ട് ഞാൻ ഒരാഴ്ച ക്കാലം ഈ നാലു പ്രദേശങ്ങളിലും ചുറ്റിത്തിരിഞ്ഞെങ്കിലും കടുവയുടെ ഒരു വിവരവും കിട്ടിയില്ല. ഒമ്പതാം ദിവസം പുലിബോണുവിലേക്ക് എന്റെ കാറിൽ പോകവെ ആറാം മൈലിൽ ഒരു കടുവയുടെ കാല്പാദങ്ങൾ വ്യക്തമായി തെളിഞ്ഞു കിടക്കുന്നത് കണ്ടു. ഞാൻ അന്വേഷിച്ചു നടക്കുന്ന വരയന്റെ തൃക്കാലടികൾ തന്നെയാണോ അതെന്നുറപ്പിക്കാൻ ഞാനവന്റെ കാലടികൾ മുൻപ് കണ്ടിട്ടില്ലല്ലോ! പുലിബോണുവിലെത്തി കാർ അവിടെയിട്ടിട്ട് വടക്കു കിഴക്കു ഭാഗത്തെ താഴ്‌വരയിലൂടെ ഞാൻ മെല്ലെ നടന്നു. കാട്ടുപാത കല്ല്യാണി നദിയുടെ തീരത്ത് എത്തിയപ്പോൾ നനഞ്ഞ മണ്ണിൽ അവന്റെ കാല്പാടുകൾ വ്യക്തമായി തെളിഞ്ഞു കണ്ടു. ഗുണ്ടൽപേട്ടയിലോ, അമ്പൽമേരുവിലോ ഉള്ള ഒരു കന്നിനെ അവൻ കശാപ്പ് ചെയ്തിരിക്കും എന്ന് ഞാൻ പ്രതീക്ഷിച്ചു. പക്ഷേ ചെന്നു നോക്കുമ്പോൾ രണ്ടു കന്നുകളും കച്ചിയും ചവച്ചു നിൽക്കുന്നതാണ് കണ്ടത്. മടങ്ങിവന്ന് വീണ്ടും ആ കാല്പാടുകളുടെ അടയാളം നോക്കി കുറേ നടന്നെങ്കിലും ഒരു ലക്ഷ്യവും കിട്ടാതെ മടങ്ങിപ്പോരേണ്ടി വന്നു എനിക്ക്. അങ്ങനെ നടക്കുമ്പോൾ വഴിയരികിലൊരിടത്ത് ഒരു ചിതൽപ്പുറ്റ് പൊളിച്ച് ചിതലിനെ തിന്നുന്ന ഒരു കരടിയെ ഞാൻ കണ്ടു. കുറച്ചകലെ നിന്ന് കൗതുകകരമായ ആ കാഴ്ച ഞാൻ കുറേ നേരം നോക്കി നിന്നു. എനിക്ക് കരടിയോട് ഒരു പ്രത്യേക മമതയുണ്ട്. അതുകൊണ്ടവനെ ഉപദ്രവിക്കാനൊന്നും ഉദ്ദേശ്യമില്ല. എങ്കിലും അവന്റെ ശ്രദ്ധതിരിക്കാൻ ഞാനൊന്നു ചുമച്ചു.

പെട്ടെന്ന് തീറ്റ നിർത്തി അവൻ പിൻകാലിൽ ഉയർന്നുനിന്ന് എന്നെ സൂക്ഷിച്ചു നോക്കി. എവിടുന്ന് വന്നെടാ രസംകൊല്ലീ എന്നു ചോദിക്കും പോലെ ഒന്നു മുരണ്ടിട്ട് അവൻ തിരിഞ്ഞു കാട്ടിലേക്ക് ഓടിമറഞ്ഞു.

അടുത്ത ദിവസം അമ്പൽമേരുവിലെ കന്നിനെ കയർപൊട്ടിച്ച് കടുവാ വലിച്ചിഴച്ചു കൊണ്ടു പോയതായി കണ്ടപ്പോൾ എനിക്ക് ഉത്സാഹം തോന്നി. ആ പാടുകൾ നോക്കി കുറേ ചെന്നപ്പോൾ ഒരു കാക്ക മരക്കൊമ്പിലിരുന്നു താഴെയുള്ള എന്തോ വളരെ ശ്രദ്ധയോടെ നോക്കുന്നത് ഞാൻ കണ്ടു. അതി നർത്ഥം താഴെ എന്തോ തിന്നാനുള്ള വസ്തു ഉണ്ടെന്നാണ്. കടുവ കന്നിനെ അവിടെയിട്ട് കടിച്ചുകീറി തിന്നുന്നതും നോക്കി കൊതി വെള്ളം ഇറക്കുക യാണ് കാക്കയെന്ന് ഞാനൂഹിച്ചു. പക്ഷേ നിബിഡമായ കാടായതുകൊണ്ട് എനിക്ക് ഒന്നും കാണാൻ കഴിഞ്ഞില്ല. അങ്ങോട്ടും ഇങ്ങോട്ടുമൊക്കെ മാറി നിന്ന് നോക്കിയിട്ടും കാണാൻ സാധിച്ചില്ല. കാക്കയിരിക്കുന്ന മരത്തിന്റെ ചുവട്ടിൽ ഒരു താഴ്ചയുണ്ട്. അവിടെ പുല്ലും ചെടികളും വളർന്നു നിൽക്കുന്നു. ആ താഴ്ചയിലെവിടെയൊ ആണ് കടുവയെന്ന് ഞാനൂഹിച്ചു. ഏതായാലും ഇനി നേരെ ചെല്ലുന്നത് അത്ര പന്തിയാവില്ല. ഞാൻ ഒരു നൂറടി പിന്നാക്കം നടന്ന് അല്പം വഴിമാറി ചുറ്റിക്കറങ്ങി മുന്നിൽ കണ്ട നീർച്ചാലിലൂടെ കുറച്ച് മുന്നോട്ടു നടന്ന് എതിർകരയിലെത്തി. അവിടെക്കണ്ട മരത്തിൽ കയറി നോക്കിയിട്ടും ഇലച്ചില്ലകൾ കാരണം ഒന്നും വ്യക്തമായില്ല. കടുവയെ അല്ല കാക്കയെപ്പോലും ഇപ്പോൾ കാണാൻ പറ്റുന്നില്ല. ആകെയൊരു ഗുണമുള്ളത് അത്രയും ഉയരത്തിലായതുകൊണ്ട് കടുവ പുറത്തു വന്നാൽ പെട്ടെന്ന് കാണാം എന്നതാണ്. കന്നിനെ മതിയാവോളം തിന്നുകഴിഞ്ഞാൽ വെള്ളം കുടിക്കാൻ അവൻ നീർച്ചോലയിലേക്കു വരും. അപ്പോൾ അവന്റെ കഥ കഴിക്കാം.

അധികം വൈകാതെ എന്റെ പ്രതീക്ഷയ്ക്കൊത്ത് കാര്യങ്ങൾ നീങ്ങാൻ തുടങ്ങി. ഒരു ലാംഗൂർ കുരങ്ങനും അവന്റെ പെണ്ണും കൂടി ഭയന്ന മട്ടിൽ ശബ്ദമുണ്ടാക്കാൻ തുടങ്ങി. കടുവയെ കണ്ട് തന്റെ വർഗ്ഗക്കാർക്ക് അപകട സന്ദേശം കൊടുക്കുകയാവും അവൻ. കടുവ, പുലി എന്നീ മൃഗങ്ങൾക്ക് ഇഷ്ടപ്പെട്ട വിഭവമാണ് കുരങ്ങന്റെ ഇറച്ചി. അത് അറിയാവുന്നത് കൊണ്ട് വാനരവർഗം ഇവരെ സദാ ശ്രദ്ധിച്ചു കൊണ്ടിരിക്കും. സാധാരണയായി അവർ ഒരു കുരങ്ങനെ നിരീക്ഷകനായി നിയോഗിക്കുകയാണ് പതിവ്. അവനാണെ ങ്കിലോ ഭക്ഷണം പോലും ഉപേക്ഷിച്ച് വംശരക്ഷ തന്റെ ചുമതലയിലാണെന്ന ബോധത്തോടെ സദാ നാലുപാടും കണ്ണുപായിച്ച് ബദ്ധശ്രദ്ധനായി ഇരിക്കും. നേരിയ അപകടസൂചന കണ്ടാൽ ഉടൻ കൂട്ടത്തിന് അറിവ് കൊടുക്കും. അതു കേൾക്കേണ്ട താമസം കുഞ്ഞുങ്ങളേയും വഹിച്ചു കൊണ്ട് അമ്മമാരും മറ്റുള്ള വാനരങ്ങളുമെല്ലാം വൃക്ഷങ്ങളുടെ ഉയരത്തിലുള്ള ശിഖരങ്ങളി ലേക്ക് ഓടിക്കയറും. എന്നാൽ ഇതറിയുന്ന കടുവയോ പുലിയോ നിരാശരായി

മടങ്ങുകയല്ല പതിവ്. അവർ കുരങ്ങന്മാരിരിക്കുന്ന വൃക്ഷച്ചുവട്ടിൽ ചെന്ന് ഏറ്റവും താഴെയുള്ള കവട്ടയിലേക്കു ചാടിക്കയറും. അവിടെനിന്ന് വീണ്ടും മുകളിലേക്കു കയറാൻ പോകുകയാണെന്ന നാട്യത്തോടെ മുരളുകയും, കൈ വീശി അടിയ്ക്കുകയും ഒക്കെ ചെയ്യും. മുകളിലത്തെ ചില്ലകളിൽ സുരക്ഷിത രാണ് തങ്ങളെന്ന ബോധം കുരങ്ങുകൾക്കുണ്ടെങ്കിലും കടുവകളുടെ ഈ പരാക്രമം കാണുമ്പോൾ ഇവൻ ഇങ്ങ് മുകളിൽ വരെ കയറി വന്നേക്കുമോ എന്ന് ആ സാധുക്കൾ ഭയപ്പെടും. എങ്കിൽ അടുത്ത മരത്തിലേക്കു ചാടി രക്ഷ പ്പെടാമെന്നു കരുതി എടുത്തു ചാടും. ആ ഭീതിയും തിരക്കും മൂലം ചാട്ടത്തിൽ പിഴച്ച് ഒന്നോ രണ്ടോ എണ്ണമെങ്കിലും താഴെ വീഴും. അവറ്റയെ കടുവ പിടിച്ചു തിന്നുകയും ചെയ്യും. ഇതുമൊരു മൃഗതന്ത്രം എന്നേ പറയേണ്ടൂ.

ഞാൻ വേഗം താഴെയിറങ്ങി കുരങ്ങുകൾ ഇരിക്കുന്ന മരത്തിനടുത്തേക്കു നടന്നു. റൈഫിൾ നീട്ടിപ്പിടിച്ച് വളരെ ശ്രദ്ധിച്ചാണ് ഞാൻ നടന്നത്. വയർ നിറയെ കന്നിനെ തിന്നതുകൊണ്ട് കടുവയിപ്പോൾ കുരങ്ങന്മാരെ ഗൗനിക്കുക യില്ലെന്നും നേരെ ചോലയിലേക്കു വെള്ളം കുടിക്കാൻ നീങ്ങുകയാവുമെന്നും ഞാൻ ഊഹിച്ചു. ഞാൻ കൂടുതൽ മുന്നോട്ടു ചെന്നപ്പോൾ ലാംഗൂർ കുരങ്ങൻ എന്നെ കണ്ടു. അവൻ ഭയത്തോടെ എന്നെയും മറുഭാഗത്തേക്കും മാറിമാറി നോക്കുന്നുണ്ട്. എന്റെ മുന്നിൽ ഒരു മുന്നൂറു വാരയകലെയെങ്കിലും കടുവ ഉണ്ടെന്ന് ഞാൻ ഉറപ്പിച്ചു. ഞാനാ ലക്ഷ്യം വച്ച് പുല്ലിനിടയിലൂടെ അതിവേഗം മുന്നോട്ടു നീങ്ങി. കുരങ്ങ് ഞാനവന്റെ കൂട്ടരെ ആക്രമിക്കാൻ വരികയാണെന്നു കരുതിയിട്ടാവാം, എന്നെ നോക്കി കലപില ചിലയ്ക്കുവാനും പല്ലിളിക്കാനും മരച്ചില്ല പിടിച്ചു കുലുക്കാനും മറ്റും തുടങ്ങി. അതു ശ്രദ്ധിക്കാതെ ഞാൻ മുന്നോട്ടു നീങ്ങി. എന്റെ മുന്നിൽ, കഷ്ടി ഒരു മുപ്പതു വാരയകലെ കുറ്റിക്കാട്ടിൽ ഒരു ചലനം ഞാൻ ശ്രദ്ധിച്ചു. ശരിക്ക് കാണാനായി, ഞാൻ എത്തിവലിഞ്ഞ് നോക്കിയതും എന്നെ കണ്ട കടുവ ഒറ്റക്കുതിപ്പിനു തിരിഞ്ഞോടുകയും ചെയ്തു. അവൻ എന്നെ കണ്ടുകഴിഞ്ഞ സ്ഥിതിക്ക് ഇനി പിന്തുടരുന്നതിൽ അർത്ഥമില്ലെന്നു മനസ്സിലാക്കിയ ഞാൻ ശ്രദ്ധാപൂർവ്വം അവന്റെ ഇര കിടക്കു ന്നിടത്തേക്കു തന്നെ നടന്നു. പിന്നിൽ നിന്നുള്ള ആക്രമണവും പ്രതീക്ഷിച്ചു കൊണ്ടാണ് ഞാൻ നടന്നത്. കുറെഭാഗം തിന്നുതീർത്ത് ബാക്കിയായ കന്നു കുട്ടി അവിടെ കിടക്കുന്നത് ഞാൻ കണ്ടു.

ഞാനൊരു ചിന്താക്കുഴപ്പത്തിലായി. ഇര ഇത്രയും ബാക്കി കിടക്കുന്ന തിനാൽ കടുവ വീണ്ടും അതു തിന്നാൻ വരാനാണ് സാധ്യത. അങ്ങനെ യെങ്കിൽ ഞാനവനെ കാത്തിരിക്കുകയാണ് വേണ്ടത്. പക്ഷേ ഇരുട്ടിയാൽ ഞാൻ കുഴയും. രാത്രി ഭക്ഷണത്തിനൊന്നും കരുതിയിട്ടില്ല. അതിനേക്കാൾ പ്രധാനം ടോർച്ചാണ്. അതും എടുത്തിട്ടില്ല. ചന്ദ്രികയില്ലാത്ത രാത്രിയിൽ ഈ കാട്ടിൽ ഒരു മരക്കൊമ്പിൽ കുത്തിപ്പിടിച്ചിരിക്കുക എന്നതും വലിയ വിഷമ മാണ്. പുലിബോണു വരെ പോയി വേണ്ട സജ്ജീകരണങ്ങളുമായി മടങ്ങി

വരാമെന്നു വച്ചാൽ ഞാൻ എന്നെത്തന്നെ കടുവയുടെ ദയക്ക് സമർപ്പിക്കുക എന്നതാവും ഫലം. രാത്രി നല്ല തണുപ്പുണ്ടാകും. പുതയ്ക്കാൻ ഒരു കമ്പിളി പോലും കരുതിയിട്ടില്ല. എന്നാലും വേണ്ടില്ല ഈ രാത്രി പാഴാക്കാനാവില്ല. അവനെ വീണ്ടും കണ്ടുമുട്ടാനുള്ള സുവർണാവസരത്തിന്റെ മുന്നിൽ എന്റെ ബുദ്ധിമുട്ടുകളൊക്കെ സ്വീകാര്യമായിത്തോന്നി എനിക്ക്. ഈ രാത്രി ഞാൻ വരയനു സമർപ്പിക്കുന്നു.

അവിടെ കണ്ട ഒരു വലിയ മാവിൽ സൗകര്യമായി ചാരിയിരിക്കാവുന്ന ഒരു ശിഖരമുണ്ടായിരുന്നു. ഞാനതിൽ വലിഞ്ഞ് കയറി സുഖമായി ചാരി ഇരുന്നു. തൊട്ടടുത്തുള്ള ശിഖരത്തിൽ റൈഫിളും ചാരിവച്ചു. ആ ഇരിപ്പിൽ എനിക്ക് കന്നിന്റെ അവശിഷ്ടങ്ങൾ കിടക്കുന്ന ഭാഗമെല്ലാം വ്യക്തമായി കാണാം. ഞാൻ ചാരിയിരിക്കുന്ന ഭാഗം തറയിൽ നിന്നു പതിനഞ്ചടിയിലധികം ഉയരത്തിലാകയാൽ കടുവ അവിടെ വരെ ചാടിപ്പിടിക്കുകയില്ലെന്ന് ഉറപ്പാണ്. സന്ധ്യയായി വരികയാണ്. ആറര ഏഴുമണിയായിട്ടുണ്ട്. അപ്പോൾ എന്റെ വലതു ഭാഗത്തു നിന്നായി ഒരു മ്ലാവിന്റെ നിലവിളി കേട്ടു. പൊടുന്നനെ ഒരു കടുവ ആ ഭാഗത്ത് പ്രത്യക്ഷപ്പെടുകയും ചെയ്തു. എന്നാൽ മ്ലാവിനെ കണ്ടില്ല. അതോടി രക്ഷപ്പെടുന്നതോ അല്ലെങ്കിൽ കടുവയുടെ അടിയേറ്റു പിടയുന്നതോ കാണേണ്ടതാണ്. പെട്ടെന്ന് എനിക്കൊരു കാര്യം ബോധ്യമായി. അവിടെ ഒരു മ്ലാവുണ്ടായിരുന്നില്ല. കടുവ തന്നെ മ്ലാവിന്റെ ശബ്ദത്തിൽ കരയുമെന്നു കേട്ടിട്ടുണ്ട്. അതിന്റെ ഇണയെ ആകർഷിച്ചു വരുത്താനുള്ള സൂത്രമാണത്. ഇവിടെ സംഭവിച്ചത് അതുതന്നെയാണെന്ന് ഞാൻ കരുതുന്നു.

കടുവ കന്നുകുട്ടിയുടെ അവശേഷിച്ച മാംസം തിന്നാനായി അതിനടുത്തേക്കു നടന്നപ്പോൾ എന്റെ മുന്നിലുള്ള വൃക്ഷശിഖരങ്ങൾ എന്റെ ദൃശ്യം അവനിൽ നിന്നു മറച്ചിരുന്നു. ഈ അനുകൂല സാഹചര്യം മുതലെടുത്തു നിറയൊഴിക്കാൻ തീരുമാനിച്ച് ഞാൻ റൈഫിൾ ലക്ഷ്യം പിടിച്ചു. ആ കൃത്യ സമയത്ത് കടുവ ഇരയെ കടിച്ചുയർത്തുകയും ഞാൻ നിറയൊഴിക്കുകയും ചെയ്തു. ഇടതു തോളിലാണ് വെടിയുണ്ട തുളച്ചുകയറിയത്. അവൻ വട്ടം കറങ്ങുവാൻ തുടങ്ങി. അപ്പോൾ അവന്റെ കഴുത്തു ലക്ഷ്യമാക്കി രണ്ടാമത്തെ നിറയും ഒഴിച്ചു. രണ്ടുമൂന്നു തവണ കൈകാലിട്ടടിച്ചു പുളഞ്ഞതിനു ശേഷം അവൻ നിശ്ചലനായി. ഹാവൂ എന്റെ ജോലി വേഗം തീർന്നു.

ഇനി രാത്രി മുഴുവൻ ഇവിടെയിരുന്ന് നരകിക്കുന്നതെന്തിന്. വേഗം തിരിച്ചു പോകാമെന്നുറപ്പിച്ച് ഞാൻ മാവിൽ നിന്നും താഴെയിറങ്ങി. കടുവയുടെ ജഡം അടുത്തു ചെന്നു നോക്കാനൊന്നും നില്ക്കാതെ ഞാൻ തിരക്കിട്ടു നടന്നു. കല്ല്യാണിപ്പുഴയുടെ തീരത്തു കൂടി ആറു മൈൽ നടന്നാൽ എനിക്കു പുലിബോണുവിലെത്താം. എന്നാൽ കാട്ടുപാതയിലൂടെ നടന്നാൽ ഈ ദൂരം നാലു മൈലായി കുറയുമെന്ന് എനിക്കറിയാം. പക്ഷേ ഈ രാത്രി ടോർച്ചു പോലുമില്ലാതെ ആ വഴിയിലൂടെയുള്ള നടപ്പ് അത്ര പന്തിയായിരിക്കില്ല. എന്തിനേറെ

പറയുന്നു നദിക്കരയുടെ കൂരിരുട്ടിൽ ഞാൻ ആറു മൈൽ നടന്ന് രാത്രി പതിനൊന്നു മണിയോടെ പുലിബോണുവിലെ ഫോറസ്റ്റ് ബംഗ്ലാവിലെത്തി.

എനിക്കത്ര വിജയാഹ്ലാദമൊന്നും അപ്പോഴും തോന്നിയില്ല. കാരണം എന്റെ മനസ്സിൽ പിന്നെയും കുറേ സംശയങ്ങൾ ബാക്കി നിൽക്കുന്നുണ്ടായിരുന്നു. ഞാൻ കൊന്നത് നരഭോജിയെ തന്നെയാണോ എന്നതായിരുന്നു സംശയം. കന്നിനെക്കൊന്നതും, എന്നെ കണ്ടിട്ടും പിന്നെയും വന്നതും, സാമ്പാർ മാനിന്റെ ശബ്ദം മിമിക്രി ചെയ്തതുമെല്ലാം അവൻ അസാധാരണനാണെന്നുള്ളതിന്റെ തെളിവുകളാണ്. പക്ഷേ അവൻ തന്നെയാണോ ആ നരഭോജി?

പിറ്റേന്ന് ഞാൻ ബാംഗ്ലൂർക്കു മടങ്ങി. വഴിക്ക് ചിറ്റൂർ കളക്ടറെ കണ്ട് വിവരങ്ങളൊക്കെ പറഞ്ഞു. നരഭോജിയാണോ എന്റെ തോക്കിന് ഇരയായത് എന്ന് നിശ്ചയമില്ലാത്തതിനാൽ ഇനി ആരെയെങ്കിലും കടുവ ആക്രമിച്ചാൽ ഉടനെ തന്നെ എന്നെ വിവരമറിയിക്കണമെന്നും അദ്ദേഹത്തോടു പറഞ്ഞേല്പിച്ചിരുന്നു.

ബാംഗ്ലൂരിൽ എത്തി കൃത്യം പതിനൊന്നു ദിവസം കഴിഞ്ഞപ്പോൾ എനിക്ക് ചമലാവാലിയിൽ നിന്നും ഒരു കമ്പിസന്ദേശം ലഭിച്ചു. പുല്ലരിയാൻ പോയ ഒരു സ്ത്രീയെ കടുവ പിടിച്ചത്രെ! അതോടെ എന്റെ മനസ്സിൽ എരിഞ്ഞുകൊണ്ടിരുന്ന സംശയത്തിന്റെ നെരിപ്പോട് ഒന്നാളിക്കത്തി. ഞാൻ കരുതിയതുപോലെത്തന്നെ സംഭവിച്ചിരിക്കുന്നു. ഞാനന്ന് കൊന്നത് യഥാർത്ഥ നരഭോജിയെ അല്ലെന്നുറപ്പായി. പിന്നെ വൈകിച്ചില്ല. അന്നുച്ചയോടെ ഞാൻ നാഗ്പട്ലാ ഫോറസ്റ്റ് ബംഗ്ലാവിലെത്തി. പിറ്റേന്നു രാവിലെ സംഭവസ്ഥലം സന്ദർശിച്ചു.

ആ സാധു സ്ത്രീ അരിഞ്ഞെടുത്ത പുല്ല് കെട്ടിവയ്ക്കാൻ ശ്രമിക്കുമ്പോഴാണ് മരണദൂതനായി കടുവ പിന്നിൽ നിന്ന് ചാടി വീണത്. ഒന്നുറക്കെ കരയാൻ പോലും അനുവദിക്കാതെ അവളുടെ കഴുത്തിൽ അവൻ കടിച്ചു കുടയുന്നത് അല്പം അകലെ പുല്ലു ചെത്തിക്കൊണ്ടിരുന്ന കൂട്ടുകാരി കണ്ടു. അവൾ നിലവിളിച്ചു കൊണ്ട് ഓടിവന്ന് ഗ്രാമീണരോടു സംഭവം വിവരിക്കുകയായിരുന്നത്രെ. എന്നാൽ അപ്പോൾത്തന്നെ തേടിപ്പോകാൻ ധൈര്യമുള്ള ആരും അവിടുണ്ടായിരുന്നില്ല. ഇന്ന് മൂന്നാം ദിവസമാണ്. അവിടമെല്ലാം പരിശോധിച്ചപ്പോൾ അവളുടെ സാരി മാത്രമാണ് കണ്ടുകിട്ടിയത്. ശരീരാവശിഷ്ടങ്ങൾ ഒന്നും കാണാൻ കഴിഞ്ഞില്ല.

പതിവുപോലെ പല സ്ഥലങ്ങളിലും കന്നുകുട്ടികളെ കെട്ടിയിട്ടു കാത്തിരുന്നെങ്കിലും കടുവ വന്നില്ല. പുലിബൊണുവിലേക്കുള്ള കാട്ടുപാതയിൽ ഒരിടത്ത് കടുവയുടെ കാല്പാടുകൾ ഒരു ദിവസം കണ്ടു. ആ ഭാഗത്തു കെട്ടിയിരുന്ന കന്നിനെ അവൻ ശ്രദ്ധിക്കുക പോലും ചെയ്തിട്ടില്ലതാനും. എങ്കിലും അവൻ വരാതിരിക്കില്ല എന്ന പ്രതീക്ഷയോടെ ഞാൻ നാലു രാത്രികൾ തുടർച്ചയായി പുലിബോണുവിൽ പലയിടങ്ങളിലായി രാത്രി മുഴുവൻ ഉറക്കമിളച്ചിരുന്നത്

വെറുതെയായി എന്നുപറഞ്ഞാൽ മതിയല്ലോ. നാലാം രാത്രിയിലെ അദ്ധ്വാനവും വെറുതെയായല്ലോ എന്ന വിഷമത്തോടെ ഞാൻ ബംഗ്ലാവിൽ കിടന്നുറങ്ങുകയായിരുന്നു. രാവിലെ ഏകദേശം പത്തുമണിയോടെ ആളുകൾ വന്ന് എന്നെ തട്ടിയുണർത്തി. കഷ്ടി അരമണിക്കൂർ മുൻപ് ഒരിടയനെ കടുവ പിടികൂടിയത്രെ!

ഒരു നിമിഷവും പാഴാക്കാതെ ഞാൻ റൈഫിളും എടുത്ത്, വന്നവരോടൊപ്പം സംഭവസ്ഥലത്തേക്കു കുതിച്ചു. കല്യാണിപ്പുഴയുടെ തീരത്ത് ഞങ്ങളെത്തി. ഇവിടെയാണാ ഇടയൻ കന്നുകളെ മേയ്ക്കാൻ രാവിലെ എത്തിയത്. കന്നുകളെ നിയന്ത്രിച്ചുകൊണ്ടു നില്ക്കെ പിന്നിൽ നിന്ന് ചാടി വീഴുകയായിരുന്നു കടുവ. അവന്റെ ഒപ്പമുണ്ടായിരുന്ന സഹോദരൻ കൂട്ടംതെറ്റി ഓടിപ്പോയ കാലികളെ നിയന്ത്രിക്കാൻ അങ്ങോട്ടു പോയതായിരുന്നു. ചേട്ടൻ പ്രാണവേദനയോടെ നിലവിളിക്കുന്നതു കേട്ട് തിരിഞ്ഞുനോക്കിയ അവൻ കണ്ടത് അയാളുടെ കഴുത്തിൽ കടിച്ചുവലിച്ചുകൊണ്ട് പോകുന്ന കടുവയെ ആണ്. അവൻ ഉടനെ ആർത്തു കരഞ്ഞുകൊണ്ട് നാഗ്പട്ലയിലേക്ക് ഓടുകയായിരുന്നു. അവൻ നേരെവന്നത് എന്റെ അടുത്തേക്കാണ്. സമയം ഒട്ടും പാഴായിട്ടില്ല എങ്കിലും കാര്യമായ ഒരടയാളവും അവിടെങ്ങും എനിക്കു കാണാൻ കഴിഞ്ഞില്ല. എങ്കിലും കടുവാ ഏതു ഭാഗത്തു നിന്നാണ് ചാടി വന്നത് എന്നു മനസ്സിലാക്കാൻ കഴിഞ്ഞു. അങ്ങനെ നോക്കിനടക്കുമ്പോൾ അടുത്തുള്ള ഈറ്റക്കാട്ടിൽ അയാളുടെ തൊപ്പികിടക്കുന്നതു കണ്ടു. അവിടം മുതൽ വലിച്ചിഴച്ചപാടും കണ്ടു. അതുനോക്കി നടന്ന ഞങ്ങൾ പുഴയുടെ വരണ്ട മണൽത്തിട്ടയിലെത്തി. അവിടം മുതൽ മുന്നോട്ട് മണൽപ്പരപ്പിൽ രക്തത്തുള്ളികൾ കൂടുതലായി വീണുകിടന്നിരുന്നു. പിന്നെ ഒന്നും കാണാതായി. അതിനർത്ഥം അവൻ ഇരയേയും തൂക്കി പുഴനീന്തി മറുകരയിൽ എത്തിയെന്നുതന്നെയാണ്.

ഞങ്ങളും പുഴകടന്ന് അക്കരെയെത്തി. അവിടെക്കണ്ട അടയാളങ്ങൾ പിന്തുടർന്നപ്പോൾ വളർന്നു നിന്നിരുന്ന പുല്ലിനു മുകളിലൂടെ ഇരയെ വലിച്ചിഴച്ചു കൊണ്ടുപോയ പാടുകൾ വ്യക്തമായി കണ്ടു. അതിന്റെ ഒടുവിൽ വലിയൊരു കുന്നിലേക്കുള്ള കയറ്റമായിരുന്നു. ആ കുന്നുകയറി മുകളിലെത്തി നോക്കുമ്പോൾ മറുവശം താഴെയുള്ള ഒരരുവിയിലേക്കു കുത്തനെ ചരിഞ്ഞു കിടക്കുന്നതാണ് കണ്ടത്. ഈ കാട്ടരുവിയും കല്യാണിപുഴയിലേക്ക് ഒഴുകിയെത്തുകയാണ്. അരുവിയുടെ ഇരുഭാഗത്തും തഴച്ചുവളരുന്ന കുറ്റിക്കാടുകളാണ്. ആ കാട്ടിലെവിടെയൊ മറഞ്ഞിരുന്ന് കടുവ തന്റെ ഇരയെ ശാപ്പിടുകയായിരിക്കുമെന്ന് ഞാൻ ഊഹിച്ചു.

ആ കുറ്റിക്കാടുകൾക്കടുത്തേക്ക് നീങ്ങുന്നത് വളരെ സൂക്ഷിച്ചു വേണം. ചെറിയൊരനക്കം പോലും അവന്റെ ചെവിയിലെത്തും. നരഭോജികൾ ഇത്തരം സന്ദർഭങ്ങളിൽ വളരെ ഹിംസാത്മകമായി പ്രതികരിക്കുമെന്നുള്ളതും എനിക്കറിയാം. അതു പല വിധത്തിലാകാം. ഇരയെ അവിടെയിട്ടിട്ട് എന്റെ നേർക്ക്

കുതിച്ചു വന്നേക്കാം. അല്ലെങ്കിൽ ഇരയെ ഉപേക്ഷിച്ച് ഓടിപ്പോകാം. അതുമല്ലെങ്കിൽ ഇരയെയും തൂക്കിയെടുത്തു കൊണ്ട് മറ്റൊരു സങ്കേതത്തിലേക്ക് ഓടിപ്പോകാം. ഇതിലെല്ലാം അപ്പുറത്ത് മറ്റൊരടവും അവൻ പ്രയോഗിക്കാനിടയുണ്ട്. എന്നെ കണ്ട് ഭയന്നു പോകുകയാണെന്നു നടിച്ച് ഓടിമാറിയിട്ട് മറ്റേതെങ്കിലും രഹസ്യമാർഗ്ഗത്തിലൂടെ മടങ്ങിവന്ന് എന്റെ ചലനങ്ങൾ നന്നായി നിരീക്ഷിച്ച ശേഷം വളരെ അപ്രതീക്ഷിതമായ ഭാഗത്തു നിന്ന് ആകസ്മികമായി ആക്രമിക്കുക. അതാണ് ഏറ്റവും അപകടകരം.

കുറച്ചുകൂടി അപകടരഹിതമായ ഒരു മാർഗം സ്വീകരിക്കാൻ ഞാൻ തീരുമാനിച്ചു. വന്നവഴി പിന്നോട്ട് കുറേ ദൂരം നടന്നിട്ട് പിന്നെ താഴോട്ടു നടന്ന് കുന്നിന്റെ എതിർവശത്തുള്ള മണൽത്തിട്ടയിൽ ഞങ്ങൾ എത്തി. കുറ്റിക്കാടുകളുടെ മറപിടിച്ച് പെരുവിരലിൽ ഊന്നിയും മുട്ടുകുത്തി ഇഴഞ്ഞും വളരെ ശ്രദ്ധാപൂർവ്വം ഞങ്ങൾ ഓരോ ഇഞ്ചും പിന്നിട്ടു. ഈ മാർഗം സ്വീകരിച്ചതുകൊണ്ട് മറുകരയിൽ മാംസം കടിച്ചു കീറിക്കൊണ്ടിരിക്കുന്ന അവൻ ഞങ്ങളെ കാണുകയില്ലെന്ന് ഞങ്ങൾ വിശ്വസിച്ചു. മറുകരയുള്ള കുന്നിൻ ചരിവിലായിരിക്കും അവനിപ്പോഴുള്ളതെന്ന കണക്കുകൂട്ടലോടെ ഞാനാ ദിശ ലക്ഷ്യമാക്കി പുഴയിലൂടെ ഇറങ്ങി നടന്നു. കാട്ടുചോലയായതുകൊണ്ട് മുട്ടിനു മുകളിലേ വെള്ളമുള്ളു. ചോലയുടെ മധ്യത്തിലൂടെ വെള്ളം അധികം ഇളകാതെ ശ്രദ്ധിച്ച് കാൽവിരലുകളൂന്നിയാണ് ഞാൻ മുന്നേറിയത്. എന്റെ നിരവധി നായാട്ടുസ്മരണകളിൽ ഇന്നും പച്ചപിടിച്ചു നിൽക്കുന്നതാണ് ആ നദീമധ്യത്തിലൂടെയുള്ള നടപ്പ്.

ഇടവിട്ടിടവിട്ട് ഞാനല്പനേരം നിന്ന് കാതു കൂർപ്പിച്ചു നോക്കും. പക്ഷേ എങ്ങും ഒരനക്കം പോലുമില്ല. ഭീകരമായ ശ്മശാന മൂകതയെന്നൊക്കെ പറയുന്നത് ഇതിനാവണം. എന്റെ കാൽക്കീഴിലെ നദിയിലെ മണൽത്തരികളുടെ കിരുകിരുപ്പല്ലാതെ മറ്റൊരു ശബ്ദവും കേൾക്കാനില്ല. സത്യം പറഞ്ഞാൽ നാം ശബ്ദത്തിനായി ദാഹിച്ചുപോകുന്നത് ഇത്തരം സന്ദർഭങ്ങളിലാണ്. ഒരു കാക്കയോ, കുയിലോ വേണ്ട ഒരു ചീവിടെങ്കിലും ഒന്നു കരഞ്ഞെങ്കിൽ എന്ന് കൊതിച്ചുപോയ നിമിഷങ്ങളാണത്. ഏകദേശം അര ഫർലോങ്ങ് ഞാനങ്ങനെ വിരലിൽക്കുത്തി നീങ്ങിയപ്പോൾ പുഴ ഇടത്തോട്ടു തിരിയുകയാണെന്നു കണ്ടു. അങ്ങോട്ടു തിരിയും മുമ്പ് ഒരു നിമിഷം നിന്ന് ഞാൻ ചുറ്റുപാടും ഒന്നു ശ്രദ്ധിച്ചു നോക്കി.

ദൈവമേ! അതാ അവൻ, എന്റെ തൊട്ടുമുന്നിൽ! കഷ്ടി ഇരുപത്തഞ്ചു വാരയപ്പുറം തന്റെ ഇരയായ ഇടയനെയും കടിച്ചു തൂക്കി, എന്നെ തുറിച്ചു നോക്കി, അനക്കമില്ലാതെ നിൽക്കുന്നു. ഞാനും എന്റെ പിന്നിൽ നടന്നിരുന്ന ഇടയസഹോദരനും നടുങ്ങിപ്പോയി. ഞങ്ങൾ അവനെ പിൻതുടരുന്നത് ഏതോ ആറാം ഇന്ദ്രിയത്തിലൂടെ അവൻ അറിഞ്ഞിരിക്കണം. അതുകൊണ്ടു തന്നെ ഞങ്ങളിൽ നിന്ന് ഒഴിവായി സുരക്ഷിതമായി ഇരുന്ന് ഇരയെ തിന്നാനാണ്

അവൻ ഇവിടം വരെ വന്നത്! ഞാനാണെങ്കിലോ അവനെ കാണാനാണീ ശ്രമമൊക്കെ നടത്തിയതെങ്കിലും അവിടെവച്ച് അവനെ അത്ര പെട്ടെന്ന് കാണുമെന്നു വിചാരിച്ചതുമല്ല. ആ അപ്രതീക്ഷിത കണ്ടുമുട്ടലുമായി താദാത്മ്യം പ്രാപിക്കാൻ കഴിഞ്ഞില്ലെങ്കിലും ഞാനും അവനും അരനിമിഷം മാത്രമേ അങ്ങനെ കണ്ണിൽക്കണ്ണിൽ നോക്കി നിന്നുള്ളു. അടുത്തനിമിഷം അവൻ ഇരയെ താഴെയിട്ടു. സംഹാരരുദ്രനായി മാറിയ കടുവ പൊടുന്നനെ പിൻകാലുകളിൽ ഉയർന്നു ഇരുകൈകളും മുന്നോട്ടു നീട്ടി തലതാഴ്ത്തി, വാൽ വടിപോലെ ഉയർത്തി എന്റെ നേർക്ക് ചാടാനൊരുങ്ങിയതും എന്റെ റൈഫിൾ അവന്റെ കണ്ണുകൾക്കു നടുവിലായി ഉന്നം ഉറപ്പിച്ച് നിറയൊഴിച്ചതും ഒപ്പമായിരുന്നു. ഉന്നം തെറ്റാതെ വെടിയുണ്ട അവന്റെ ശിരസ്സിൽ തറച്ചെങ്കിലും അത്ഭുതകരമായ വേഗത്തിൽ അലറിക്കൊണ്ട് അവൻ എന്റെ നേർക്കു ചാടി. പക്ഷേ എന്റെ ആയുസ്സിന്റെ ബലം കൊണ്ടോ അവന്റെ ശരീരത്തിന്റെ ബലഹീനതകൊണ്ടോ പകുതി ദൂരത്തിൽ അവൻ വീണുപോയി. പക്ഷേ വീണിടത്തു നിന്നും പിടഞ്ഞെഴുന്നേറ്റ് അവൻ പിന്നെയും എന്റെ നേർക്കു കുതിച്ചു. അതു പ്രതീക്ഷിച്ച ഞാൻ ഒരു വശത്തേക്കു ചാടി ഒഴിഞ്ഞുകളഞ്ഞു. എന്റെ കാൽച്ചുവട്ടിൽ കിടന്നു പിടയുന്ന അവന്റെ നേർക്കു ഞാൻ റൈഫിളിൽ ബാക്കിയുണ്ടായിരുന്ന തിരയത്രയും വാശിയോടെ നിറയൊഴിച്ചു. കല്യാണിപ്പുഴ ചുവന്നു കലങ്ങുന്നതു കണ്ടുകൊണ്ട് ഞാനും ഒരു ഭാഗത്തേക്കു മറിഞ്ഞു വീണുപോയി. ആ സന്ദർഭത്തിൽ നേരിട്ട മാനസികസംഘർഷം അത്ര കഠിനവും അവർണനീയവുമായിരുന്നു. എന്റെ ബോധമണ്ഡലം തകിടം മറിയും പോലെ തോന്നി. ഏതാനും നിമിഷങ്ങൾക്കകം ഞാൻ ഉന്മേഷം വീണ്ടെടുത്തു.

പിന്നീട് കടുവയുടെ ജഡം പരിശോധിച്ചപ്പോൾ ഒരുകാര്യം വ്യക്തമായി. എന്റെ ആദ്യത്തെ വെടിയേറ്റത് യഥാർത്ഥ മർമ്മസ്ഥാനത്തിന് ഒരിഞ്ചു താഴെയായിരുന്നു. അതുകൊണ്ടാണ് അവൻ അത്രയും ശക്തിയോടെ എന്റെ നേർക്കു ചാടിയത്. ഏതായാലും ആ ഒരിഞ്ചു വ്യത്യാസം എന്നെ ഈ ലോകത്തു നിന്നു തന്നെ തുടച്ചുമാറ്റാൻ പോന്നതായിരുന്നു. അതുണ്ടാകാതിരുന്നത് ഭാഗ്യം കൊണ്ടുമാത്രം!

■

കെന്നത്ത് ആൻഡേഴ്സൺ

ഒറ്റയാനായ കൊമ്പൻ

മഹാകുറുമ്പനും മനുഷ്യവിദ്വേഷിയുമായ ഒരൊറ്റയാനെ നേരിട്ട കഥ പറയാം. സേലം ജില്ലയിലെ പാനപ്പട്ടി എന്ന ഗ്രാമത്തിനടുത്താണ് വൊടപ്പട്ടി എന്ന പ്രദേശം. ഭൂരിഭാഗവും വനമാണവിടെ. കാവേരി നദി ഈ വനസ്ഥലിയിലൂടെയാണ് കളകളാരവം മുഴക്കി മന്ദമായി ഒഴികിക്കൊണ്ടിരിക്കുന്നത്. പൊതുവേ ആനകളുടെ ഒരു മേച്ചിൽപ്പുറമാണിവിടം. അതിലൊരുവനാണ് നമ്മുടെ കഥാനായകൻ. ഒറ്റയാൻ എന്നു കേൾക്കുമ്പോൾ നമ്മുടെ ഉള്ളിലുണരുന്ന രൂപം അത്യുഗ്രനായ വലിയൊരു ആനയുടേതാണെങ്കിലും ഇവൻ അത്ര ഉന്നതനൊന്നുമല്ല. ഏഴ് ‑ഏഴരയടിയിലധികം ഉയരമില്ല. ഒരു കൊമ്പ് ഒടിഞ്ഞതുകൊണ്ട് ഒറ്റക്കൊമ്പൻ എന്ന പേരും കിട്ടി. കാര്യവും കാരണവുമൊന്നും വ്യക്തമല്ലെങ്കിലും അവൻ മനുഷ്യവർഗ്ഗത്തോടു നിതാന്തവൈരം പുലർത്തിയിരുന്നു, ഒരുപാടാളുകളെ അവൻ കൊന്നിട്ടുമുണ്ട്.

ഒരു കാലത്ത് അവനും കാവേരി നദിക്കരയിൽ മേഞ്ഞുനടന്ന വലിയൊരു ആനക്കൂട്ടത്തിലെ കുടുംബാംഗമായിരുന്നു. മഹാശക്തനും ധീരനുമായ ഒരു നേതാവിന്റെ സംരക്ഷണയിൽ അനേകം പിടിയാനകളും കുട്ടിയാനകളും യൗവനത്തിലേക്കു കടക്കുന്ന കൂട്ടവും ഒക്കെ ചേർന്ന് ആ ഗജകുടുംബം സമാധാനത്തിലും സഹവർത്തിത്വത്തിലും കഴിഞ്ഞു പോന്നു. പക്ഷേ ഇതൊന്നും എപ്പോഴും എല്ലാവർക്കും പിടിക്കുകയില്ലല്ലോ. നമ്മുടെ കഥാനായകന് ഒരല്പം പോക്കിരിത്തരമൊക്കെ കയ്യിലുണ്ടായിരുന്നു. കുട്ടിയായിരുന്നപ്പോൾ അവൻെറ വികൃതിത്തരമൊക്കെ എല്ലാവരും ക്ഷമിച്ചു. പക്ഷേ യൗവ്വനത്തിലെത്തിയതോടെ അവൻ പല കാര്യങ്ങളിലും അതിരു കടക്കുന്നതായി സംഘത്തലവനു തോന്നി. നേതൃത്വത്തെ അംഗീകരിക്കുന്നില്ലെന്നതു മാത്രമല്ല പ്രശ്നം, കൂട്ടത്തിലെ തരുണീമണികളോട് അവൻ ഗജകുല മര്യാദകൾ മറികടന്നു പെരുമാറാനും തുടങ്ങി. തലവൻ അവന് പല തവണ ചൊല്ലിക്കൊടുത്തു. പിന്നെ ചെറിയ ശിക്ഷകളിലൂടെ തല്ലിക്കൊടുത്തു. എന്നിട്ടും ഗുണമാകുന്നില്ലെന്നു കണ്ടപ്പോൾ കൂട്ടത്തിൽ നിന്ന് അവനെ തള്ളിക്കളഞ്ഞു. ചുമ്മാതങ്ങു പോകാനൊന്നും അവൻ കൂട്ടാക്കിയില്ല. തലവനോട് ഏറ്റുമുട്ടാൻ തന്നെ അവൻ ഒരുങ്ങി. പക്ഷേ മഹാശക്തനായിരുന്ന തലവനോട് അവൻ തോറ്റമ്പിപ്പോയി. ഒരു കൊമ്പും ഒടിഞ്ഞു. പിന്നെ നിന്നില്ല. പോർ വിളികളോടെ

ഓടിപ്പോയി. അങ്ങനെയാണവൻ ഒറ്റക്കൊമ്പനും ഒറ്റയാനുമായിത്തീർന്നത്. അങ്ങാടിയിൽ തോറ്റതിന് അമ്മയോടെന്ന മട്ടിൽ അവൻ തന്റെ ശൗര്യം തീർക്കാൻ കണ്ടതോ പാവപ്പെട്ട മനുഷ്യരും.

അവൻെറ ആദ്യ യുദ്ധപ്രഖ്യാപനം സാധുവായ ഒരു കാള വണ്ടിക്കാര നോടായിരുന്നു. ഒരു ദിവസം കാട്ടുപാതയിലൂടെ മുളയും കയറ്റി വരികയായി രുന്നു ഒരു കാളവണ്ടി. കുലദ്രോഹിയെന്നു മുദ്രകുത്തി പുറത്തായതിൽ ഒടുങ്ങാത്ത പകയുമായി, രോഷാകുലനായി നടക്കുകയായിരുന്ന ഒറ്റയാന്റെ മുന്നിലാണ് ആ കാളവണ്ടിക്കാരൻ ചെന്നുപെട്ടത്. വളരെ ദൂരെ നിന്നു തന്നെ ആനയുടെ രൗദ്രഭാവം കാളവണ്ടിക്കാരനു മനസ്സിലായി. തുമ്പിക്കൈ ചുരുട്ടി പ്പിടിച്ചുകൊണ്ട് സർവ്വശക്തിയുമെടുത്ത് പാഞ്ഞുവരുന്ന ആനയിൽ നിന്ന് വണ്ടിയോ കാളകളെയോ രക്ഷിയ്ക്കാൻ തനിക്കാവില്ലെന്ന് വണ്ടിക്കാരനു ബോധ്യമായി. അയാൾ ചാടിയിറങ്ങി ആവുന്നത്ര വേഗത്തിൽ ഓടി മറഞ്ഞു. അതുകണ്ട ഒറ്റയാന് ദേഷ്യം ഇരട്ടിയായി. അവൻ ആ കാളവണ്ടി തരിപ്പണ മാക്കി. ഒരു കാളയെ തൂക്കിയെടുത്ത് അടുത്തുള്ള മരത്തിലടിച്ച് അതിൻെറ മാംസം പൂക്കുറ്റി ചിതറും പോലെ ചിതറിച്ചുകളഞ്ഞു. ഇതു കണ്ട മറ്റേക്കാള, ഇതിനകം നുകത്തിൽ നിന്നും സ്വതന്ത്രമായിരുന്നതിനാൽ, പാവം മരണ പ്പാച്ചിൽ പാഞ്ഞ് രക്ഷപ്പെട്ടു.

പിന്നീടതൊരു പതിവ് വിനോദമാക്കി മാറ്റുകയാണവൻ ചെയ്തത്. കാട്ടു വഴിയിൽ എവിടെയെങ്കിലും അനങ്ങാതെ മറഞ്ഞുനില്ക്കും. ഹതഭാഗ്യനായ ഏതെങ്കിലും മനുഷ്യൻ അടുത്തെത്തുമ്പോൾ പൊടുന്നനെ മുന്നിലേക്കു ചാടി വീഴും. എന്നിട്ടയാളെ തുമ്പിക്കൈകൊണ്ട് തൂക്കിയെടുത്തു തറയിലോ മരത്തിലോ അടിച്ചുതകർക്കും. അല്ലെങ്കിൽ കാലുകൊണ്ട് തല ചവിട്ടി പ്പൊട്ടിക്കും. ഇതൊരു വല്ലാത്ത ക്രൂരമായ സംതൃപ്തി അവനു നൽകിയി രിക്കാം. ഏതായാലും അവനൊരു മഹാ ഗജപോക്കിരിയായി വിലസാൻ തുടങ്ങി.

അങ്ങനെയിരിക്കെയാണ് ഒരാഴ്ചത്തെ ലീവെടുത്ത് ഒരു മാനസികോല്ലാ സത്തിനായി മീൻപിടുത്തം എന്ന ഉഗ്രൻ ആശയവുമായി ഞാൻ കാവേരി യാറ്റിൻ തീരത്തുള്ള ഹൊഗനൈക്കൽ എന്ന സ്ഥലത്ത് എത്തിയത്. നദി യിൽ ആ ഭാഗത്ത് ധാരാളം മുതലകൾ ഉള്ളതായി കേട്ടിരുന്നു. തരം കിട്ടി യാൽ ഒരു മുതലയെ പിടിക്കണമെന്നും ഞാൻ വിചാരിച്ചിരുന്നു. ഹൊഗ നൈക്കൽ ഫോറസ്റ്റ് ബംഗ്ളാവിൽ താമസിച്ചുകൊണ്ട് ഞാൻ മത്സ്യബന്ധന മെന്ന മഹാദൗത്യമാരംഭിച്ചു. അതുവരെ ഞാനീ ഒറ്റക്കൊമ്പനെക്കുറിച്ച് ആരും ഒന്നും പറഞ്ഞുകേട്ടിരുന്നില്ല.

രണ്ടാംദിവസത്തെ മീൻപിടുത്തം കഴിഞ്ഞു ഞാൻ ബംഗ്ളാവിൽ വന്നിരിക്കുമ്പോൾ കാട്ടിൽനിന്ന് ഒരു മയിലിന്റെ കരച്ചിൽ കേട്ടു. എനിക്ക് മയിലിറച്ചി വളരെ ഇഷ്ടമാണ്. ഒത്തു കിട്ടിയാൽ ഈ കരയുന്നവനെ അത്താഴ ത്തിന് കറിയാക്കാമെന്ന് കരുതി എന്റെ ഇരട്ടക്കുഴൽ തോക്കുമെടുത്ത് ഞാൻ

ഇറങ്ങി. മയിലിന്റെ ശബ്ദം കേട്ട ദിക്ക് ലക്ഷ്യമാക്കി ഞാൻ ശ്രദ്ധയോടെ നടന്നു. അങ്ങനെ നടന്നുനടന്ന് ഞാൻ ചീനാർ നദിയുടെ തീരത്തെത്തി. കാവേരിക്കു കുറുകെയുള്ള പോഷക നദിയാണ് ചീനാർ. ചീനാറിന്റെ മറുകരയിലെ വിടെയോ ഒരാൺ മയിലിന്റെ ശബ്ദം ഞാൻ കേട്ടു. അല്പം കഴിഞ്ഞപ്പോൾ കണ്ണിനു വർണ്ണപ്പകിട്ടു പകർന്നുകൊണ്ട് ഒരാൺമയിൽ പീലി വിടർത്തി നൃത്തം ചെയ്തു വരുന്നതാണ് ഞാൻ കണ്ടത്. എന്റെയൊരു ദുഷ്ടലാക്ക് മൂലം എനിക്കപ്പോൾ അവന്റെ ആ സൗന്ദര്യരൂപം ആസ്വദിയ്ക്കുന്നതിനെക്കാളേറെ അവനെ കൊന്നു കിട്ടുന്ന ഇറച്ചിയെക്കുറിച്ച് ചിന്തിക്കാനാണ് തോന്നിയത്. മയിൽ നദിയുടെ ഇക്കരയ്ക്കു വരാനാണ് ഉദ്ദേശിക്കുന്നതെന്ന് എനിക്കു തോന്നി. പക്ഷേ അപ്പോഴേയ്ക്കും അവൻ എന്നെ കണ്ടു. ഞാനാകട്ടെ അവൻ അപ്രത്യക്ഷനാകും മുൻപ് നിറയൊഴിയ്ക്കാൻ കഴിയുമോ എന്ന ചിന്തയിലു മായിരുന്നു. പൊടുന്നനെ ആ കനത്ത നിശ്ശബ്ദതയെ കശക്കിയെറിഞ്ഞു കൊണ്ട് ആ ഭയങ്കരനായ കൊലയാളി, ഒറ്റക്കൊമ്പൻ തുമ്പിക്കൈ ചുരുട്ടി പ്പിടിച്ചുകൊണ്ട് ഒരലർച്ചയോടെ എന്റെ നേർക്ക് പാഞ്ഞു വന്നു. തികച്ചും അപ്രതീക്ഷിതമായ ഒരാക്രമണമായിരുന്നു അത്.

മയിലിനെ വെടിവയ്ക്കാൻ കൊണ്ടുവന്ന ഇരട്ടക്കുഴൽ തോക്കാണ് എന്റെ പക്കൽ ആകെയുള്ളത്. അതുകൊണ്ട് വെടിയേറ്റാൽ ഈ പർവ്വതത്തിന് വല്ലതും സംഭവിയ്ക്കുമോ? ഇല്ലെങ്കിൽ എന്റെ കഥയെന്താകും? ഓടി രക്ഷ പ്പെടാമെന്നു വിചാരിച്ചാലും നടപ്പില്ല. കയറ്റവും, കല്ലും പാറയുമൊക്കെയുള്ള ആ വഴിയിലൂടെ ഓടുക അസാദ്ധ്യം. ഈ ചിന്തകളെല്ലാം അര സെക്കന്റിനു ള്ളിൽ എന്റെ തലച്ചോറിലൂടെ ഫാസ്റ്റ്ട്രാക്കിൽ ഓടി മറഞ്ഞു.

ആന കൂടുതൽ അടുത്തെത്തിയിട്ടേ എന്റെ ഇരട്ടക്കുഴൽ തോക്ക് പ്രവർത്തി പ്പിച്ചിട്ടു കാര്യമുള്ളു. വളരെ അകലെ നിന്നു പ്രയോഗിക്കാവുന്നതല്ല ഇത് - പ്രത്യേകിച്ചും ഒരാനയുടെ നേർക്കാകുമ്പോൾ തൊട്ടടുത്തുനിന്നു വേണം വെടിയുതിർക്കാൻ. അത് പക്ഷേ എന്റെ കാര്യം കുട്ടിച്ചോറാക്കാൻ കാരണ മാവുകയും ചെയ്യും. എന്നിൽ നിന്നും കഷ്ടി മുപ്പതുവാര മുന്നിലെത്തിയതും അവന്റെ ചുരുട്ടിപ്പിടിച്ച തുമ്പിക്കൈ ലക്ഷ്യമാക്കി ഞാൻ രണ്ടു തിരയും പ്രയോ ഗിച്ചു. അവൻ തീരെ പ്രതീക്ഷിക്കാത്ത ഒരു സംഭവമായിരുന്നു അത്. തോക്കിന്റെ ശബ്ദവും അതോടൊപ്പം ഏറ്റ മുറിവും അതിന്റെ വേദനയും എല്ലാം കൂടി അവനെ ഒരു നിമിഷം സ്തംഭിപ്പിച്ചു നിർത്തിക്കളഞ്ഞു. ആ അവസരം മുതലെ ടുത്ത് ഞാൻ ജീവനുംകൊണ്ട് ഓടി. എന്റെ പിന്നിൽ അവന്റെ കൊലവിളി തുടരെ തുടരെ ഉയരുന്നുണ്ട്. ഞാൻ ഫോറസ്റ്റ് ബംഗ്ളാവിലെത്തി എന്റെ റൈഫിളും എടുത്തുകൊണ്ട് തിരിച്ച് ഓടി - സംഭവസ്ഥലത്തേയ്ക്ക്.

പക്ഷേ ഞാനെത്തുമ്പോഴേയ്ക്കും അവൻ അപ്രത്യക്ഷനായിക്കഴിഞ്ഞി രുന്നു. പിറ്റേന്ന് എനിക്ക് അത്യാവശ്യമായി ബാഗ്ലൂർക്കു മടങ്ങേണ്ടിയിരുന്നതി നാൽ ഒരു രണ്ടാം റൗണ്ട് ഏറ്റുമുട്ടലിനു സമയമുണ്ടായില്ല. അവനെ കുറിച്ചുള്ള അമ്പരപ്പിക്കുന്ന കഥകളൊക്കെ പിന്നീടാണ് ഞാനറിയുന്നത്. സർക്കാർ

അവനെ ഒരു ആളെക്കൊല്ലിയായി പ്രഖ്യാപിച്ചു. അവനെ കൊല്ലുന്നവർക്ക് അഞ്ഞൂറു രൂപ പ്രതിഫലവും വാഗ്ദാനം ചെയ്തു. ഇതറിഞ്ഞ് ആ നാട്ടുകാരനായ ഒരു നായാട്ടുകാരൻ ഒരു കൈ നോക്കാൻതന്നെ തീരുമാനിച്ചു. ആനയെ കൊന്നാൽ ലഭിക്കുന്ന ഖ്യാതി മാത്രമല്ല റൊക്കം അഞ്ഞൂറു രൂപയും കിട്ടും. പക്ഷേ മൂപ്പർ കാണിച്ചത് അല്പം അതിസാഹസവും ബുദ്ധിമോശവുമായിപ്പോയി. ഒരു പഴഞ്ചൻ പോയന്റ് 5 ഇരട്ടക്കുഴൽ തോക്കായിരുന്നത്രെ അയാളുടെ ആയുധം. കാടുകളിൽ ഒറ്റക്കൊമ്പനെ തിരഞ്ഞ് അയാൾ നടന്നു. ഞാനുമായി ആന ഏറ്റുമുട്ടിയ ഭാഗമുൾപ്പെടെ പലയിടത്തും രണ്ടു ദിവസം തിരഞ്ഞിട്ടും ആനയെ കാണാൻ കഴിഞ്ഞില്ല. ഒറ്റയ്ക്കായിരുന്നില്ല മൂപ്പരുടെ തിരച്ചിൽ. സഹായത്തിന് മൂന്നുനാലാളുകളും ഉണ്ടായിരുന്നു. ആന ഒരിക്കൽ പോലും തിരിഞ്ഞുനോക്കിയിട്ടില്ലാത്ത പെന്നഗ്രം കാട്ടിൽ ഒരു രാത്രി ആ നായാട്ടുസംഘം തമ്പടിച്ചു കൂടി. അടുത്തടുത്തായി രണ്ടു കൂടാരങ്ങളുണ്ടാക്കി, അതിനു ചുറ്റും വിറകു ശേഖരിച്ചു കൂട്ടി തീയും ഇട്ടു. അഥവാ, ആനയെങ്ങാൻ വന്നാലോ എന്ന് കരുതിയാണ് ഈ മുൻകരുതലെടുത്തത്.

എല്ലാവരും ക്ഷീണം കൊണ്ടും വേണ്ടത്ര സുരക്ഷയുണ്ടെന്ന സമാധാനത്താലും സുഖമായി കിടന്നുറങ്ങി. ഇതെല്ലാം എങ്ങനെയോ മണത്തറിഞ്ഞതുപോലെ നമ്മുടെ ഒറ്റയാൻ അവിടെയെത്തി. അഗ്നികുണ്ഢങ്ങൾ മിക്കവാറും കെട്ടടങ്ങിയിരുന്നു. തീ തീരെയില്ലാത്ത ഭാഗം കണ്ടെത്തി ആന അതിലൂടെ അകത്തുകടന്ന് കൂടാരം വലിച്ചുപൊളിച്ചു. ഞെട്ടിയുണർന്ന നായാട്ടുസംഘം അലറിവിളിച്ച് നാലുപാടും ഓടി രക്ഷപ്പെട്ടു. എന്നാൽ സംഘംനേതാവിന് അതും സാധിച്ചില്ല. അയാൾ കൂടാരത്തിൽ കുടുങ്ങിപ്പോയി. തന്റെ ഇരട്ടക്കുഴൽ തോക്ക് എടുക്കുംമുമ്പ് ആന അയാളെ കോരിയെടുത്തു കഴിഞ്ഞിരുന്നു. ആ നിർഭാഗ്യവാനെ എടുത്തുകൊണ്ടുവന്ന് കാട്ടുപാതയിലിട്ട് ചവിട്ടിയരച്ചു കളഞ്ഞു. മനുഷ്യച്ചോരയുടെ ഗന്ധത്തിൽ മദം കൊണ്ട് അവൻ ഒരു വിജയാട്ടഹാസത്തോടെ കാട്ടിലേയ്ക്കു കയറിപ്പോയി.

ഈ സംഭവം കൂടിയായപ്പോൾ ആനയെ കൊല്ലുന്നവനുള്ള പാരിതോഷികം 1000 രൂപയായി സർക്കാർ ഉയർത്തി. പാരിതോഷികത്തിൽ ഭ്രമിച്ചല്ലെങ്കിലും, ഒരു ശ്രമം കൂടി നടത്തി നോക്കാൻ ഞാൻ തീരുമാനിച്ചു. അതിനൊരു കാരണം കൂടിയുണ്ട്, ഞാനുമായി ഏറ്റുമുട്ടിയ അവൻ ആ പക ഉള്ളിൽ കൊണ്ടുനടക്കുകയായിരുന്നിരിക്കണം. ഇപ്പോൾ താൻ പകയോടെ കൊന്നത് എന്നെയാണെന്നാവും അവൻ ധരിച്ചിരിക്കുക. ചുരുക്കത്തിൽ, മരിച്ച മനുഷ്യൻ എന്റെ പകരക്കാരനായി മാറി. അതുകൊണ്ട് തന്നെ അവനോടാ കണക്കു തീർക്കണമെന്ന് എനിക്കും വാശി തോന്നി.

ഒട്ടും വൈകാതെ ഞാൻ പാനപ്പട്ടിയിലെത്തി. കാവേരിപ്പുഴയുടെ തീരങ്ങളിലോ പൊന്തക്കാടുകളിലോ അവനെ കണ്ടുമുട്ടാൻ കഴിയുമെന്ന പ്രതീക്ഷയിലാണ് ഞാൻ ദൗത്യം ആരംഭിച്ചത്. എന്റെ സഹായിയായി ഒരാളെ കൂടെക്കൂട്ടി.

കക്ഷിക്ക് ആ സ്ഥലമെല്ലാം നന്നായറിയാം. ഞങ്ങൾ ചീനാർ നദിക്കരയിലെത്തി. പുഴയോരത്തെ നനഞ്ഞ മണലിൽ അവന്റെ കാലപാടുകൾ കാണാനുണ്ടായിരുന്നു. ആറടി പൊക്കമുള്ള ഒരു തരം പുല്ല് പുഴക്കരയിൽ വളർന്നു പൂത്തു നിൽക്കുന്നുണ്ട്. ചില ഭാഗത്ത് പത്തോ പന്ത്രണ്ടോ അടി ഉയരത്തിലും പുല്ല് നിൽക്കുന്നുണ്ട്. അതിനുള്ളിൽ ഒരാനയല്ല ആനക്കൂട്ടം തന്നെ നിന്നാലും കാണാൻ പറ്റില്ല. ഒരിടത്ത് ആ പുല്ലുകൾ ഇരുവശത്തേയ്ക്കും ചാഞ്ഞു നിൽക്കുന്നത് കണ്ടു. അതിലൂടെ ഒറ്റക്കൊമ്പൻ കടന്നു പോയിരിക്കുമെന്ന് ഞങ്ങൾ ഊഹിച്ചു. ആ പുല്ലുകൾ വകഞ്ഞുമാറ്റി വഴിയുണ്ടാക്കുന്നത് വളരെ ശ്രമകരമായിരുന്നു. ഒരു വിധത്തിലതു സാധിച്ച് മുന്നോട്ടു ചെന്നപ്പോൾ ഈറ്റക്കാടുകളുടെ ദുർഗമമായ കോട്ടകളാണ് കണ്ടത്. അതിനിടയിലൂടെ ദേഹമാകെ മുറിഞ്ഞും കീറിയുമൊക്കെയുള്ള യാത്ര അത്യന്തം വിഷമകരമായിരുന്നു. അതെല്ലാം സഹിച്ച് തുടർച്ചയായി നാലു ദിവസം അലഞ്ഞെങ്കിലും ഒറ്റക്കൊമ്പന്റെ യാതൊരു വിവരവും കിട്ടിയില്ല.

വല്ലാത്ത മടുപ്പും നിരാശയും തോന്നി. എങ്കിലും അഞ്ചാം ദിവസവും അന്വേഷണം തുടരുക തന്നെ ചെയ്തു. കാവേരിയുടെ തീരത്തു കൂടി മുകളിലേയ്ക്കാണ് ഞങ്ങൾ നടന്നത്. മൂന്നു മൈലോളം നടന്നുചെന്നപ്പോൾ ആനയുടെ കാല്പാടുകൾ കണ്ടു. അക്കരെയുള്ള കോയമ്പത്തൂർ കാടുകളിൽ നിന്നും പുഴ നീന്തിക്കയറി ഇക്കരെയെത്തിയതാണവൻ. കാല്പാടുകൾ കണ്ടപ്പോൾ അതവൻ തന്നെയാണെന്ന് എനിക്കു തോന്നി. ആ കാല്പാടുകൾ പിൻതുടർന്ന് ഞങ്ങൾ നടന്നു. വഴിയിൽ ആനപ്പിണ്ടവും കണ്ടു. എന്നാലതത്ര പുതിയതായിരുന്നില്ല. അവൻ ഏറെ ദൂരം പിന്നെയും പോയിട്ടുണ്ടാവണം. ഞങ്ങൾ പിന്നെയും നടന്നു. ആ കാല്പാടുകൾ കാവേരിയുടെ തീരത്ത് തന്നെ ചെന്നവസാനിക്കുന്നതു കണ്ടപ്പോൾ പിന്നെയും നിരാശ തോന്നി. ആന നദി നീന്തിക്കടന്ന് കോയമ്പത്തൂർ കാടുകളിലേക്കു മടങ്ങിപ്പോയിക്കാണും.

എങ്കിലും ശ്രമം തുടർന്നു. നദീതീരത്തുകൂടെ പിന്നെയും നടന്നു ചെന്നപ്പോൾ ആന മൂത്രം ഒഴിച്ച പാടും ആനപ്പിണ്ടങ്ങളും കണ്ടു. അത് പരിശോധിച്ചപ്പോൾ ഏതാനും മണിക്കൂറുകൾക്കു മുമ്പാണ് അവൻ അത് വിസർജ്ജിച്ചതെന്നു മനസ്സിലായി. ഞങ്ങൾ നടപ്പിനു വേഗം കൂട്ടി. ആനയുമായുള്ള അകലം കുറഞ്ഞു വരികയാണെന്നു തോന്നിയപ്പോൾ ഭയവും ആകാംക്ഷയും വർദ്ധിച്ചു. അവൻ പോയവഴിയേ വൃക്ഷശിഖരങ്ങൾ ഒടിച്ചിട്ടതു കാണാമായിരുന്നു. ഏതു സമയത്തും തമ്മിൽ കണ്ടുമുട്ടാം എന്ന സ്ഥിതിയാണുള്ളത്. ആനയ്ക്ക് ഞങ്ങളുടെ മണം കിട്ടാത്ത വിധം കാറ്റ് എതിർ ദിശയിലേയ്ക്കാണ് വീശിയിരുന്നത്. അത് ഭാഗ്യമായി. കുറച്ചുദൂരം കൂടി ചെന്നപ്പോൾ ആന നദിയിലിറങ്ങി നീരാടുന്നതിൻെറ ശബ്ദങ്ങൾ കേട്ടു. ആറ്റു തീരത്തെ വള്ളികളും പുല്ലുകളും മറവാക്കിക്കൊണ്ടു സൂക്ഷിച്ചു നോക്കിയപ്പോൾ വിസ്തരിച്ചൊരു കുളി നടത്തുന്ന ആനയെ വ്യക്തമായി കാണാൻ കഴിഞ്ഞു. ഒരു വശം

തിരിഞ്ഞാണ് നില്പ്. ഒറ്റക്കൊമ്പനാണോ എന്നറിയണമെങ്കിൽ മറു വശം കൂടി കാണണം.

അഞ്ചു മിനിട്ടു നേരം കൂടി വെള്ളത്തിൽ തിമിർത്ത ശേഷം അവൻ പെട്ടെന്നു മറുകരയിലേയ്ക്കു നീന്താൻ തുടങ്ങി. ഞങ്ങളെ അവൻ കണ്ടിട്ടില്ല. മണം പോലും കിട്ടിയിട്ടുമില്ല. ഞങ്ങൾ നിന്ന ഭാഗത്തേക്ക് അവൻ നോക്കാതിരുന്ന തിനാൽ അവന്റേത് ഒറ്റക്കൊമ്പാണോ എന്ന് ഉറപ്പാക്കാൻ കഴിഞ്ഞില്ല. ഇനി നോക്കിനിന്നാൽ അവൻ നീന്തിക്കയറി അവന്റെ പാട്ടിനു പോകുകയും ചെയ്യും. എന്തായാലും അവന്റെ മുഖമൊന്നു കാണണം. ഞാൻ ഒരു ശബ്ദമുണ്ടാക്കി. ഉടനെ അവൻ തിരിഞ്ഞ് ഞങ്ങളെ നോക്കി. അതെ, ഇത് ഞാൻ തേടുന്ന കൊലയാളിയായ ഒറ്റക്കൊമ്പൻ തന്നെ. നിമിഷാർദ്ധത്തിൽ അവന്റെ പ്രകൃത മാകെ മാറി. ചെവി വട്ടം പിടിച്ച് തുമ്പിക്കൈ ചുരുട്ടി, വാലുയർത്തിക്കൊണ്ട് അവനൊന്നു ചിന്നം വിളിച്ചു. എന്നെ കൊല്ലാനായി അവൻ മുമ്പോട്ട് ആഞ്ഞതും എന്റെ വിഞ്ചസ്റ്റർ .405 ഗർജ്ജിച്ചതും ഒന്നിച്ചായിരുന്നു. അത് കൃത്യമായി അവന്റെ തൊണ്ടയിൽത്തന്നെ തറച്ചു. ചോര വാർന്നൊഴുകി. ഏറ്റു മുട്ടാനുള്ള അവന്റെ താല്പര്യം കുറഞ്ഞു. രക്ഷപ്പെടാനാണൊരുക്കമെന്നു കണ്ട് അടുത്ത വെടി മസ്തകത്തിലേയ്ക്കു തൊടുത്തു. മൂന്നാമത്തേത് ചെവിയുടെ ഭാഗത്തും തറച്ചു. പിന്നെ ആ ഗജ പോക്കിരിക്കു പിടിച്ചുനിൽക്കാൻ കഴിഞ്ഞില്ല. അവനാകെ വിറച്ചു തുള്ളി നദിയിലേക്കു തന്നെ ചരിഞ്ഞു വീണു. മുൻപൊരിയ്ക്കൽ അവനോട് ഏറ്റുമുട്ടിയത് ഞാനാണെന്ന് അവൻ തിരിച്ചറിഞ്ഞോ എന്തോ! അറിഞ്ഞിരുന്നെങ്കിൽ എന്ന് ഞാൻ വെറുതേ ആഗ്രഹിച്ചു പോയി.

ഏതായാലും കൂട്ടത്തിൽ നിന്ന് കലമ്പിപ്പിരിഞ്ഞ് ഒറ്റയാനായി കുറുമ്പു കാട്ടി നടന്ന അവന്റെ അന്ത്യം കാവേരിപ്പുഴയെ രക്തപങ്കിലമാക്കിക്കൊണ്ടാ യിരുന്നു. നദിയിലെ വെള്ളം ചുവപ്പു നിറമായി മാറുന്നതും നോക്കി ഞാൻ ഒരു നിമിഷം നിന്നു പോയി.

■

ജോർജ് ഓർവെൽ

മുഖം രക്ഷിക്കാനൊരു കൊലപാതകം

ഉള്ളത് പറഞ്ഞാൽ, ആ ബർമ്മക്കാർക്കു പൊതുവെ എന്നോടു വെറുപ്പാ യിരുന്നു. എനിക്കതു നന്നായറിയാം. എങ്ങനെയതുണ്ടാകാതിരിക്കും. പൊതുവെ യൂറോപ്യൻ വിരുദ്ധ വികാരം ഉയർന്നുപടരുന്ന കാലം. ഞാനുമൊരു യൂറോപ്യൻ ആണെന്നതു മാത്രമല്ല, ഒരു പോലീസ് ഉദ്യോഗസ്ഥനും കൂടി യായ സ്ഥിതിക്ക് ബർമ്മക്കാരും ഇന്ത്യക്കാരുമെല്ലാം ഉള്ളാലെ എന്നെ വെറു ത്തിരുന്നു എന്നതാണ് വാസ്തവം.

ബർമ്മയിലെ മൗൽമെയ്ൻ എന്ന പട്ടണത്തിലെ സബ്ഡിവിഷണൽ പോലീസ് ഓഫീസറായിരുന്നു അക്കാലത്ത് ഞാൻ. പൊതുവെ പോലീസി നോട് പൗരാവലിക്കൊരു ഭയവും വെറുപ്പുമുണ്ടല്ലോ. അതിനുപുറമെയാണ് പാശ്ചാത്യാധിനിവേശത്തോടുള്ള മുറുമുറുപ്പ്. എന്നാൽ ശക്തമായൊരു സ്വര മുയർത്താനോ സമരം നയിക്കാനോ ഒന്നും ആ മഞ്ഞമുഖക്കാരായ നാട്ടു കാർക്ക് താല്പര്യമില്ല. ഒരു യൂറോപ്യൻസ്ത്രീ മാർക്കറ്റിൽ സാധനങ്ങൾ വാങ്ങാനെത്തിയാൽ അവരുടെ ദേഹത്ത് വെറ്റില മുറുക്കി തുപ്പാനുള്ള ധൈര്യം അവർ കാണിക്കുകയും ചെയ്യും. ഫുട്ബാൾഗ്രൗണ്ടിലും മറ്റും, ഒരു പോലീസ് ഓഫീസറായിട്ടു പോലും അവരെന്നെ പരിഹസിക്കാനും അപമാനിക്കാനും മടിച്ചിട്ടില്ല. ആ മഞ്ഞ മോന്തകൾ ഇളിച്ചു കാട്ടുമ്പോൾ എനിക്കു കലിയിളകും. പക്ഷേ, ഞാനെന്നെ നിയന്ത്രിക്കും. എന്റെ പരിമിതികളെ കുറിച്ച് ഞാനെങ്കിലും അറിയണമല്ലോ. യുവാക്കളായ ബുദ്ധസന്ന്യാസിമാരെയാണ് തീരെ സഹി ക്കാൻ പറ്റാതിരുന്നത്. പട്ടണത്തിൽ ആയിരക്കണക്കിന് യുവ ബുദ്ധഭിക്ഷു ക്കളുണ്ട്. എവിടെ നോക്കിയാലും അവരെ കാണാം. 'ബുദ്ധം ശരണം ഗച്ഛാമി, സംഘം ശരണം ഗച്ഛാമി' ഒന്നുമല്ല അവരുടെ ലക്ഷ്യം. അവിടെയും ഇവിടെയും കൂട്ടംകൂടി നിന്ന് വിദേശികളായ ഞങ്ങളെയൊക്കെ ഈറ പിടിപ്പിക്കുമാറ് പരിഹസിക്കുകയും പുച്ഛച്ചിരി ചിരിക്കുകയുമാണവരുടെ നിർവാണം!

എന്തിനേറെ പറയുന്നു. വല്ലാത്തൊരു അസ്വസ്ഥതയും സംഭ്രാന്തിയും നിറഞ്ഞ അന്തരീക്ഷമായിരുന്നു അത്. സാമ്രാജ്യത്വം എവിടെയും ജനം തിരസ്ക രിക്കുമെന്ന് ഞാൻ നന്നായി മനസ്സിലാക്കി. എനിക്കൊന്നേ ചെയ്യാനുണ്ടായി രുന്നുള്ളൂ. ഞാനെന്റെ പോലീസുദ്യോഗം വലിച്ചെറിഞ്ഞു. അതിന്റെ പ്രധാന

കാരണം, മാനസികമായും താത്ത്വികമായും ഞാൻ ബ്രിട്ടീഷുകാരാൽ പീഡിപ്പിക്കപ്പെടുന്ന, പാവം ബർമ്മക്കാരുടെ, വികാരത്തെ മാനിച്ചിരുന്നു എന്നതാണ്. എനിക്കവരോട് ആത്മാർത്ഥമായ സഹതാപവും ഐക്യദാർഢ്യവും തോന്നിയിരുന്നു. അതുകൊണ്ടുതന്നെ എന്റെയാ ജോലി ഞാനങ്ങേയറ്റം വെറുത്തിരുന്നു. ചക്രവർത്തിക്കു വേണ്ടിയുള്ള ഒരു ദാസ്യപ്പണി മാത്രമായിരുന്നു അതെന്ന് ഞാൻ കരുതി.

ദിവസവും ഞാൻ കണ്ടിരുന്ന കാഴ്ചയെന്താണ്. ലോക്കപ്പിൽ കിടക്കുന്ന പുള്ളികളുടെ നിസ്സഹായവും വിളറിയതുമായ മുഖങ്ങൾ. ദീർഘകാലമായി തടവറയിൽ കഴിയുന്നവരുടെ വികാരംചത്തു കിടക്കുന്ന മുഖങ്ങൾ. ലാത്തിയടിയേറ്റ് പുറവും ചന്തിയും പൊളിഞ്ഞവരുടെ നിലവിളികൾ. ഇതെല്ലാം എന്റെയുള്ളിൽ പ്രതിഷേധവും പാപബോധവും നിറച്ചു. പക്ഷേ, ഫലപ്രദമായി ഒന്നും ചെയ്യാനുള്ള, ഒന്നു ശരിയായി പ്രതികരിക്കാൻ പോലുമുള്ള, കഴിവ് എനിക്കുണ്ടായിരുന്നില്ല. കിഴക്കൻ രാജ്യങ്ങളിൽ വന്നുപെട്ടിട്ടുള്ള ഏതൊരു ഇംഗ്ലീഷുകാരനേയും പോലെ ഈ വികാരങ്ങളെല്ലാം നിശ്ശബ്ദമായി ഉള്ളിൽ ഒതുക്കാനേ എനിക്കും കഴിഞ്ഞിരുന്നുള്ളു. സൂര്യൻ അസ്തമിക്കാത്ത ബ്രിട്ടീഷ് സാമ്രാജ്യത്വം ക്രമേണ മരിച്ചുകൊണ്ടിരിക്കുകയാണെന്നോ പുതിയ തലമുറ അതിനെ സ്ഥാനഭ്രഷ്ടമാക്കാൻ പോകുകയാണെന്നോ ഒന്നും ഞാൻ അന്ന് അറിഞ്ഞിരുന്നില്ല. എനിക്കറിയാമായിരുന്നത് ഇത്രമാത്രം: ബ്രിട്ടീഷ് ഗവൺമെന്റിനും നിന്ദിതരും പീഡിതരും അസംതൃപ്തരുമായ ഈ ജനവിഭാഗത്തിനും ഇടയിൽപെട്ടുപോയ നിസ്സഹായനായ ഒരാത്മാവാണ് ഞാൻ. എന്റെ ഹൃദയത്തിന്റെ ഒരു ഭാഗം കൊണ്ട് ഞാൻ ബ്രിട്ടീഷ് ഗവൺമെന്റ് സ്വന്തം കാലടികളിൽ വീണ് കിടക്കുന്ന ജനതയുടെ മേൽ നടത്തുന്ന ഭീകരവാഴ്ചയുടെ ക്രൂരതയെക്കുറിച്ചും ചിന്തിച്ചു. മറുഭാഗംകൊണ്ട് ഒരു സന്ന്യാസിയുടെ നെഞ്ചിലേക്കു തോക്കിന്റെ ബുള്ളറ്റ് കുത്തിയിറക്കുന്നതാവും എനിക്ക് ഏറ്റവും ആഹ്ലാദകരമായ പ്രവൃത്തിയെന്നും ചിന്തിച്ചു. ഏതെങ്കിലും ഒരു ആഗ്ലോഇന്ത്യൻ ഉദ്യോഗസ്ഥനോട് അയാൾ ഡ്യൂട്ടിയില്ലാതിരിക്കുമ്പോൾ നിങ്ങൾ ചോദിച്ചു നോക്കുക, അയാൾ ഇതുതന്നെ പറയും.

അങ്ങനെ ജീവിതം ഒട്ടും ചലനാത്മകമല്ലാതെ നീങ്ങുന്ന ആ കാലത്താണ് രസകരമായ, അൽപം സാഹസികമെന്നു പറയാവുന്ന, ഒരു സംഭവം ഉണ്ടായത്. ഒരു ദിവസം രാവിലെ മറ്റൊരു സ്റ്റേഷനിലെ ഇൻസ്പെക്ടർ എന്നെ ഫോണിൽ വിളിച്ച് ഒരാന അവിടുത്തെ ബസാറിൽ വലിയ നാശനഷ്ടങ്ങൾ വരുത്തിക്കൊണ്ടിരിക്കുന്നതായി അറിയിച്ചു. ഞാൻ ഉടനെ ചെന്ന് അതിനൊരു പരിഹാരമുണ്ടാക്കണം. അതുകേട്ട് ഞാൻ അത്ഭുതപ്പെട്ടുപോയി. ഞാനെന്തു ചെയ്യണമെന്നാണ് അയാൾ ഉദ്ദേശിക്കുന്നതാവൊ! അയാളെപ്പോലെതന്നെയല്ലെ ഞാനും. എനിക്കെന്താ പ്രത്യേകത! ആന വേട്ടയിൽ പ്രാഗത്ഭ്യം തെളിയിച്ച വ്യക്തിയൊന്നുമല്ലല്ലോ ഞാൻ!

ഇങ്ങനെയൊക്കെ വിചാരിച്ചെങ്കിലും ഞാൻ ഉടനെ തന്നെ ഒരു കുതിരപ്പുറത്തു കയറി അങ്ങോട്ടു പുറപ്പെട്ടു. ഒന്നും ചെയ്യാനുദ്ദേശിച്ചിട്ടല്ല. വെറുതെ സംഭവം ഒന്നു കാണാമല്ലോ. എന്റെ പഴയ 44 വിഞ്ചസ്റ്റർ റൈഫിളും എടുക്കാൻ ഞാൻ മറന്നില്ല. പക്ഷേ ആ പഴഞ്ചൻ സാധനംകൊണ്ട് ഒരാനയെ കൊല്ലാനൊന്നും പറ്റില്ല. പിന്നെ, അതു പൊട്ടുമ്പോഴുണ്ടാകുന്ന ശബ്ദം കൊണ്ട് ചിലപ്പോൾ ആനയെ ഒന്നു വിരട്ടാൻ പറ്റിയേക്കും. വഴിക്ക് പല ബർമക്കാരും എന്നെ തടഞ്ഞു നിർത്തി വിഷയം അവതരിപ്പിച്ചു. അതൊരു കാട്ടാനയൊന്നുമല്ല. ആരോ വളർത്തുന്ന ആനയാണ്. അവനു മദമിളകിയതാണ്. ആനക്കാരന്റെ നിയന്ത്രണം തകർത്ത് കാലിലെ ചങ്ങലയും വലിച്ചുകൊണ്ടാണ് അവനിപ്പോൾ ബസാറിൽ വന്നിരിക്കുന്നത്. ഇതിനകം അവൻ കുറെ മുളംകുടിലുകൾ നശിപ്പിച്ചു. ഒരു പശുവിനെ കൊന്നു. ആയുധമൊന്നുമില്ലാത്ത ബർമ്മക്കാർ അവനെ നേരിടാനാവാതെ അകന്നു നിൽക്കുകയാണ്. അതിനിടെ മുന്നിൽ വന്നുപെട്ട മുനിസിപ്പാലിറ്റി വക ചവറുനീക്കുന്ന വണ്ടി അവൻ തടഞ്ഞു. ഡ്രൈവർ ഇറങ്ങിയോടി. പിന്നെ ആനയുടെ പരാക്രമമെല്ലാം ആ വാഹനത്തോടായി. അതവൻ കുത്തി മറിച്ചിട്ട് അടിച്ചുതകർത്ത് രസിക്കുകയാണ് ഇപ്പോൾ.

ഞാൻ സംഭവസ്ഥലത്ത് എത്തുമ്പോൾ എനിക്ക് ഫോൺ ചെയ്ത ഇൻസ്പെക്ടറും - ഇയാൾ ബർമ്മക്കാരനാണ് - ഇന്ത്യൻ വംശജരായ ഏതാനും കോൺസ്റ്റബിൾമാരും എന്നെ പ്രതീക്ഷിച്ചുനിൽക്കുന്നുണ്ടായിരുന്നു. മുളകൊണ്ടു നിർമ്മിച്ച് പനയോലമേഞ്ഞ കുടിലുകൾ മാത്രമുള്ള ഒരു ഒറ്റപ്പെട്ട ഗ്രാമമായിരുന്നു അത്. ആകാശം മൂടിക്കെട്ടി നിൽക്കുന്നു. ഒരു മഴയ്ക്കുള്ള ഭാവമുണ്ട്. ആന എങ്ങോട്ടാണ് പോയതെന്ന് ഗ്രാമീണർക്ക് അറിയില്ല. അവരാകെ ഭയവിവശരായി നില്പാണ്. ഇടയിലാരോ പറഞ്ഞു, ആന കിഴക്കോട്ടാണ് നീങ്ങിയതെന്ന്. ഉടനെ മറ്റൊരാൾ പറഞ്ഞു വടക്കോട്ടാണ് പോയതെന്ന്. ആന ആ ഭാഗത്ത് ചെന്നിട്ടേയില്ലെന്നായി മറ്റൊരുത്തൻ. ആർക്കും ഒന്നും അറിയില്ല. വെറുതെ അഭിപ്രായം പറയുകയാണെന്ന് എനിക്കു മനസ്സിലായി.

അപ്പോൾ കുറച്ചകലെ നിന്ന് ഒരു ബഹളം കേട്ടു. ഒരുകൂട്ടം നഗ്നരായ കുട്ടികളെ ഒരു സ്ത്രീ ഓടിക്കുകയാണ്. "പോവിൻ, അങ്ങോട്ടാരും പോകരുത്. ആരും അത് കാണണ്ട. പോ ദൂരെ പോ" എന്നിങ്ങനെ ആ സ്ത്രീ കുട്ടികളോടു പറയുന്നുണ്ട്. കുട്ടികൾ കാണരുതാത്ത എന്തോ ഒന്നവിടെയുണ്ടെന്നു മാത്രം എനിക്കു മനസ്സിലായി. ഞാനങ്ങോട്ടു നടന്നു. അവിടെ ഒരു കുടിലിന്റെ മുറ്റത്ത് നഗ്നനായ ഒരിന്ത്യക്കാരന്റെ ജഡം കിടന്നിരുന്നു. ഒരു കൂലിപ്പണിക്കാരനാണത്രെ. മരിച്ചിട്ട് അധിക മിനുട്ടുകൾ പോലും ആയിട്ടില്ല. രക്തം അപ്പോഴും ഒഴുകുന്നുണ്ട്. ആന പെട്ടെന്ന് കുടിലിന്റെ മറുവശത്ത് നിന്നും പ്രത്യക്ഷപ്പെടുകയും അയാളെ തുമ്പിക്കൈകൊണ്ട് പിടിച്ച് താഴെയിട്ട് കാലുകൊണ്ട് ചവിട്ടിയരക്കുകയുമാണ് ചെയ്തതെന്ന് ആളുകൾ പറഞ്ഞു. മഴ പെയ്തു കുതിർന്നുകിടന്ന മണ്ണായതു കൊണ്ട്, ആനയുടെ ചവിട്ടിന്റെ ശക്തികൊണ്ട് മണ്ണുകുഴിഞ്ഞ്

ഒരു ചെറിയ ട്രഞ്ചുപോലെയായിരുന്നു അവിടം. കമിഴ് ന്നാണ് അയാൾ കിടക്കുന്നത്. കുരിശിൽ തറച്ചതുപോലെ രണ്ടു കൈകളും ഇരുവശത്തേക്കും നീണ്ടു കിടന്നു.

വല്ലാത്തൊരു ദൃശ്യമായിരുന്നു അത്. ഒരു വശത്തേക്കു ചരിഞ്ഞിരുന്ന മുഖമാകെ ചെളിയുണ്ട്. കണ്ണുകൾ മലർക്കെ തുറന്നിരിക്കുന്നു. ആനയെ കണ്ടപ്പോഴുണ്ടായ അമ്പരപ്പും ഭയവുമാണ് ഇപ്പോഴും ആ കണ്ണുകളിൽ നിഴലിക്കുന്നതെന്നു തോന്നി. വായും തുറന്നിരിക്കുന്നു. പല്ലുകൾ അടർന്നു രക്തം ഒലിക്കുന്നു. ഒരിക്കലും ഒടുങ്ങാത്ത മരണഭയമാണാമുഖത്ത് ഇപ്പോഴും ബാക്കി നിൽക്കുന്നത്. ഹൗ! ആരാണ് പറഞ്ഞത് മരിച്ചവരുടെ മുഖത്ത് ശാന്തത കളിയാടുമെന്ന്! മുയലിന്റെ തോൽ പൊളിച്ചതുപോലെ അയാളുടെ തല മുതൽ താഴോട്ടുള്ള തൊലി ആനയുടെ കനമേറിയ കാലുകൊണ്ട് ചവിട്ടി ഉരിയ്ക്കപ്പെട്ടിരുന്നു. നടുക്കുന്ന കാഴ്ച തന്നെ.

ഞാൻ ഒരാളെ വിളിച്ച് അവിടടുത്തു താമസിക്കുന്ന എന്റെയൊരു സുഹൃത്തിന്റെ വീട്ടിലേക്കയച്ചു. ആനയെ വെടിവയ്ക്കാൻ പറ്റുന്ന ഒരു റൈഫിൾ അയാളുടെ പക്കലുണ്ട്. അതു വാങ്ങിക്കൊണ്ടുവരാനാണ് ഞാൻ ആളയച്ചത്. കുതിരയേയും മടക്കിയയച്ചു. അല്ലെങ്കിൽ ആനയെ കണ്ട് അത് ബഹളം കൂട്ടിയാൽ കൂടുതൽ കുഴപ്പമാകും.

ഞാൻ പറഞ്ഞയച്ചയാൾ ഏതാനും മിനുട്ടുകൾക്കകം തന്നെ മടങ്ങിയെത്തി. എന്റെ ചങ്ങാതി റൈഫിളും അഞ്ച് വെടിയുണ്ടകളും കൊടുത്തയച്ചിരുന്നു. ഇതിനിടെ ഏതാനും ബർമ്മക്കാർ ഓടി വന്നു. അവർ ആനയെ കണ്ടിരിക്കുന്നു. കുന്നിനു താഴെയുള്ള നെൽവയലിനു സമീപം അവൻ നിൽക്കുന്നുണ്ടത്രെ. ഉടനെ അങ്ങോട്ടു നടക്കാൻ തുടങ്ങിയ എന്റെ പിന്നാലെ ഇതിനകം അവിടെ തടിച്ചുകൂടിയിരുന്ന ആളുകൾ മുഴുവൻ നടക്കാൻ തുടങ്ങി. എന്റെ പക്കൽ തോക്ക് ഉണ്ടെന്നു കണ്ടപ്പോൾ അവർ ആകെ സന്തോഷഭരിതരായി ഉറക്കെ വിളിച്ചുപറയാൻ തുടങ്ങി:

"ഹേയ്, സായ്പ് ആനയെ കൊല്ലാൻ പോകുന്നു. ഓടി വാ, ആനയെ സായ്പ് ഇപ്പൊ കൊല്ലും"

അത്ഭുതം തന്നെ, ആന ആ പ്രദേശമാകെ നശിപ്പിച്ചതിൽ അവരത്ര ഗൗരവമൊന്നും കണ്ടില്ല. പലരും അതൊന്നു ശ്രദ്ധിച്ചതുകൂടിയില്ല. എന്നാലിപ്പോൾ അവരുടെ ഉത്സാഹം നോക്കൂ. പക്ഷേ ഒരാനയെ കൊല്ലുന്നത് കാണാനുള്ള കൗതുകമൊന്നുമല്ല അവരെ ആവേശം കൊള്ളിക്കുന്നത്; ചാകുന്ന ആനയുടെ ഇറച്ചിയാണവരുടെ ലക്ഷ്യം. ബർമ്മക്കാർക്ക് ആനയിറച്ചി വളരെ പ്രിയമാണ്.

എന്നാൽ എനിക്ക് വലിയ അസ്വാസ്ഥ്യം തോന്നി. ഞാൻ ആനയെ കൊല്ലാൻ തീരെ ഉദ്ദേശിച്ചിട്ടില്ല. തോക്കുകരുതിയത് എന്റെ സ്വയം രക്ഷയ്ക്ക് അത്യാവശ്യം വേണ്ടിവന്നാലോ എന്ന് കരുതിയിട്ടു മാത്രമാണ്. ഈ

ചുറ്റുപാടിൽ ഇത്ര വലിയ ഒരു ജനക്കൂട്ടം പിന്നാലെ വരുന്നതും വളരെ അസ്വസ്ഥതയുണ്ടാക്കുന്ന കാര്യമാണ്. ഞാൻ ഒരു വിഡ്ഢിയെപ്പോലെ കുന്നിൻ ചരിവിലൂടെ ആ വയലിലേക്ക് ഇറങ്ങി. ആ ജനമഹാസമുദ്രവും എന്റെ തൊട്ടു പിന്നാലെ നടന്നു.

കുന്നിന്റെ താഴ്വാരത്തിൽ മെറ്റലിട്ടുറപ്പിച്ച ഒരു റോഡാണ്. ആ റോഡിനുമപ്പുറമാണ് ഇനിയും കൃഷിയിറക്കാതെ തരിശായി കിടക്കുന്ന ആ പാടശേഖരം. മഴക്കാലമായതുകൊണ്ട് ഒരാൾ പൊക്കത്തിൽ പുല്ല് വളർന്നു നിൽക്കുന്നുണ്ട്. റോഡിൽ നിന്നും എട്ടുപത്തു വാര അകലെ ആ പുല്ലിനിടയിൽ നിൽക്കുകയാണ് ആന. അവൻ ഒരു പ്രകോപനവുമില്ലാതെ ശാന്തനായി പുല്ല് പിഴുതെടുത്ത് കാലിൽ തട്ടി മണ്ണു കളഞ്ഞ് വൃത്തിയാക്കി വായിലേക്കു വയ്ക്കുന്നു. അത് ചവച്ചുകൊണ്ട് അടുത്ത പിടി പിഴുതെടുക്കുന്നു. കാണാൻ നല്ല രസമുള്ള ഒരു സീൻ.

ഞാൻ റോഡിൽ നിന്നും ആ കാഴ്ച കണ്ടു. ഒരു കാര്യം അപ്പോൾ ഞാനുറപ്പിച്ചു. ഇവനെ ഞാൻ വെടിവയ്ക്കുന്ന പ്രശ്നമേയില്ല. എന്തിനതു ചെയ്യണം. ഇവനിപ്പോൾ ശാന്തനാണ്. അല്ലെങ്കിൽ തന്നെ ഇതൊരു കാട്ടാനയൊന്നുമല്ലല്ലൊ. ഒരാൾ വിലകൊടുത്തുവാങ്ങി വളർത്തുന്ന ആനയെ കൊല്ലാൻ നിയമമില്ല. ആന ഇടഞ്ഞെങ്കിൽത്തന്നെ എന്തെങ്കിലും നിവൃത്തിയുണ്ടെങ്കിൽ അതിനെ കൊല്ലാതെ സൂത്രത്തിൽ ചങ്ങലയിട്ടു ബന്ധിക്കുകയാണ് വേണ്ടത്. വളരെ വിലപിടിപ്പുള്ള മെഷിൻ പോലെ തന്നെയാണ് ആനയും. കുറഞ്ഞത് അത്രയെങ്കിലും ഞാൻ ചിന്തിക്കണമല്ലൊ. ഈ ആനയാണെങ്കിലോ ഇപ്പോൾ ഒരു പശുവിനെപ്പോലെ ശാന്തനുമാണ്. അവന്റെ മദമിളക്കമൊക്കെ മാറിയിരിക്കും. ആനക്കാരൻ വരുന്നതുവരെ ആർക്കും ഒരുപദ്രവമുണ്ടാക്കാതെ അവനിങ്ങനെ പുല്ലുതിന്ന് ഇവിടെ നിൽക്കും. ഏതായാലും വന്ന സ്ഥിതിക്ക് ഒരല്പം കൂടി നോക്കാം. അവന്റെ സ്വഭാവത്തിനു വല്ല മാറ്റവും വരുന്നുണ്ടോ എന്നു ശ്രദ്ധിക്കാം. ഞാനൊന്നു പിന്നിലേക്കു തിരിഞ്ഞു നോക്കി.

അപ്പോഴാണ് എന്റെ പിന്നിലെ ജനക്കൂട്ടത്തിന്റെ സാന്ദ്രത ഞാൻ മനസ്സിലാക്കിയത്. അക്ഷരാർത്ഥത്തിൽ ഞാൻ അമ്പരന്നുപോയി. കുറഞ്ഞത് രണ്ടായിരം പേരെങ്കിലും ഉണ്ട്. അനുനിമിഷം അതു പെരുകുകയുമാണ്. മഞ്ഞ മുഖങ്ങളുടെ ഒരു മഹാസമുദ്രം. ഞാനൊന്നു സൂക്ഷിച്ചുനോക്കി. ഉവ്വ്, എല്ലാ മുഖങ്ങളിലും ഒരേ വികാരം തന്നെ. ആനയിറച്ചി ആർക്കാണ് കൂടുതൽ നേടാൻ കഴിയുക എന്ന അത്യാർത്തി, അതു പകരുന്ന സന്തോഷവും. എല്ലാവരും എന്നെത്തന്നെയാണ് നോക്കി നിൽക്കുന്നത്. ഏതോ മഹാവിദ്യകാട്ടാൻ പോകുന്ന മാന്ത്രികനെ നോക്കും പോലെയുണ്ട് ആ നോട്ടം. വാസ്തവത്തിൽ വെള്ളക്കാരനായ എന്നോടവർക്ക് വെറുപ്പും പുച്ഛവുമാണ്. എന്നാലിപ്പോൾ ഞാനവർക്കു വളരെ വേണ്ടപ്പെട്ടവനായിരിക്കുന്നു. ആനയെ കൊല്ലാൻ വന്നവനല്ലെ!

പൊടുന്നനെ ഞാനൊന്നു ഞെട്ടി. ഞാൻ കുഴപ്പത്തിലായിരിക്കുന്നു. ആനയെ വെടിവയ്ക്കണ്ട എന്നു തീരുമാനിക്കാൻ ഇനി എനിക്കാവില്ല. അതിനെ ഞാൻ കൊന്നേ മതിയാകൂ. കാരണം ഈ ജനസമുദ്രം ആഗ്രഹിക്കുന്നത് അതാണ്. അതുമാത്രമാണ്. രണ്ടായിരം ഹൃദയങ്ങൾ പിന്നിൽ നിന്ന് എന്റെ ഹൃദയത്തെ നിയന്ത്രിക്കുകയാണിപ്പോൾ. വെള്ളക്കാരന്റെ കിഴക്കൻ സാമ്രാജ്യത്വമോഹങ്ങളുടെ പൊള്ളത്തരവും നിസ്സാരതയും ആ നില്പിൽ ഞാൻ ശരിയ്ക്കും മനസ്സിലാക്കി.

ഇതാ ഇവിടെ ഒരു വെള്ളക്കാരനായ ഞാൻ നിറതോക്കുമായി നിൽക്കുന്നു. എന്റെ പിന്നിൽ നിരായുധരായ ഒരു ജനക്കൂട്ടവും. സമാധാന പാലകന്റെ വേഷമാണ് എനിക്ക് ഇപ്പോഴുള്ളത്. പക്ഷേ അസംബന്ധം! ആ ജനക്കൂട്ടത്തിന്റെ ഹിതത്തിനൊപ്പിച്ച് അങ്ങോട്ടും ഇങ്ങോട്ടും ആടുന്ന ഒരു പാവ മാത്രമാണിപ്പോൾ ഞാൻ. ഒരു വെള്ളക്കാരൻ സ്വേച്ഛാധിപതിയായി മാറുമ്പോൾ അവൻ സ്വയം നശിക്കാനുള്ള സ്വാതന്ത്ര്യമെടുക്കുകയാണെന്ന് ആ നിമിഷം ഞാൻ മനസ്സിലാക്കി. അവൻ മാമൂൽ പ്രകാരമുള്ള ഒരു മണ്ടൻ സാഹിബായി മാറുന്നു. തന്റെ ഭരണകാലം മുഴുവൻ നാട്ടുകാരെ സ്വാധീനിക്കാനുള്ള ശ്രമത്തിലായിരിക്കും അവൻ. അതുകൊണ്ട് ഏതു പരീക്ഷണഘട്ടത്തിലും നാട്ടുകാരുടെ പ്രതീക്ഷയ്ക്കൊത്ത് ഉയരാൻ അവനു കഴിയണം. ക്രമേണ അവൻ അണിഞ്ഞിട്ടുള്ള മുഖംമൂടിക്ക് ഇണങ്ങുന്നതായി മാറുന്നു, അവന്റെ മുഖവും. ഞാനും അതേ വിഡ്ഢിത്തമാണ് കാട്ടിയിരിക്കുന്നത്. ഇപ്പോൾ എനിക്ക് ഈ ആനയെ വെടിവച്ചേ തീരു. ഞാൻ സ്വയം അങ്ങനെ ചെയ്യാൻ പോകുന്നു എന്ന് ഈ രണ്ടായിരം വരുന്ന ജനക്കൂട്ടത്തെ ധരിപ്പിച്ചു കഴിഞ്ഞു. ഒരു സാഹിബ് ശരിക്കും ഒരു സാഹിബിനെപ്പോലെ വേണം പെരുമാറാൻ. മനോദാർഢ്യത്തോടെ നിൽക്കാനും ദൃഢമായ തീരുമാനങ്ങളെടുക്കാനും ഒരു സാഹിബിന് കഴിയണം. ഞാനിപ്പോൾ സാഹിബാണ്. ആനയെകൊല്ലാൻ ദൃഢനിശ്ചയമെടുത്ത് തോക്കും തോളിലേറ്റി വലിയൊരു ജനക്കൂട്ടത്തെ പിന്നാലെ കൂട്ടിക്കൊണ്ടുവന്നു. ഇനി വെറുതെയങ്ങ് മടങ്ങിപ്പോകാൻ കഴിയുമോ? ഇല്ല. അത് അസാധ്യമാണ്. ഇക്കണ്ട ജനം മുഴുവൻ എന്നെ പരിഹസിച്ചു ചിരിക്കും. ഞാനും എന്നെപ്പോലെ ഇവിടെയെത്തിയിട്ടുള്ള എല്ലാ വെള്ളക്കാരും ഒരിക്കലും പരിഹാസ പാത്രമാകാതിരിക്കാനാണല്ലോ സദാ ജാഗരൂകരായി ഇരിക്കുന്നതും.

ഞാൻ ആനയെ നോക്കി. ഇല്ല, ഇവനെ ഞാൻ വെടിവയ്ക്കുകയില്ല. നോക്കൂ, അവനെത്ര ശാന്തനായി പുല്ലു പിഴുതെടുത്ത് കാലിൽ തട്ടിക്കൊണ്ട് നിൽക്കുന്നു. ഈ നിലയിൽ അവനെ വെടിവച്ചാൽ അതൊരു കൊലപാതകമായിരിക്കും. ഒരു ന്യായീകരണവുമില്ലാതെ ക്രൂരമായ കൊലപാതകം! എന്റെ അഭിപ്രായത്തിൽ മൃഗങ്ങളെ കൊല്ലുന്നതിനോട് എനിക്കത്ര മനം മടുപ്പൊന്നുമുണ്ടായിരുന്നില്ല. പക്ഷേ ഞാൻ അതിനു മുമ്പ് ഒരിക്കലും ഒരാനയെ

കൊന്നിട്ടില്ല. എന്നല്ല അതൊട്ടു ആഗ്രഹിക്കുന്നുമില്ല. ഇത്രയും വലിയ ഒരു മൃഗത്തെ കൊല്ലുകയെന്നത് തന്നെ എത്ര വലിയ ഹൃദയശൂന്യതയാണ്.

അതു മാത്രമല്ല, ഈ ആനയുടെ ഉടമസ്ഥനെക്കുറിച്ചും ഞാൻ ആലോചിക്കണമല്ലൊ. ഈ ആനയ്ക്കൊരു നൂറു പൗണ്ടെങ്കിലും വില വരും. അത് ചത്താലൊ അഞ്ചോ ആറോ പൗണ്ട് വില വരുന്ന അതിന്റെ കൊമ്പുകൾ മാത്രമാണുണ്ടാവുക. എന്റെ അടുത്തുനിന്ന പക്വമതികളായ ചില ബർമ്മക്കാരോട് അവർക്ക് ആനയുടെ ഇപ്പോഴത്തെ പെരുമാറ്റത്തെക്കുറിച്ചെന്തു തോന്നുന്നു എന്നാരാഞ്ഞു. അവർക്കെല്ലാം എന്റെ അഭിപ്രായം തന്നെയായിരുന്നു. ആന ഇതുവരെ ഒരു പ്രകോപനത്തിന് മുതിർന്നിട്ടില്ല. അവൻ ശാന്തനാകുകയാണ്. പക്ഷേ ഇനിയും സാഹിബ് അവന്റെ അടുത്തേക്കു ചെല്ലേണ്ട. അതു ചിലപ്പോൾ അപകടമായേക്കും.

ഞാൻ ആലോചിച്ചതിങ്ങനെയാണ് കുറേക്കൂടി അടുത്തേക്കു ചെന്നു നോക്കണം. ഒരു ഇരുപത്തഞ്ചു വാര അടുത്തു വരെ. അപ്പോഴും അവൻ അനങ്ങുന്നില്ലെങ്കിൽ ഒരു കാര്യം ഉറപ്പിക്കാം. അവൻ അങ്ങനെ നിന്നുകൊള്ളും. അവന്റെ ആനക്കാരൻ വരുന്നതുവരെ അവനൊരു കുഴപ്പവും ഉണ്ടാക്കുകയില്ല. പക്ഷേ, അതിനൊരു മറുവശം കൂടിയുണ്ട്. അത്രയ്ക്കടുത്തു ചെല്ലാൻ മാത്രം ഞാനൊരു നല്ല വെടിക്കാരനല്ല. ഭൂമിയാണെങ്കിൽ മഴപെയ്ത് ആകെ ചളിപിളിയായി കിടക്കുകയാണ്. കാൽവഴുതി വീഴാനും എളുപ്പം. ഈ പരിതഃസ്ഥിതിയിൽ ഞാനടുത്തു ചെല്ലുമ്പോൾ ആന എന്റെ നേർക്കു കുതിച്ചു വരികയും എന്റെ വെപ്രാളത്തിന് ഉന്നം പിഴയ്ക്കുകയും ചെയ്താൽ എന്റെ ശരീരം റോഡ് റോളറിനടിയിൽ പെട്ടതുപോലെയാകും. പക്ഷേ അപ്പോഴും ഞാൻ ചിന്തിച്ചത് എന്നെ കുറിച്ചായിരുന്നില്ല. എന്റെ പിന്നിൽ കടലായി പരന്നു കിടക്കുന്ന മഞ്ഞ മുഖങ്ങളെക്കുറിച്ചാണ്. വാസ്തവത്തിൽ ഞാൻ തനിച്ചായിരുന്നു ഇവിടെയെങ്കിൽ ഒരു തീരുമാനത്തിലെത്താൻ എനിക്കൊരു നിമിഷം മാത്രം മതിയായിരുന്നു.

നാട്ടുകാരുടെ മുന്നിൽ ഒരു വെള്ളക്കാരൻ ഭീരുവാകാൻ പാടില്ല. അതുകൊണ്ട് അവൻ ഭയമില്ലാത്തവനായി മാറുന്നു. എന്റെ ആത്മാവിൽ തൊട്ട് ഞാൻ ചിന്തിച്ചത്, ദൈവമേ ഞാനിവിടെ പരാജയപ്പെട്ടാൽ ആ കുന്നിൻ മുകളിൽ നിൽക്കുന്ന ഒരിന്ത്യക്കാരന്റെ അവസ്ഥയിലേക്ക് ഇവരെന്നെ എഴുതിത്തള്ളുമോ എന്നായിരുന്നു. അപ്പോൾ അവരെല്ലാം എന്നെ പരിഹസിച്ച് ഉറക്കെച്ചിരിക്കും. അതുമാത്രം വയ്യ. അതനുവദിക്കാൻ പാടില്ല.

പിന്നെ ഒരേയൊരു വഴിയേയുള്ളു. ഞാനെന്റെ റൈഫിളിൽ വെടിയുണ്ട ലോഡ് ചെയ്തു. റോഡിൽ കമഴ്ന്നു കിടന്നുകൊണ്ട് ആനയുടെ നേർക്ക് ഉന്നം പിടിച്ചു. എന്റെ പിന്നിലുള്ള ജനക്കൂട്ടം പൊടുന്നനെ നിശ്ശബ്ദമായി. നാടകത്തിന്റെ കർട്ടൻ ഉയരാൻ കാത്തിരിക്കുന്ന അക്ഷമരായ കാണികളെപ്പോലെ പ്രതീക്ഷാനിർഭരരായി ഓരോരുത്തരും നിന്നു. അവർ ഇതുവരെ മനസ്സിൽ അടക്കിപ്പിടിച്ച ആഗ്രഹം സഫലമാകാൻ പോകുകയാണ്.

ഞാൻ ആനയെ നോക്കി. അവന്റെ ഒരു വശമേ എനിക്കു കാണാൻ കഴിയുന്നുള്ളൂ. ആനയുടെ മുന്നിൽ നിന്നാണ് വെടിവയ്ക്കുന്നതെങ്കിൽ രണ്ടു ചെവികൾക്കും ഒത്ത മധ്യത്തിലായി ഉണ്ട തറയ്ക്കണമെന്നോ മറ്റോ പറഞ്ഞു കേട്ടിട്ടുണ്ട്. ഇതിപ്പോൾ ഒരു വശത്തു നിന്നാണല്ലോ. അതുകൊണ്ട് ഞാൻ അവന്റെ ചെവിയുടെ അല്പം മുന്നിലായി ലക്ഷ്യംവച്ച് കാഞ്ചി വലിച്ചു. ആനയുടെ പൈശാചികമായ നിലവിളിയാണ് പിന്നെ ഞാൻ കേട്ടത്. ഒപ്പം ജനക്കൂട്ടത്തിന്റെ കൂക്കുവിളികളും.

എന്നാൽ ആന വീഴുകയോ തിരിയുകയോ ഒന്നും ചെയ്തില്ല. പക്ഷേ അവന്റെ ആ വലിയ ദേഹമാകെ വിറകൊള്ളുന്നുണ്ടായിരുന്നു. നിമിഷങ്ങൾക്കകം പടുവൃദ്ധനായി മാറിയതുപോലെ അവന്റെ ശരീരം ചുരുങ്ങുകയും ശുഷ്ക്കിക്കുകയും ചെയ്തു. ഒരു വശം തളർന്നതുപോലെയും തോന്നി. അല്പസമയത്തിനുശേഷം അവൻ മുൻ കാലുകളിൽ മട്ടുകുത്തി. അപ്പോഴവന് ഒരായിരം വയസ്സായതുപോലെ തോന്നി. ഞാനുടനെ അടുത്ത വെടിയുണ്ടയും അതേ ലക്ഷ്യത്തിൽ തറപ്പിച്ചു. അപ്പോൾ അവൻ വീഴുമെന്നാണ് ഞാൻ കരുതിയത്. പക്ഷേ മുട്ടുകാലിൽ തന്നെ അവൻ വീണ്ടും എഴുന്നേറ്റ് നിവർന്നു നിൽക്കുകയാണുണ്ടായത്. അവന്റെ തല താണിരുന്നു. കാലുകൾ ആടുന്നുമുണ്ടായിരുന്നു. അപ്പോൾ ഞാൻ മൂന്നാമത്തെ വെടിയും വച്ചു. അതോടെ അവന്റെ സ്ഥിതി കൂടുതൽ വഷളായി. കാലുകളുടെ ശക്തി ക്ഷയിച്ചു. മുൻകാലുകൾ തളർന്ന് തുമ്പിക്കൈ ഒരു വശത്തേക്ക് ചാഞ്ഞ് അവൻ വീണു. വലിയൊരു മല അടർന്നു വീഴുംപോലെ. അവൻ വീണപ്പോൾ ഭൂമി പോലും വിറകൊള്ളുന്നതായി എനിക്കു തോന്നി.

ഞാൻ ചാടിയെഴുന്നേറ്റു. എന്റെ പിന്നിൽ നിന്നിരുന്ന നാട്ടുകാർ എന്നെ കടന്ന് ചളിയിലൂടെ ആനയുടെ അടുത്തേക്കു പാഞ്ഞു. അവൻ ഇനി ഏഴുന്നേൽക്കുകയില്ലെന്ന് അവർക്കുറപ്പുണ്ടായിരുന്നു. പക്ഷേ അവൻ മരിച്ചിരുന്നില്ല. ഒരു പ്രത്യേക താളത്തിൽ അപ്പോഴും അവൻ ശ്വാസം കഴിക്കുന്നുണ്ടായിരുന്നു. ആ താളത്തിനൊപ്പം അവന്റെ വലിയ വയർ ഉയരുകയും താഴുകയും ചെയ്യുന്നുണ്ട്. അവന്റെ വായ് മലർക്കെ തുറന്നിരുന്നു. അവൻ അന്ത്യവായു വലിക്കുന്നത് കാണാൻ ഞാൻ കുറേനേരം കാത്തിരുന്നു. പക്ഷേ ശ്വാസോച്ഛ്വാസത്തിന്റെ താളം മാറിയില്ല. ഒടുവിൽ അവശേഷിച്ച രണ്ട് ഉണ്ടകളും അവന്റെ ഹൃദയഭാഗത്തേക്ക് ഞാൻ ഒന്നൊന്നായി നിറയൊഴിച്ചു. ഒരു ചുവന്ന വെൽവെറ്റ് വിരിച്ചതുപോലെ അവന്റെ ഹൃദയരക്തം അവിടെ പടർന്നൊഴുകി. എന്നിട്ടും അവൻ മരിച്ചില്ല. എന്റെ അവസാന ഉണ്ടകൾ തറച്ചപ്പോൾ ആ ശരീരത്തിനൊരു ചലനവും ഉണ്ടായതുമില്ല.

ഇത് ഞാനുദ്ദേശിച്ചതിലും ഏറെ ക്രൂരവും സഹതാപാർഹവുമായിപ്പോയി. ആ സാധുവിനെ ഇനിയും ഏറെനേരം മരണവേദന അനുഭവിപ്പിക്കാൻ വിടുന്നത് അക്ഷന്തവ്യമായ ക്രൂരതയാകും. ജീവിക്കാനും മരിക്കാനും കഴിയാതെ ആ വലിയ മൃഗം കിടന്നു നരകയാതന അനുഭവിക്കുന്നതെത്ര നേരമാണ്

കണ്ടുനിൽക്കുക! ഞാൻ എന്റെ ചെറിയ തോക്ക് കൊണ്ടുവരുവിച്ച് അതിലുണ്ടായിരുന്ന മുഴുവൻ ഉണ്ടകളും ആനയുടെ തൊണ്ടയിലേക്കു നിറയൊഴിച്ചു. എന്നിട്ടും ഉണ്ടായില്ല ഒരു ഫലവും. ഒരു ക്ലോക്കിന്റെ കൃത്യതയോടെ ആനയുടെ ശ്വാസനിശ്വാസങ്ങൾ തുടർന്നു.

ഇനിയും ഇതുകണ്ടു നിൽക്കാനാവില്ലെന്നായപ്പോൾ ഞാൻ സ്ഥലം വിട്ടു. വീണ്ടും അരമണിക്കൂർ കഴിഞ്ഞാണ് ആനയുടെ ജീവൻ പോയതെന്ന് പിന്നീട് ഞാനറിഞ്ഞു. ജീവൻ പോയ നിമിഷം ആളുകൾ അതിനെ വെട്ടി മുറിച്ച് എല്ലൊഴികെ ബാക്കിയെല്ലാം കൊണ്ടുപോകുകയും ചെയ്തത്രെ.

പിന്നീടാണ് അത് വലിയ ചർച്ചാവിഷയമായത്. ആനയുടെ ഉടമസ്ഥൻ രോഷാകുലനായി രംഗത്തെത്തി. പക്ഷേ അയാളൊരു ഇന്ത്യക്കാരനായതുകൊണ്ട് എനിക്കെതിരെ ഒന്നും ചെയ്യാൻ കഴിഞ്ഞില്ല. അതു മാത്രമല്ല കാര്യം. എന്റെ പ്രവൃത്തിക്കു നിയമസാധ്യതയുണ്ടായിരുന്നു. മദമിളകിയ ഒരാന വരുത്തിവയ്ക്കാനിടയുള്ള നാശനഷ്ടങ്ങൾ പരിഗണിക്കുമ്പോൾ, ആനയുടമയ്ക്കും അതിനെ ബന്ധിക്കാനാവുന്നില്ലെങ്കിൽ വെടിവച്ചു കൊല്ലുകയാണ് യുക്തിസഹമായ മാർഗ്ഗം. യൂറോപ്യന്മാരുടെ ഇടയിൽ രണ്ട് അഭിപ്രായമുണ്ടായി. പ്രായമേറിയവർ എന്റെ പ്രവൃത്തിയെ ശരിവച്ചു. എന്നാൽ ചെറുപ്പക്കാർ പറഞ്ഞത് വെറുമൊരു നാടൻ കൂലിക്കാരനെ കൊന്നതിന്റെ പേരിൽ എത്രയോ വിലപിടിപ്പുള്ള ആനയെ കൊന്നത് ശരിയായില്ലെന്നാണ്. ശരിയാണല്ലൊ, ആ പാവം കൂലിക്കാരനു വല്ല വിലയുമുണ്ടോ?

എനിക്കു വാസ്തവത്തിൽ ആനയുടെ ചവിട്ടേറ്റു മരിച്ച ആ കൂലിക്കാരനോടു കടപ്പാടുതോന്നി. അതുകൊണ്ടാണല്ലൊ എന്റെ ചെയ്തികൾ സാധൂകരിക്കപ്പെട്ടത്. പക്ഷേ ഒരു ജനക്കൂട്ടത്തിനുമുന്നിൽ വിഡ്ഢിയും പരിഹാസ്യനുമാകാതിരിക്കാൻ വേണ്ടിയാണ് വാസ്തവത്തിൽ ഞാൻ ആ ആനയെ കൊന്നത് എന്ന പരമസത്യം ആരെങ്കിലും മനസ്സിലാക്കിയിട്ടുണ്ടോ ആവോ!

■

www.ingramcontent.com/pod-product-compliance
Lightning Source LLC
LaVergne TN
LVHW012022060526
838201LV00061B/4421
9798184230740